D1680836

ச. மாடசாமி

பிறந்தது 1947. பிறந்த ஊர் வடுகப்பட்டி. வடுகப்பட்டி – பெரியகுளம் பாதைகளும், வராக நதி மணல்வெளியும் சிறு வயதுப் பிடிமானங்கள். அவைதாம் சிந்திக்கச் சொல்லித் தந்த ஆசிரியர்கள். முப்பதாண்டு அருப்புக்கோட்டை கல்லூரியில் தமிழ் ஆசிரியர்; மூன்று ஆண்டுகள் நெல்லைப் பல்கலைக்கழகத்தின் இளைஞர் நலத்துறை இயக்குநர். வாழ்நாள் முழுதும் மறக்கமுடியாத அனுபவம், அறிவொளி! கற்றுக் கொடுக்கப் போய்... கற்றுக் கொண்டு வந்தோம். கல்வி குறித்த தெளிவான புரிதல் உண்டானதும், கல்வி குறித்துத் தொடர்ந்து பேசுவதற்கான தெம்பு கிடைத்ததும் அறிவொளியில்தான். எழுதிய நூல்கள் பல. ‘பாம்பாட்டிச் சித்தர்’, ‘பொதுவுடைமை இலக்கியம் – பார்வையும் பயணமும்’, ‘தமிழர் திருமணம் அன்று முதல் இன்று வரை’ ஆகியன ஆய்வு நூல்கள். ‘பூமரப் பெண்’, ‘ஏமாளியும் திருடனும்’, ‘கூத்தாடிகள்’ ஆகியன விவாத நூல்கள். ‘நாய் வால்’, ‘முயல்குட்டியும் போலீசுக்காரரும்’, ‘முதலைக் கதைகள்’, ‘சுண்டெலிக் கதைகள்’ ஆகியன குழந்தைகளுக்கான கதை நூல்கள். ‘எனக்குரிய இடம் எங்கே’, ‘ஆளுக்கொரு கிணறு’, ‘போயிட்டு வாங்க சார்’, ‘ஆசிரிய முகமூடி அகற்றி’ ஆகியவை கல்வி சார்ந்த நூல்கள். எளிய மனிதர்களின் பொருட்டே தொடர்ந்து எழுதுகிறேன்.

சொலவடைகளும் சொன்னவர்களும்

ச. மாடசாமி

எதிர் வெளியீடு

சொலவடைகளும் சொன்னவர்களும்

ச. மாடசாமி

முதல் பதிப்பு: ஆகஸ்ட் 2020

எதிர் வெளியீடு,
96, நியூ ஸ்கீம் ரோடு, பொள்ளாச்சி – 642 002
தொலைபேசி: 04259 226012, 99425 11302

விலை: ரூ.320

Solavadaikalum Sonnavarkalum
S. Madasamy
Copyright © S. Madasamy

First Edition: August 2020
Published by
Ethir Veliyeedu, 96, New Scheme Road, Pollachi- 642 002.
email: ethirveliyedu@gmail.com
www.ethirveliyedu.in

Price: ₹ 320

ISBN: 978-93-87333-97-0
Cover Design: Santhosh Narayanan
Printed at Jothy Enterprises, Chennai.

All rights reserved. No part of this book may be reprinted or reproduced or utilised in any form or by any electronic, mechanical or other means, now known or hereafter invented, including photocopying and recording, or in any information storage or retrieval system, without permission in writing from the Publisher.

பொருளடக்கம்

புழுதிக்குள் இத்தனை கவிமணமா? ... 7
மெல்லப் பாயும் நினைவு நதி ... 13

1. எது சொலவடை ... 17
2. தருணங்கள் ... 34
3. கசப்பு... கரிப்பு ... 50
4. குறும்பு... சிரிப்பு ... 75
5. யதார்த்தம் எரிந்ததும் புரிந்ததும் ... 120
6. விமர்சனம் ... 170
7. விவேகம் ... 224
8. மனிதர்கள்... மனோபாவங்கள் ... 271
9. மிச்சம் ... 296

நன்றிகள் ... 312

புழுதிக்குள் இத்தனை கவிமணமா..?

படைப்பாற்றல் மிக்க பிரம்ம தேவர்கள் உழைப்பாளி மக்கள். வடிக்கும் வியர்வையால் சகலத்தையும் படைக்கிறார்கள். புதுப்பித்து அழகுபடுத்துகிறார்கள். உருண்டையாகச் சுழன்றுகொண்டிருந்த வெறும் பூமியைப் பேருலகமாக உருவாக்கியவர்கள் மக்கள். உலகத்தின் பரப்பெல்லாம் உயர்ந்தும் ஒளிர்ந்தும் கொண்டிருக்கிற அனைத்து அழகுகளையும், அற்புதங்களையும், உன்னதங்களையும், அதிசயங்களையும்... யாவற்றையும் படைத்தது வியர்வை நெடி மிகுந்த உழைப்பாளி மக்கள்தாம்.

மொழியை யார் படைத்திருக்க முடியும்? வல்லமை மிக்க மொழியறிஞர்கள், பண்டித சிகாமணிகள், வேதவித்தகர்தானே படைத்திருக்க முடியும்? மொழியைப் படைப்பது சாமான்யப் பணியா? அசாதாரண அறிவுள்ளவர்கள்தானே மொழியைப் படைத்திருக்க முடியும்? ரொம்ப பேர் மனதில் பிம்பமாக இருப்பது இதுதான். உண்மையில் "மொழியின் கர்த்தாக்கள் ஏதுமறியா உழைப்பாளி மக்களே" என்கிறார் ருஷ்ய இலக்கிய மாமேதை மாக்ஸிம் கார்க்கி.

தெருக்களிலும், தோட்டங்களிலும், களத்து மேடுகளிலும் புரண்டு உருண்டு வடிவம் பெற்றுப் புழங்குகிற வார்த்தைகள், பாமர மக்களின் உதடுகள் உச்சரித்து உச்சரித்து உயிர் பெறும். மொழிக்கு நிரந்தர இளமைப் பொலிவும், புதிய வளமும், வளர்ச்சியும் தந்துகொண்டிருப்பது உழைக்கும் மனிதர்களின் பேச்சுமொழிதான்.

மொழியில் தேர்ச்சி பெற்ற வல்லுநர்கள் தோன்றிவிட்ட இன்றைக்கும், வாழ்வின் தேவைக்கேற்ப புதிய புதிய வார்த்தைகளைப் படைத்து வழங்கிக்கொண்டேயிருக்கின்றனர் பாமர உழைப்பாளி மக்கள். டிராக்டர் வந்தது பேயிரைச்சலுடன்.

அவன் அதற்கு 'டக்கர்' என்று நாமமிட்டான். டிரில்லர் கருவிக்கு 'பல்கலப்பை' என்றும், டிஸ்க் கருவிக்கு 'சட்டிக் கலப்பை' என்றும் சரியான பெயரிட்டான்.

மக்களின் உதடுகளில் வியர்வைப் பிசுக்குடனும், உழவுப் புழுதி வாசத்துடனும் பேசப்படுகிற பேச்சுமொழியில் எதுகை மோனை வந்து தன்னியல்பாக அமையும். குறில் நெடில் பொருத்தமும் இயல்பான சந்தத்துடன் வந்து விழும்.

அடுப்படியிலிருந்து புறப்படும் சந்தம் இது...

"வந்தவன் போனவனுக்கெல்லாம் வடிச்சுக் கொட்டவா வந்து சேந்திருக்கேன்..?"

"வாய்க்கு ருசியா ஆக்கி அவிச்சுத் தட்டுனா வக்கணையா வளைச்சு மாட்ட மாட்டீக..?"

தெருவில் கேட்கும் சந்தம் இது....

"நரிக்கு றெக்கை முளைச்சா பறக்கப் பறவை இருக்காது..."

நெடில் தேவைப்படுகிற இடத்தில் 'ஏழை பாழைக' என்ற சொல்லும், குறில் கட்டாயம் ஆகிற இடத்தில் 'எளியது எளைச்சதுக' என்ற சொல்லும் வருவது மிகவும் தன்னியல்பாக. பேச்சு லயத்துக்கேற்ப தானாகவே வார்த்தைகள் வந்து உட்காருவதுதான் மக்கள் மொழியின் சுபாவம்.

பேச்சு மொழிகளின் ஊடாகச் சில சமயம் கவிதை தெறித்து வந்து விழும். அதுதான் சொலவடை. தெம்மாங்குப் பாடல்களும் சொலவடைகளும் தோன்றும் இடம் ஒன்று. தோன்றும் விதம் வேறு வேறு, தோன்றும் இடம், மக்களின் மனப்பேச்சு. தெம்மாங்குப் பாடல், தாளம் தட்டி, யோசித்துப் பார்த்து, ஆற அமர அவதரிப்பதாகும். யோசிக்காத நேரத்தில் சட்டெனத் தெறிப்பது சொலவடையாகும். தெம்மாங்குப் பாடல்களில் ஒருவித மனக் காத்திருப்புடன், கட்டுமானச் செயல்பாட்டில், தாளக்கட்டுக்கேற்ப வார்த்தைகளைத் தேடித் தேர்வு செய்கிற ஒரு தயாரிப்புக்குரிய அவகாசமும் நிதானமும் தவிர்க்க முடியாதவை. சொலவடைகளின் பிறப்பில் அதற்கெல்லாம் இடம் கிடையாது. உணர்ச்சிகளின் கண்மூடித்தனமான முட்டல் மோதலான பீறிடலுக்கிடையில், முந்திக்கொண்டு தெறிப்பது சொலவடை.

சொலவடையில் பட்டழுந்திய உணர்ச்சியின் கற்றை இருக்கும்; கவித்துவம் இருக்கும். காட்டுப்பூவைப் போல மண்ணின் வாசமும் வண்ணமும் ஒளியும் சொலவடை கொண்டிருக்கும்.

சொலவடை கவிதையாக இருப்பது அதன் உயிர்த்தேவை. ஏனெனில், சொலவடைக்கு ஏட்டுச் சிம்மாசனம் எட்டாத ஆகாயம். மக்களின் உதடுகளில் உலவி, ஞாபக மடியில் உயிர் வாழ்ந்தாக வேண்டிய கட்டாய அவலம். ஞாபக இடுக்குகளில் சிக்கி நிற்பதற்கு, முதல் வாக்கியத்தைத் தொடர்ந்து தானாகவே பின் தொடர்கிற மறு வாக்கியம் என்ற தன்மை அவசியம். 'பயந்தவன் பார்வைக்கு இருட்டெல்லாம் பேய்' என்றாலும் பொருள் ஒன்றுதான். ஆனால் நினைவில் நிற்கிற கவித்துவ ஒழுங்கில்லை. 'அரண்டவன் கண்ணுக்கு இருண்டதெல்லாம் பேய்' என்கிற கவித்துவச் சொலவடை, வாயைத் திறந்தால் தானாகவே சங்கிலிப் பின்னலாக வரும்.

சொலவடைகளில் புழக்கமுள்ளவன் இயல்பாகவே சொல்வளமிக்க மொழியாளுமை கொண்டிருப்பான். சொலவடைகளில் ஊறித் திளைத்தவன் காலடியில் வார்த்தைகள் வந்து சேவகம் பண்ணக் காத்திருக்கும். அப்படியொரு வரம் தருகிறது பேராசிரியர் ச.மாடசாமியின் 'சொலவடைகளும் சொன்னவர்களும்'.

சித்தர்கள் பற்றி ஆய்வு செய்து இளம் முனைவர் பட்டமும், 'செம்மலர்' படைப்புகள் குறித்து ஆய்வு செய்து முனைவர் பட்டமும் பெற்ற ச.மாடசாமி, அறிவொளி இயக்கத்தின் அறிவுத் தளபதியாகவும், செயல் தலைவராகவும் வெற்றிகரமாகச் செயல்பட்டு, பண்பாட்டுத் தளத்தில் புது உழவு போட்டு முத்திரை பதித்தவர். அறிவொளி இயக்கத்தின் உடம்புகளாகவும் உயிர் நரம்புகளாகவும் மாதத்திற்கு முப்பத்தைந்து நாட்கள் ஓய்வில்லாமல் ஓடி உழைத்த கருத்தாளர்கள், தொண்டர்கள்... எழுதப் படிக்கத் தெரியாத கிராமத்து உழைப்பாளி மக்களுக்கு அனா, ஆவன்னா சொல்லித் தர வந்தார்கள். வந்தவர்கள் ஆழ்ந்த நட்போடு பழகினார்கள். பழகிய காலத்தில் பொறுக்கிப் பொறுக்கிச் சேகரித்த அத்தனை சொலவடைகளையும் அள்ளி வைத்து ஒரு தட்டில் தருவது போல் சிந்தாமல் சிதறாமல் அப்படியே நூல் வடிவில் தந்திருக்கிறார் ச.மாடசாமி.

சேகரித்துக் கொண்டுவரப்பட்ட சொலவடைக் குவியல் முழுவதையும் ஒழுங்குபடுத்துவதற்கும், வரிசைப்படுத்துவதற்கும், வகைவாரியாகப் பிரிப்பதற்கும், அவற்றுக்கான உரை விளக்கம் எழுதுவதற்கும் பல வருஷ கால உழைப்பு தேவைப்பட்டிருக்கிறது. அப்படியான அறிவார்ந்த வியர்வை வாசத்துடன் முழுமையான இலக்கியப் புதையலாக இந்த நூல் வெளிவருகிறது.

எழுத்திலக்கியப் படைப்புகளுக்கும், மேடை முழக்க அழகுக்கும் கச்சாப் பொருளாகப் பயன்படும் இந்த மக்கள்மொழிக் கவிதை நூல்.

அனைத்துச் சொலவடைகளும் அறிவார்ந்த கவித்துவ உரையுடன் நூலில் அணிவகுக்கின்றன. நூலாசிரியரின் சமூக அக்கறையும், இலக்கிய மேதைமையும், மக்களை நேசித்துப் போற்றுகிற மனிதநேயமும் துல்லியமாய்ப் புலப்படுகின்றன. கற்கும் பசியுள்ள படைப்பாளிகளுக்கெல்லாம் கற்பகத்தரு இந்நூல். பக்கத்துக்குப் பக்கம் சொலவடைகள். அவை, நசுக்கப்பட்ட எளிய மனதுகளின் பெருமூச்சுகள்; உடைபட்டுச் சிதறிய மனித மனத்தின் சீற்றங்கள்; பசி பட்டினியில் வாடியும் மெலிந்து போகாத கற்பனைகள்; பொற்கனிகள்; புழுதி வாசத்துப் பாடல்கள்!

* *வேலையும் இல்ல; வென்னி வைக்கப் பானையும் இல்ல.*
* *மறைச்சுக் கட்ட மாத்துப் புடவை இல்ல.*
* *அன்னும் இல்ல ஆடி; இன்னும் இல்ல தீவாளி.*
* *அறுக்குறப்பவும் பட்டினி! பொறுக்குறப்பவும் பட்டினி!*
* *பொங்கல் அன்னைக்கும் பட்டினி! பொழுதன்னைக்கும் பட்டினி!*
* *சுமந்தவன் தலையிலேயே பத்துச் சுமை!*
* *ஒழைச்சுப் பிழைக்கிறவன் ஒரு கோடி; ஏச்சுப் பிழைக்கிறவன் ஏழு கோடி!*

ஏட்டுக் கவிதை மாதிரி நேர்ப் பொருளில் இனம் காண முடியாது சொலவடைகளை, அவற்றுள்ளுறைந்து கிடக்கும் சமூக அனுபவங்களை அடையாளம் காண வேண்டும்.

வாழ்வின் இரக்கமற்ற அடிகளை வலியுடன் சொல்கிற ரண வரிகள் இவை....

'உழக்குக்குள்ள கிழக்கா மேக்கா உருண்டுகிட்டு கெடக்கேன்'.

குறுகலான குடும்ப வாழ்வின் கசப்பான தலையெழுத்தைக் கோடிட்டுக் காட்டும் சொலவடை இது...

'குமரின்னு இல்லாமத் தாலி கட்டி, மலடின்னு இல்லாம புள்ள பெத்துக் கிட்டேன்'.

எதைச் சொல்ல? எதை விட..? நூலில் சொலவடைகளை வகுத்துத் தொகுத்து வகைப்படுத்திய ஆய்வுப் பாங்கில் தெரிவது கவித்துவச் செறிவு. சொலவடைக்கான விளக்க வரிகள் யாவும் வெளிச்சக் கவிதைகள்.

ஆதிமனிதப் புராதன அனுபவச் சங்கிலிகளின் முடிவற்ற நீளத்தை, அதன் நுனியைப் பிடித்து நம் மனதில் கொடுத்து முழுமையை உணர்த்தி விடுகிறது சொலவடை. 'புழுதிக்குள் இத்தனை கவிமணமா?', 'வியர்வைக்கு இத்தனை காவிய வல்லமையா?' என்றெல்லாம் நம்மைப் பிரமிக்க வைக்கிறது.

ஏட்டு மொழியை மட்டுமே அறிந்திருக்கிற தமிழ் இலக்கியப் படைப்பாளிகள் யாவரும் இந்நூலுக்குள் பயணப்பட்டால், அவர்கள் மொழி செம்மைப்படும். இலக்கியப் படைப்பாளிகள் மட்டுமல்ல, சகல தமிழ் வாசகத் திரளும் இந்த நூலுக்குள் பயணம் செய்ய வேண்டும்.

சில பல சொலவடைகள் இன்னும் கொஞ்சம் கூடுதலான விவரிப்பைக் கோருகின்றன. இன்னும் சில சொலவடைகள் வேறு கோணத்திலான அறிமுகத்தை எதிர்நோக்குகின்றன. வாசித்து முடித்த பிறகும் ஆற அமர யோசிப்பதற்கும், அசைபோட்டுப் பார்ப்பதற்கும், புதிய புதிய கோணத்திலான அணுகலுக்கும் வாசலைத் திறந்து வைக்கிறது இந்த நூல்.

மேலாண்மை பொன்னுச்சாமி
- சாகித்ய அகாடமி விருது பெற்ற எழுத்தாளர்

மெல்லப் பாயும் நினைவு நதி...

பெரிய வெற்றியையோ பெரிய தோல்வியையோ நான் சந்தித்ததில்லை.

இவற்றின் ருசியையும் நானறிந்ததில்லை; இவற்றின் கனத்தையும் நான் சுமந்ததில்லை.

வெற்றியோ தோல்வியோ தந்த குடைச்சலின் வழி ஒரு விவாதத்தையோ, ஆய்வையோ நான் தொடங்கியதுமில்லை.

என் முதல் ஆய்வுக்களம் 'சித்தர்கள்'. அடுத்தது 'செம்மலர்ப் படைப்புகள்'. இப்போது 'சொலவடைகள்'.

பள்ளியில் என்னோடு படித்த நண்பர்கள் யார் நம்பப் போகிறார்கள் - நான் இப்படி ஆராய்ச்சி எல்லாம் செய்து கொண்டிருக்கிறேன் என்பதை!

பள்ளிப் பருவத்தில் படிப்பில் பின்தங்கியவனாகவும், விளையாட்டில் மிகவும் பின்தங்கியவனாகவும் இருந்தேன். கதைகள் வாசிப்பதில் மட்டும் ஒரு தீவிரம் இருந்தது. வீட்டில் அதற்கான சுதந்திரம் இருந்தது.

என் தமிழாசிரியர் பாண்டியராஜனுக்கு மட்டும் என்மீது ஒரு கவனம் இருந்தது. கட்டுரைப் போட்டிகளுக்கு என்னை உற்சாகப்படுத்தி அழைத்துப் போவார். அவர் தேர்ந்தெடுக்கும் மாணவர்களில் எப்போதும் நான் இருந்தேன்.

விளையாட்டில் பின்தங்கி நான் வருந்தி நிற்கும்போது, ''தமிழ்'ல நீ நல்லா வருவடா!' என்று என்னைத் தட்டிக் கொடுத்து, 'பாரதிதாசன் பாடல்கள்' நூலையும் எனக்கு அன்பளிப்பாகத் தந்தார் என் உடற்கல்வி ஆசிரியர் சுப்பாராயலு.

எந்தப் புத்தகம் எழுதும்போதும், இவர்கள் இருவரும் அன்று தந்த பிரியங்கள் இன்றும் என் கூடவே இருப்பதை நான் உணர்கிறேன்.

வராகநதி ஆற்று மணலில் அமர்ந்து, புரிந்தும் புரியாமலும் நான் கொட்டித் தீர்க்கும் இலக்கியப் பகிர்வுகளைப் பொறுமையோடு கேட்டு அதற்கொரு பாராட்டுரை வழங்கக் கூடியவன் என் பள்ளிப்பருவ நண்பன் முத்துவேல் பாண்டியன். முத்துவேலின் துணை இல்லாவிட்டால் 'விலகிய தனிமை' பள்ளிப் பருவத்தில் என்னை வீழ்த்தியிருக்கும்.

கிராமம் ஒன்றில், வீட்டிலும் வீதியிலும் ஏராளமான சொலவடைகளைக் கேட்டு வளர்ந்தவன் நான்.

'எண்ணை குடிச்ச நாய விட்டுட்டு,
எதுக்க வந்த நாய அடிச்சானாம்!',
'சத்துக்குத் தக்க கத்தி ஆடணும்',
'பெத்த வயித்துக்குப்
பெரண்டையை வச்சுத்தான் கட்டணும்'

- போன்ற பல சொலவடைகள் நினைவில் இருக்கின்றன; சொன்னவர்களும் நினைவில் இருக்கிறார்கள். ஆனால், இது சொலவடை' என்ற பிரக்ஞையும் புரிதலும் உண்டானது அறிவொளியில்தான்,

கிராமத்துப் பேச்சின் பிரிக்க முடியாத ஒரு பகுதி சொலவடை. மறக்க முடியாத காட்சியாக இன்றும் நினைவில் பதிந்திருக்கிறது - கிராமத்துத் தெருவில் நின்று அறிவொளிக்கு அழைத்தபோது "நாங்களே எலந்த முள்ல பட்ட சேல மாதிரி இழுபட்டுக் கெடக்கோம்! நீங்க படிப்புச் சொல்லிக் கொடுக்க வந்துட்டீங்களாக்கும்" என்று ஒரு பெண் எதிர்ப்பேச்சு பேசியதும்; மையத்தில் படிக்க வந்து உட்கார்ந்திருந்த ஒரு சிறுமியிடம் 'என்னமோ சொன்ன கதையில! எலி லவுக்கை கேட்டுச்சாம் சபையில!' என்று கத்தி, தரதரவென்று ஒரு தாய் இழுத்துப் போனதும்!

அவர்கள் பேச்சுக்குள் பின்னிக் கிடந்தது சொலவடை. சொலவடைப் பேச்சு சிறு வயதிலேயே கேட்ட பேச்சுதான். இப்போது அது எனக்குப் புதுப் பரவசம் ஆனது.

சொலவடைகளைச் சேகரித்தோம். தொண்டர்கள் கேட்டு எழுதி வந்தார்கள். கற்போர் தங்கள் கைப்படவும் எழுதித் தந்தார்கள்.

பின்னாளில் மதுரை கருத்துக்கூடத்தின் தொண்டர்களும் முனைந்து சேகரித்தார்கள். சொலவடைகள் ஒழுங்கற்றுக் குவிந்து கிடந்தன. கற்போர், சொலவடைகளைக் கிடைத்த தாளில் பென்சிலில் எழுதித் தந்திருந்தார்கள். அவற்றை வாசித்து அறிவதே கடினமாக இருந்தது.

ஒழுங்குபடுத்தாவிடில் இந்த உழைப்பு பயனற்றுப்போகும் எனத் தெரிந்தது.

மதுரையிலிருந்து காலை 7 மணிக்கு அருப்புக்கோட்டைக் கல்லூரிக்குப் புறப்பட வேண்டும். எனவே தினமும் அதிகாலை 4 மணிக்கு நானும் மனைவியும் எழுந்தோம். தத்துவம், உபதேசம், நாடு, வீடு, பெண், சாதி, பரிகாசம், யதார்த்தம் - என எனக்குத் தோன்றிய தலைப்புகளில் சொலவடைகளைப் பிரித்துக் கொண்டு, நான் வாசித்துச் சொல்லச் சொல்ல மனைவி லைலாதேவி நேர்த்தியான கையெழுத்தில் அட்டைகளில் எழுதுவார். சில மாதங்கள் இந்த வேலை நடந்தது. ஆயிரக்கணக்கான அட்டைகள் சேர்ந்தன. இது நடந்தது 1996இல். தொகுத்து ஒரு நூலாக வெளியிடலாம் என்ற எண்ணம்தான் முதலில் இருந்தது. 100 ஆண்டுகளுக்கு முன்பே பெர்சிவல், ஜென்சன் போன்ற கிறிஸ்தவச் சான்றோர்கள் சொலவடைகளைத் தொகுத்ததோடு மட்டுமின்றி அவற்றுக்கான ஆங்கில மொழிபெயர்ப்பையும் தந்திருந்தனர். ஈடு சொல்ல முடியாத பணிகள் அவை. அவற்றைப் பார்த்ததும், சொலவடையைத் தொகுத்து வெளியிடும் எண்ணம் நழுவிப் போனது.

2005-இல் பேரனைப் பார்க்க சிகாகோ சென்றேன். அங்கு சிகாகோ பல்கலைக் கழகத்தில் இருந்து பழமொழி ஆய்வு நூல்களை மகன் கார்த்தீபன் நான் வாசிப்பதற்கு எடுத்து வந்து தந்தான். அருமையான ஆங்கிலப் புத்தகங்கள் அவை. சொலவடைகள் குறித்த நூல் எப்படி இருக்க வேண்டும் என்ற பார்வை துல்லியமானது.

படித்த வேகத்தில் சொலவடைகள் குறித்துக் கட்டுரைகள் எழுதினேன். 'சொலவடைகளில் சிதறும் கேள்விகள்' 'தமிழ்ச் சொலவடைகளில் நாயும் கழுதையும்' என்ற கட்டுரைகள் செம்மலரில் வெளியாயின. 'ஹிட்லரும் தமிழ்ச் சொலவடைகளும்' என்ற கட்டுரை புத்தகம் பேசுது இதழில் வெளிவந்தது.

நூல் எழுதுவதில் புரிதல் ஏற்பட்டது 2008-இல் தான். இடைவெளி விட்டு, இடைவெளி விட்டு எழுதினேன். இறுதியில் 2010 இல் இதோ நூலாகிறது.

தமிழ்நாடு அறிவியல் இயக்கத்தின் ஏற்பாட்டில் 1995இல் மதுரை பைகாராவில் கருத்துக்கூடம் தொடங்கப்பட்டது. சில காலமே இயங்கிய மையம் அது. தொடர்ந்து அது இயங்கியிருந்தால் தமிழகத்தின் மிகச்சிறந்த பண்பாட்டு ஆய்வு மையமாக அது வளர்ந்திருக்கும் என்பது என் கருத்து.

அங்கே களப்பணியாளர்கள் - ஹெப்சிபா, பரிமளா (நெல்லை); மேரி பாத்திமா, கனகவள்ளி, திருப்பதி (விருதுநகர்); சித்ரா, சத்திய மாணிக்கம், காளத்தி (மதுரை); மீனாட்சி அம்மாள், வேலப்பன், குயின் ஜெசிந்தா (குமரி) - தாங்கள் சேகரித்துவந்த நாட்டுப்புறக் கதைகள், நம்பிக்கைகள், விடுகதைகள், சொலவடைகள், பாடல்கள் ஆகியவற்றை முன்வைப்பார்கள் (சிலர் பெயர் விடுபட்டிருக்கலாம்).

எழுத்தாளர் தமிழ்ச்செல்வன், பேரா. ரவிச்சந்திரன், பேரா. சசிதரன், திரு. கதிரேசன் ஆகியோர் பொறுமையாக அவற்றைக் கேட்பார்கள். அவ்வப்போது சிறப்பு விருந்தினரின் வருகையும் உண்டு. களப்பணியாளரோடு அவர்கள் கலந்துரையாடுவார்கள்.

விவாதத்தில் குறுக்கிடாமல் கருத்துக்கூடப் பணி ஒருங்கிணைப்பாளர்கள் அமலராஜனும், ரத்தின விஜயனும் இவற்றைத் தொகுத்து வகைப்படுத்துவதில் மிகக் கவனமாக இருப்பார்கள்.

தமிழ்ச் செல்வனும் ரவிச்சந்திரனும் சொலவடைப் பொருள் அறிவதில் விற்பன்னர்களாக இருந்தார்கள். தமிழ்ச் செல்வன் சொலவடை மனிதராகவே மாறிவிடுவார். எனக்குச் சொலவடைகளில் ஓர் ஈர்ப்பு மட்டும் இருந்தது.

பழமொழித் தொகுப்பு நூல்கள் பல ஏற்கனவே வந்துவிட்டன. இவற்றைத் தாண்டி எங்கள் முயற்சியில் புதிதாகக் கிட்டியவையும் இருந்தன. புதிதாகக் கிடைத்தவற்றில் வசைச் சொலவடைகளும், வேடிக்கைச் சொலவடைகளும் நிறைய இருந்தன.

சந்திக்கும்போதெல்லாம், எப்போது உங்கள் நூல் வெளிவரும் என்று கேட்டபடி இருப்பார் தோழர் எஸ்.ஏ.பெருமாள். இந்த நூல் வெளிவரக் கண்டு நிச்சயம் அவர் மகிழ்ச்சி அடைவார்.

இரண்டு ஆண்டுகளாகப் பொறுமையோடு இந்த நூல் பிரதியைக் கணினி அச்சில் உருவாக்கியவர்கள் திருவாளர்கள் ஆர். காமாட்சி, பி.கி.ராம்குமார். நினைவு நதியில் நங்கூரமிட்டவர்கள் இவர்கள் எல்லாரும்...

ச.மாடசாமி

1

எது சொலவடை?

1.1. சொலவடை சொல்லும் நேரங்கள்...

வீடு

வீட்டுக்குள் இரைச்சல். சிறுவன் அடி வாங்குகிறான். அடிக்கிறவன் தகப்பன்.

தாய் குறுக்கிட்டுக் கத்துகிறாள்.

"என்னமோ சொன்னாப்ல இருக்கே! ஆபீஸ்ல மேனேஜர் உங்களப் பிடுங்குனார்னா கோபத்த அங்கேல்ல காட்டணும். இங்க வந்து பிள்ளயப் போட்டு வெளுக்குறதா?

எண்ணெ குடிச்ச நாய விட்டுட்டு எதுக்க வந்த நாய அடிச்சானாம்!"

திண்ணை

கணவனுக்கும் மனைவிக்கும் இடையே பேச்சு நடக்கிறது. விவசாயத்தில் வந்த நஷ்டங்கள் குறித்த பேச்சு.

கணவன் புது யோசனையை முன்வைக்கிறான். "ஏம்மா! நாம ஒரு பெட்டிக்கடை வச்சா என்ன?"

மனைவி சடக்கென்று மறுக்கிறாள்.

"ஆமா! அது ஒண்ணுதான் பாக்கி.

ஏற்கனவே கோணவாய். அதுல கொட்டாவி வேற விட்டா எப்படி இருக்கும்?"

மரத்தடி

துண்டை விரித்து ஒருவர் படுத்திருக்கிறார். படுத்திருக்கிறவரிடம் சோர்வு.

பக்கத்தில் அமர்ந்து ஒருவர் விசாரிக்கிறார்.

"அதான் பிள்ளைகளுக்குப் பாகம் பிரிச்சுக் குடுத்துத் தனித் தனியா அனுப்பிட்டீங்கல்ல. அப்புறம் என்னத்துக்குக் கவலப்பட்டுக்கிட்டு இருக்கீங்க!" படுத்திருக்கிறவர் பதில் சொல்கிறார்.

"பிரிச்சுக் குடுத்துட்டாப் போச்சா! ஒவ்வொருத்தனும் எனக்குப் பத்தலை உனக்குப் பத்தலைன்னு வந்து ஆடுறான்.

போன சனியன் போச்சுன்னு இருந்தேன். அது மயித்துக்குள்ள இருந்து கீச்சு கீச்சுங்குது."

வீதி

ஊர்வலம். வாழ்க ஒழிக முழக்கங்கள்.

ஊர்வலத்தில் ஒருவனை மற்றவன் கமுக்கமாக விசாரிக்கிறான்.

"ஏம்பா! இந்தத் தேர்தல்ல தலைவருக்குப் பத்துக் கோடியாமே! உனக்கு எதுனாச்சும் கெடைச்சுச்சா!"

பதில் சலிப்போடு வருகிறது.

"நமக்கு என்னத்த கெடைக்கும்?
ஆறு நெறையப் போனாலும் நாய்க்கு நக்குத் தண்ணீ!"

கோர்ட்

குடும்ப வழக்கு. கூண்டில் முப்பது வயது மதிக்கத்தக்க பெண். கணவனிடமிருந்து விவாகரத்து கேட்கிறார். நீதிபதி விசாரிக்கிறார்.

"ஏம்மா! விரும்பித்தானே இந்த ஆளக் கட்டிக்கிட்டே! இப்ப என்ன பிரச்சினை?"

அந்தப் பெண் சொல்கிறார்.

*"பிரியப்பட்டு உடுத்துன சேலதான்.
பாம்பாக் கடிக்குதே!"*

கிணற்றடி

தண்ணீர் எடுக்க வந்த இரு பெண்கள் பேசிக்கொள்கிறார்கள்.

ஒருத்தி கேட்கிறாள்:

"கஷ்டத்த நீயே ஏன்டி மென்னு முழுங்குறே! கூடப் பொறந்தவுக இல்ல. கொழுந்தமாரு இல்ல. யாரு கிட்டயாவது போய் ஒதவி கேக்கலாமில்ல!"

மற்றவள் பதில் சொல்கிறாள்:

*"பட்டிக்குப் பட்டி எழவு வீடு!
எங்க போய் எழவு சொல்ல!"*

1.2. ஒரு தனி இடம்

கதை, விடுகதை, பாட்டு, சொலவடை என வாய்மொழி இலக்கியம் பல வகையாக இருக்கிறது. ஒவ்வொன்றுக்கும் ஓர் இடம் உண்டு, ஒரு பயன்பாடு உண்டு.

சொலவடையின் இடம் - பேச்சு! அன்றாடப் பேச்சு. அதன் காரணமாக இன்று வரை சொலவடை தினசரிப் புழக்கத்தில் இருக்கிறது.

சொலவடை - பேச்சில் இடம் பிடித்தது எப்படி? இதற்குப் பல காரணங்கள் இருக்கின்றன.

அடிப்படையான காரணம் - சொலவடையின் எளிமை.

ஞாபகத்தில் வைக்கவும், திருப்பிச் சொல்லவும் வசதியான எளிமை.

கச்சி கட்ட ஆளிருக்கு,
கஞ்சி ஊத்த ஆளில்ல!

(கச்சி - கட்சி; கூட்டம்)

சுவை நிறைந்த - உயிரோட்டமான சொலவடையின் உருவக மொழி மற்றொரு காரணம்.

எலிக்கு எதுக்கு
இனுசுபெக்டரு வேல?

இந்த மொழி கவிதையாய் நுட்பம் பெறும் சந்தர்ப்பங்கள் பல.

பறக்கிற பறவைக்கு எது தூரம்?

பேச்சில் சொலவடைக்குக் கிடைத்த தனிப்பட்ட இடத்துக்கு மற்றொரு அழுத்தமான காரணம் உண்டு. அது - சமூகத்தில் சொலவடையின் பயன்பாடு.[1]

உணர்வுகளை வெளிப்படுத்த - யோசனை சொல்ல - ஆறுதல் தர - அபிப்பிராயங்களை முன்வைக்க - விமர்சனம் செய்து எச்சரிக்க - அறிவுரை வழி நெறிப்படுத்த - நியாய அநியாயம் குறித்து உரையாட - பிரச்சினையான நேரத்தில் முடிவெடுக்க... சொலவடையைப் போலப் பயன்படக் கூடிய வாய்மொழி இலக்கிய வகை வேறு எதுவும் இல்லை.

மேலும் வடிகால் வார்த்தைகள் சொலவடைகளில் நிரம்பிக் கிடக் கின்றன. நெஞ்செரிச்சலை உண்டாக்கும் கோபம், குமுறல், சலிப்பு போன்ற உணர்வுகளைக் கொட்டித் தீர்க்கச் சொலவடைகள் கைகொடுக்கின்றன.

- *சுத்தத் துணியும் இல்ல.*
  நக்கத் தவிடும் இல்ல.
- *ஒங்க ஒறவுல வேகுறதுக்கு*
  ஒருகட்டு வெறகுல வேகலாம்
- *பொறந்த எடத்துச் சேலையும் வேணாம்*
  புகுந்த எடத்துத் தாலியும் வேணாம்

- என்ற சொலவடைகளின் வழியே வெளித் தள்ளப்படும் மனச் சுமைகளை உணரமுடியும். திறந்து வைக்காமல் இந்தக் காயங்களை மூடியே வைத்திருந்தால் குணமாவது எப்போது?...

சொலவடையின் மொழி பழக்கப்பட்ட மொழி. ஒருவர் மாற்றி ஒருவர் பேசிப் பேசிப் பழக்கப்பட்ட மொழி.

பழக்கப்பட்ட மொழி நம்மைத் தொடர்கிறது. நம் கூடவே வருகிறது. திணறும் தருணங்களில் - பழக்கப்பட்ட மொழி ஒரு நண்பனைப் போல!

பழக்கப்பட்ட மொழியின் துணை இல்லாமல் ஒரு பேச்சை நம்மால் தொடங்கவோ, தொடரவோ, முடிக்கவோ முடியாது. மேடைப் பேச்சுகள் பல 'வாய்ப்பு அளித்தமைக்கு நன்றி கூறி முடிக்கிறேன்' என்றே முடிகின்றன. உடனே தன்னிச்சையாய்க் கைதட்டல்கள்!

நாடகங்களின் அரைத்த மாவுப் பேச்சுகள் வீட்டுக்குள்ளும் கேட்கின்றன. 'பத்து மாசம் சுமந்து பெத்தவடா' என்று கத்துகிறாள் தாய்.

சிந்தித்துச் சிந்தித்துப் புது வார்த்தைகளைத் தேடிப் பிடித்துப் பேசும் அறிவாளிகளால் கூட பழகிப்போன மொழியைப் பயன்படுத்துவதைத் தவிர்க்க முடியாது.[2]

எனவேதான் பழகிய சொலவடை மொழி நம்மைத் தொடர்ந்து கொண்டே வருகிறது. தொடர்வது மட்டுமா? பழகிய பாதையில் புதிய புதிய சொலவடைப் பேச்சுகள் பிறந்தபடி இருக்கின்றன.

நவீன சொலவடைகளில் சில:

- *சாமியே சைக்கிள்ல போகுதாம்*
  பூசாரி புல்லட் கேக்குறாராம்!
- *எலக்டிரிய நம்பி எலை போடாதே!*
  மோட்டார நம்பி தலைவிடாதே!
- *கஞ்சிக்கே லாட்டரி கைக்கு பேட்டரியா?*
- *ஊசின மொச்சையில் ஒழக்கு வாங்க மாட்டாதவன்*
  பாம்பே அல்வாயில பத்து டன் கேட்டானாம்!

- *வச்ச கஞ்சி குடிக்கிறதுக்கு வக்கீல் வேலை!*
  இட்ட கஞ்சி குடிக்கிறதுக்கு இன்ஸ்பெக்டர் வேலை!
  ஓசிக் கஞ்சி குடிக்கிறதுக்கு ஓவருசீரு வேலை!
- *கடவுளே கட்டப்பீடி அடிக்குறாரு!*
  பூசாரி புளூபேர்டு கேட்டாராம்!

1.3. ஒன்றுக்கொன்று தொடர்பு

கதை, விடுகதை, பாட்டு, சொலவடை ஒவ்வொன்றும் தனித்தனியானது; எனினும் ஒன்றுக்கொன்று தொடர்புண்டு.

உதாரணமாகப் பல சொலவடைகளுக்குப் பின்னால் கதைகள் உண்டு.

- *அருமை மருமகன் தலை போனாப் போகட்டும்*
  ஆதி காலத்து உரல் போகக் கூடாது!
- *இது என் குலாச்சாரம்*
  இது என் வயித்தாசாரம்
- *ஒரு கோமுட்டியைக் கழுவில போட்டதுக்கு*
  ஒம்பது கல நெல்லு ஆச்சே!
  ஊர்க் கோமுட்டிகளை எல்லாம்
  கழுவில போடுன்னானாம்!
- *சொன்னா தாய் செத்துப் போவா!*
  சொல்லாட்டா தகப்பன் செத்துப் போவான்!
- *தானாண்ட உலக்கையும்*
  தங்கப் பூஞ்சரடும் தலைமருமகளுக்குன்னு
  சொன்ன கதையால்ல இருக்கு[3]

- இவை போல இன்னும் பல சொலவடைகளுக்குப் பின்னால் கதைகள் உண்டு. சொலவடையைச் சொலகதை என்று சொல்லும் மரபும் இருக்கிறது.

ஒரு சந்தர்ப்பம் - ஒரு நிகழ்ச்சி - ஒரு பிரச்சினையில் இருந்து சொலவடை பிறந்திருப்பதால் இந்தப் பெயர் கிடைத்திருக்கலாம்.

கதைகளில் இருந்து சொலவடைகள் பிறந்தது ஒரு கட்டம். இன்று சாமர்த்தியசாலிகள் சிலர் ஒவ்வொரு சொலவடைக்கும் ஒரு கதை கட்டுகிறார்கள். இது வீண் வேலை மட்டுமல்ல; சொலவடைப் புரிதலுக்குத் தடையும் கூட.

ஆசிய ஆப்பிரிக்க மக்களின் பேச்சுக்களில்தான் இவ்வாறு கதைகள் நிரம்பிக் கிடப்பதாக ஆய்வாளர்கள் கருதுகிறார்கள்.[4] பசி உள்ளவர்கள் கற்பனை உள்ளவர்களாகவும் இருக்கிறார்கள்.

கதைகள் மட்டுமல்ல; சொலவடைப் பேச்சுக்களின் வழி சிறு சிறு உரையாடல்களும், நாடகங்களும் நடக்கின்றன.

பின்வரும் சொலவடையைச் சிறு நாடகமாக யோசித்துப் பார்க்க வாய்ப்பு இருக்கிறது. பேச்சு, எதிர்ப்பேச்சு, உறவின் நெருக்கமும் விலகலும், கோபம், வருத்தம், எரிச்சல், நக்கல் - போன்ற இயக்கமுள்ள கூறுகள் இச் சொலவடைக்குள் இருக்கின்றன.

கன்னம் வீங்கிப் பொண்டாட்டி!
கஞ்சி ஏன்டி காச்சலேன்னு கேட்டா
ஈரு பிடுங்கி மாப்பிள்ளை !
இருந்தாத்தானடா காச்சுவேன்னாளாம்

நம் கற்பனையைத் தூண்டிக் காட்சிகளை விஸ்தரித்து நாடகமாக யோசிக்க வைக்கும் உரையாடல் சொலவடைகள் பல. அவற்றில் இது ஒன்று!

இருளாயி இருளாயி இவன்தானாடி ஓம் புருசன்?
அடிபோடி! இவன் கிடைக்கப் பட்ட பாடு
சிவனறிஞ்சு போச்சு

சில உரையாடல் சொலவடைகள் பதிலுக்குப் பதில் பேச்சுகளாய் அமைந்து சுவை ஊட்டுகின்றன. ஒருவரின் பேச்சிலேயே இருவர் பேச்சும் வெளிப்படுகின்றது. நெடுநேரப் பேச்சின் சாராம்சமும் விளங்குகிறது.

- *(ஆமா!)* *புது ஏர் வச்சு நான்*
  படி முறமும் தோத்தேன்!
- *(அதுசரி!)* *எத்தனை ஏர் வச்சு நீ*
  கோவணமும் தோத்தே?

(படிமுறம் - படியும் முறமும்)

வேடிக்கைப் பேச்சுகள் பல சொலவடைகள் ஆகியிருக்கின்றன..

கரையோரம் புலியடிய
கண்டு சொன்னவன் கிட்ட கேட்டு வந்தவன் சொல்ல
ஓடியாரேன்! ஓடியாரேன்! கதவைச் சாத்துடி!
உன் தாலி பிழைச்சது பெரும் பாக்கியம் னானாம்!
(புலியடி - புலியின் காலடி)

சில பாட்டு வரிகளும் சொலவடைகளாகிப் பயன்பாட்டுக்கு வந்திருக்கின்றன.

- *நிக்க நிழலும் இல்ல*
  நீஞ்சக் குளமும் இல்ல

- *பாத்த கண்ணும் பூத்து
  பகலும் இரவாச்சு!*

விடுகதை வடிவமும் சொலவடை வடிவமும் சில நேரங்களில் ஒன்றுபோலத் தெரிவது உண்டு.

- *ஏறாத மரத்தில
  எண்ணாயிரங் காய்!*

  (கிடைக்காததன் மீது ஏக்கம்)

- *ஆமை கிணத்திலே
  அணில் கொம்பிலே*

  (ஒட்டாத உறவுகள்)

- போன்ற சொலவடைகள் விடுகதை வடிவில் தெரிகின்றன. ஆனால் சொலவடையும் விடுகதையும் அடிப்படையில் வேறுபடுகின்றன.

எதிரில் இருப்பவரைக் குழப்புவதற்காக விடுகதையும், தெளிவு படுத்த சொலவடையும் சொல்லப்படுகின்றன.⁵

விடுகதை விடையை மையமாக வைத்து இருக்கிறது. சொலவடையின் மையமாக - விடையல்ல பிரச்சினை இருக்கிறது.

அறிவுப் புளகாங்கிதம் தருவது விடுகதையின் முதன்மையான நோக்கம். சொலவடை சொல்லப்படுவதன் நோக்கம் ஒன்றல்ல; பல.

1.4 சொலவடையா? பழமொழியா?

சொலவடை, சொலகதை, சொலவம், சொலவு, சுலோவம், வசனம் என்று பலபெயர்களில் மக்கள் குறிப்பிட்டாலும் தொகுக்கப்பட்ட காலத்திலிருந்து (சுமார் 200 ஆண்டுகளுக்கு முன்) இது பழமொழி என்றே அழைக்கப்பட்டு வந்தது. மக்கள் சொன்ன சொலவடைக்கெல்லாம் தொகுப்பாளர்களும் ஆய்வாளர்களும் பழமொழி என்று பெயரிட்டார்கள்.

சொல் அடை என்று சிலர் சொலவடையைக் குறிப்பதுண்டு. சொலவு என்ற சொல்லுக்குச் சொல்லுவது எனப் பொருள் தருகிறது தமிழ் அகராதி.

ஆங்கிலத்தில் Proverb என்றொரு பேச்சு வடிவம் இருக்கிறது. அந்த வடிவத்துக்குள் மக்கள் அனுபவ மொழிகளும் இருக்கின்றன; நீதி மொழிகளும் இருக்கின்றன. பழமொழி இயல் (Paremiology) ஆய்வாளர்கள் இன்று இரண்டையும் பிரித்தெடுக்கும் வேலையைச் செய்துவருகிறார்கள்.

தமிழிலும் சொலவடைகளைத் தவிர பழமொழி, நீதிமொழி, பொன்மொழிகள் உண்டு. 19ஆம் நூற்றாண்டின் தொகுப்பாளர்கள் பெர்சிவல் (1842) ஜென்சன் (1897) ஆகியோர் மக்கள் மொழிகளோடு வல்லுநர்கள் வகுத்த நீதிமொழிகளும் கலந்து கிடப்பதைச் சுட்டிக் காட்டுகிறார்கள்.

தாயைப் போல பிள்ளை
நூலைப் போல சேலை   (பழமொழி)

அகத்தின் அழகு
முகத்தில் தெரியும்   (பழமொழி)

மாதா பிதா குரு தெய்வம்   (நீதிமொழி)

பெண்ணுக்கு வீடு உலகம்
ஆணுக்கு உலகமே வீடு   (இலக்கியப் பொன்மொழி)

- என்பவை இன்று நாம் காணும் சில உதாரணங்கள். வரையறுப்பது, போதிப்பது, மேதாவித்தனத்தை வெளிப்படுத்துவது போன்ற தத்துவ நடவடிக்கைகளை இந்த ஞானப்பழ வார்த்தைகளில் காணமுடிகிறது.

சொலவடையோ அடிப்படையில் - விமர்சனக்குரல். வாழ்வின் யதார்த்தம் கண்டு கசந்த விமர்சனக் குரல்.

- திங்குறவன் தின்னுட்டுப் போக
 திருப்பத்தூரான் தெண்டங் கட்டுனானாம்!

- அக்கப் போர் புடிச்ச நாயி
 வைக்கப் போர்ல படுத்துக்கிட்டுத்
 தானும் திங்காதாம்! திங்கிற கழுதையவும் திங்க
 விடாதாம்!

இந்தக் குரல்களைப் பழமொழி என்று அடையாளப்படுத்துவது எப்படிப் பொருந்தும்?

சொலவடையைச் சொலவடை என்றே அழைப்போம்.

1.5 பேச்சுகள் பலவிதம்

பேச்சுகள் பலவிதமாய் இருக்கின்றன. மக்கள் அங்கீகாரம் (Popularity) கிடைத்ததும் பேச்சுக்கு ஆயுள் கூடுகிறது.

பேச்சு சமூகத்தின் உற்பத்தி. அரசியல், சினிமா, டிவி, பத்திரிகை, மதம் போன்ற அமைப்புகள் பேச்சுக்களை உற்பத்தி செய்கின்றன. தனிமனிதனின் பேச்சு எப்போதும் சமூகப் பேச்சுகளின் ஆதிக்கத்தில்தான் இருக்கிறது.

மக்கள் அங்கீகாரம் பெற்று நிலைத்துவிட்ட பேச்சுகள் சில:

"உடல் மண்ணுக்கு
உயிர் தமிழுக்கு" (அரசியல்)

"கடமையைச் செய்
பலனை எதிர்பாராதே" (மதம்)

"நான் ஒரு தடவை சொன்னா
நூறு தடவை சொன்ன மாதிரி" (சினிமா)

இந்தப் பேச்சுக்களுக்கு முடிவில்லை. தொடர்ந்து புறப்பட்டு வருகின்றன - முழக்கங்களாக (அரசியல்); சவடால் பேச்சாக (சினிமா); ஆன்மிக ஆணைகளாக (மதம்)...

அறிவாளிகள், மேல்தட்டு மக்கள், அதிகாரத்தோடு சம்பந்தப் பட்டவர்கள் உருவாக்கும் பேச்சுக்களைத்தான் எப்போதும் கேட்கிறோம். நாம் தலையாட்ட வேண்டும் என்பதற்காக உருவாக்கப்படும் பேச்சுகள் அவை.

சொலவடைப் பேச்சு நிர்ப்பந்தமற்ற பேச்சு. திணித்தல், வசப்படுத்தல், கூட்டம் சேர்த்து அதிகாரத்தைப் பிடித்தல் போன்ற நோக்கங்கள் அற்ற பேச்சு. இது ஆளுவோரின் பேச்சல்ல; என்றென்றும் ஆளப்படுவோரின் பேச்சு. தொடங்க இருக்கும் உரையாடலின் முன்வாசலாக அமைந்த பேச்சு.

ஆசிய ஆப்பிரிக்க மக்கள் மொழிகளில்தான் உரையாடல் போக்கைப் (Dialogue) பார்க்க முடிகிறதென்றும் மேற்கத்தியப் பழமொழிகளில் உபதேசத் தன்மையே (didactic) மிகுந்திருப்பதாகவும் ஆய்வாளர்கள் கருதுகிறார்கள்.[6]

மூவாம்பி, ஒலுஜெரோ, போகோலோ, மல்லோல், நிடுமோ, முபோரோ, டின்டால், கிம்பூண்டு - என ஆப்பிரிக்க மொழிகளில் வழங்கும் பல பெயர்கள், சொலவடை போன்றதொரு மக்கள் அனுபவமொழியைத்தான் வெவ்வேறு விதமாய்ச் சுட்டுகின்றன.[7] இவற்றில் சில கதை என்ற பொருளில் வருகின்றன; சில இருண்மை என்ற பொருளில் வருகின்றன. உதாரணமாய் நிடுமோ என்பதற்கு இருண்ட மொழி (Dark Saying) என்பது பொருள். இருண்மை என்பது உருவகத்தன்மையையும் சுட்டும்; கசப்பையும் சுட்டும்.

தமிழ்ச் சொலவடைகளில் தென்படும் கசப்பை ஆப்பிரிக்கப் பழமொழிகளிலும் பார்க்க முடிகிறது.

உழைப்பாளியின் கஷ்டத்தை யார் பார்க்கிறார்கள் என்ற வருத்தம் பின்வரும் ஆப்பிரிக்கப் பழமொழியில் வெளிப்படுகிறது.

"நாயின் வேர்வை

அதன் மயித்துக்குள்ளேயே அடங்கிப் போகும்!"

மத்திய ஆப்பிரிக்க அஜண்டா மக்கள் சான்ஸா (Sonza) என்றொரு பேச்சு வடிவத்தைக் கையாளுகிறார்கள். சான்ஸா என்பதைப் பொருமல் என்று தமிழில் மொழி பெயர்க்கலாம். தமிழ்ச் சொலவடைகளோடு சான்ஸாப் பேச்சுகள் நெருங்கிவருகின்றன. பொருமலையும் கூட நாம் கற்பனை செய்து பார்க்க முடியாத தீவிரத்துடன் தமிழ்ச் சொலவடைகள் பேசுகின்றன.

உறவு முறையான் மூத்திரத்த

முழுங்கவும் முடியாது; துப்பவும் முடியாது.

1.6 வரையறைகள் எம்மாத்திரம்?...

எதையும் இன்னதென்று வரையறுத்து ஒழுங்குபடுத்தி விட வேண்டும் என்று ஆய்வு மனம் துடிக்கிறது. அப்போதுதான் புரிதல் லகுவாகும் என்று ஆய்வு மனம் நம்புகிறது.

வரையறுக்க முடிவதைப் போல வரையறுக்க முடியாமல் போவதும் ஆய்வின் ஒரு பகுதிதான். ஏனெனில், அளவானதாகவும் கட்டுப்படக் கூடியதாகவும் விஷயங்கள் எப்போதும் இருப்பதில்லை. (மனிதர்களும்தான்!)

ஆங்கிலப் பழமொழிகளில் முதன் முதலாக விரிவான ஆய்வைத் தொடங்கிய ஆர்சர் டெய்லர் மக்கள் பழமொழியின் வரையறுக்க முடியாத தன்மையை ஒப்புக்கொள்கிறார்.[8]

வரையறுப்புகள் - இலக்கணங்கள் - தோன்றாமல் இல்லை.

"ஒரு மனிதன் சொன்ன சொல்

அதற்குள் - பல்லோரின் அனுபவ ஞானம்" ★

- என்பது பழமொழி ஆய்வு தொடங்கப்பட்ட நேரத்தில் செய்யப் பட்ட வரையறுப்பு. இன்றுவரை வரையறுப்புகள் தொடர்கின்றன. சுருக்கம், உணர்ச்சி, கரிப்பு (shortness, sense, salt) என்பது ஆப்பிரிக்கப் பழமொழிகள் குறித்து நவீன ஆய்வாளரின் வரையறுப்பு.[9]

'சுருங்கச் சொல்வது; உண்மையைச் சொல்வது; ஆனால் அப்படித்தான் இருக்க வேண்டும் என்று அவசியமில்லை' என்று மற்றொருவர் நெகிழ்வாக இலக்கணம் வகுக்கிறார்.[10]

தமிழ்ச் சொலவடைகளின் தொகுப்பாசிரியர் ஜென்சன் (1897) சுருக்கம், வெளிப்படை, கவித்துவம் (Terse,blunt and poetic) என்று தமிழ்ச் சொலவடைக்கு அடைமொழிகள் வழங்குகிறார்.

★ *One man's wit and all men's wisdom – Lord John Russell*

இந்த வரையறுப்புகள் சரியாகத்தான் இருக்கின்றன. ஆனால் எந்த வரையறுப்பையும் சொலவடைக்கு விதியாக்க முடியாது.

மக்கள் பழமொழியை - நடைமுறை விவேகம் (Practical Wisdom) என்றும், வீதியில் பிறந்த விவேகம் (Wisdom of Streets) என்றும் பாராட்டுவோர் உண்டு.[11]

மறுப்பதற்கில்லை. சொலவடைக்குள் அனுபவம் - அனுபவம் தந்த விவேகம் - விவேகம் உணர்த்தும் உண்மை இருக்கிறது, சில உண்மைகள் பொது உண்மைகளாகவும் இருக்கின்றன.

நடந்தா நாடெல்லாம் உறவு
படுத்தா பாயும் பகை!

- என்பது ஓர் உதாரணம். ஆனால் சொலவடை விவேகம் முன்வைக்கும் பல உண்மைகள் அந்தந்த மனிதனுக்கான உண்மை; அந்தந்தத் தருணத்துக்கான உண்மை; அந்தந்தப் பிரச்சினைக்கான உண்மை.

அன்னைக்கே கட்டி அன்னைக்கே அறுத்தாலும்
ஆக்கமுள்ள ஆம்பிளைக்குத்தான் வாக்கப்படணும்

- என்ற சொலவடைக்குள் பொங்குகிற உணர்வில் உண்மை இருந்தாலும் அது கோபப்பட்ட நேரத்து உண்மை. நீடிக்கும் உண்மை அல்ல.

உண்மை என்று சொல்வதைவிடப் பாடம் என்று சொல்லலாம். யாரோ ஒருவர் வாழ்க்கையில் படித்த பாடம். படித்த பாடம் சரியாகவும் இருக்கலாம்; தவறாகவும் இருக்கலாம்.

சொலவடையை விவேகத்தின் தொகுதி என்று பொதுமைப்படுத்தி வரையறுக்க முடியாது. "பழமொழிகள் எந்த இடத்துக்கும் பொருந்தக்கூடிய முழு உண்மைகள் அல்ல. ஆனால், குறிப்பிட்ட சந்தர்ப்பங்களிலும், பின்னணிகளிலும் அவை சரியாகவே இருக்கின்றன,"[12] என்பது பழமொழியியல் (Paremiology) ஆய்வில் வெகுகாலம் உழைத்துவரும் அறிஞரின் கருத்து.

எந்த வரையறுப்பும் சொலவடையின் வீச்சை மட்டுப்படுத்தவே செய்யும். இது என்று சுட்டி நிறுத்துவதைவிட இது அல்ல என்று புரிந்துகொண்டு சொலவடை உலகப் பயணத்தை மேற்கொள்வதே உகந்தது.

பலர் - பல சந்தர்ப்பங்களில் பேசிய பேச்சு சொலவடை ஆகியிருக்கிறது. பேசியவர்களில் ஒருவருக்கொருவர் தொடர்பில்லை. எந்த ஒரு அமைப்புக்குள்ளிருந்தும் இவர்கள் குரல் கொடுக்கவில்லை.

சொலவடைகளும் சொன்னவர்களும் | 27

இவர்கள் வேறுபட்டவர்கள்; வேறு வேறு மூலை முடுக்குகளில் இருந்துவந்தவர்கள். கம்மாக் கரை நிழலிலும், சுடுகாட்டு வெயிலிலும் நின்று பேசியவர்கள். உட்கார நேரமின்றித் தலைச்சுமைகளோடு ஓடியபடி சொலவடைகளை உதிர்த்தவர்கள். இவர்களின் அனுபவங்களும் வித்தியாசமானவை; அனுபவங்கள் கிடைத்த தருணங்களும் வேறுவேறானவை. கட்டுப்பாட்டுக்குள் சிக்காத இந்தச் சுதந்திரம் சொலவடைக்கு ஏராளமான தோற்றங்களைத் தந்திருக்கிறது.

சொலவடை -

சில நேரங்களில் கேள்வி.

    குப்பையில முளைச்ச கீரை
    கப்பலுக்குக் கால் ஆகுமா?

சில நேரங்களில் பதில்.

    காயாத விறகும் ஒரு காலத்தில் காயும்
    ஆகாத பிள்ளையும் ஒரு காலத்துக்கு ஆகும்

சில நேரங்களில் கேள்வியும் பதிலும்.

    தெய்வம் காட்டும். ஊட்டுமா?

சில நேரங்களில் யதார்த்தம்.

    வாய் உள்ளவ உள்ளே!
    வாழப்பழம் கொண்டு போனவ வெளியே!

சில நேரங்களில் அனுமானம்.

    முப்பது வருசம் வாழ்ந்தவனும் இல்ல!
    முப்பது வருசம் தாழ்ந்தவனும் இல்ல!

சில நேரங்களில் தன்னம்பிக்கை.

    அடம்பங் கொடியும் திரண்டா மிடுக்கு!

சில நேரங்களில் அவநம்பிக்கை.

    நாயக் குளிப்பாட்டி நடுவீட்ல வச்சாலும்
    வாலக் கிளப்பிக்கிட்டு பீதிங்கத்தான் போகும்.

சில நேரங்களில் தைரியம்,

    பூனை இருக்கிற இடத்திலதான்
    எலி பேரம் பேத்தி எடுக்குது!

சில நேரங்களில் பயம்.

    முந்தின சோத்தைத் தட்டுனா
    பிந்தின சோறு பீயுஞ் சோறும்!

சில நேரங்களில் ஆறுதல்.

அசடா இருந்து கெட்டவனும் இல்ல
சமத்தா இருந்து வாழ்ந்தவனும் இல்ல.

சில நேரங்களில் நக்கல்.

ஆனை லத்தி போட்ற மாதிரி குதிரை லத்தி போட்டா
குண்டி கிழிஞ்சி போகும்!

சில நேரங்களில் ஏற்பு.

அடுப்பில வச்ச கொள்ளி
எரிஞ்சு தான தீரணும்?

சில நேரங்களில் மறுப்பு.

செத்தவன் சூத்து
கிழக்க இருந்தா என்ன? மேக்க இருந்தா என்ன?

சில நேரங்களில் தர்க்கம்.

விறகு கோணல்னா நெருப்பு பத்தாதா?

சில நேரங்களில் சாதுர்யம்.

பால் தொட்டுப் பால் கறக்கணும்.

சில நேரங்களில் விமர்சனம்.

உழக்கரிசி அன்னதானம்.
விடியவிடிய மேளதாளம்!

சில நேரங்களில் விவேகம்.

அடுத்தவன் கூரை வேகுறப்ப
தன் கூரைக்கும் மோசம்.

சில நேரங்களில் மனிதம்.

பத்துப் பேருக்குப் பல்லுக்குச்சி
ஒருத்தனுக்குத் தலைச்சுமை!

சில நேரங்களில் உளவியல் புத்தகம்.

ஓடிப்போன முயல் பெரிய முயல்!

இவை மட்டுமா? இல்லை. இன்னும் சொல்லப்படாத சொலவடைத் தோற்றங்கள் பல இருக்கின்றன.

ஏனெனில் - ஒவ்வொரு சொலவடைக்குள்ளும் ஒரு மனிதன் இல்லை; பல மனிதர்கள் இருக்கிறார்கள்.

ஒரு மனிதனும் ஒரே விதமான மனிதனாக இல்லை; நிமிசத்துக்கு நிமிசம் மாறிக்கொண்டு இருக்கிறான்.

சொலவடை சொல்வது போல் -

மூத்திரம் பேயுறதுக்குள்ள
முப்பத்தெட்டு குணம்!

1.7 சொன்னவர்கள் யார்?

எந்தக் கேள்விக்கும் அவசரமான விடைகள் தயாராக இருக்கின்றன.

அந்த விடைகள் எப்போதும் தவறாக இருக்கின்றன.

சொலவடைகளைச் சொன்னவர்கள் யார்?

கிராமத்து மக்கள்! ஒடுக்கப்பட்டவர்கள்! பெண்கள்!

எனச் சில அவசரமான விடைகள் கிடைக்கின்றன.

கிராமத்து மக்கள் - ஒடுக்கப்பட்டவர்கள் - பெண்கள் - சொலவடைகளைச் சொல்லியிருக்கிறார்கள் என்பது உண்மை.

ஆனால் அவர்கள் மட்டுமா?

பெண்களுக்கு எதிரான எரிச்சல் பேச்சுகளும், ஒடுக்கப்பட்ட மக்களுக்கு எதிரான சாதிய வக்கிர வசைகளும் சொலவடைகளில் நிரம்பிக் கிடக்கின்றன.

இவற்றைச் சொன்னவர்கள் யார்?

பெண்களுக்கெதிரான வசைகளில் - குறிப்பாகக் கணவரை இழந்த பெண்களைப் பற்றிய பேச்சுகளில் - முண்டை , முண்டச்சி, மொட்டைச்சி என்ற வார்த்தைகள் தென்படுகின்றன. இவை மேல்தட்டு சாதிகளில் இருந்து இறக்குமதி ஆன வார்த்தைகள் அல்லவா?

எளிய தொழிலாளிகளைக் கேலி செய்யும் இந்தச் சொலவடைகளைப் பாருங்கள்.

ஆட்டாளுக்கு ஒரு சீட்டாள்!
அடைப்பக்காரனுக்கு ஒரு துடைப்பக் கட்டை!

(ஆட்டாள் - ஆட்டிடையன்; சீட்டாள் - சீட்டு (கடிதம்) எடுத்துப்போகும் வேலையாள்; அடைப்பக்காரன் – எசமானர்க்கு வெற்றிலைப்பை சுமக்கும் தொழிலாளி).

- *சீட்டாளுக்கு ஒரு மூட்டாள்!*
  செருப்புதூக்கிக்கு ஒரு அடைப்பைக்காரன்!

  (மூட்டாள் - மூட்டை தூக்கும் தொழிலாளி)

- *நாட்டாளுக்கு ஒரு நீட்டாளா?*

(நாட்டாள் - அன்றாடம் கூலி வேலை செய்யும் தொழிலாளி; நீட்டாள் - கை நீட்டிய வேலையைச் செய்யும் உதவியாளர்)

- வம்சம் வார்த்தைக்கு அஞ்சும்
  புழுக்கை உதைக்கு அஞ்சும்!
  (வம்சம் - உயர்குடி; புழுக்கை - அடிமை வேலயாள்)
- கூலிக்காரன் பெஞ்சாதி குளிகுளிக்கப் போறாளாம்!
  குப்பையில ஆமணக்கு முளைக்கப் போகுதாம்!

- இந்த வசைகளுக்குரிய வாய்கள் எவருடையவை என்பது தெரியாமலா இருக்கிறது?

எல்லாச் சாதிகளைப் பற்றிய கிண்டலும் வசைப்பேச்சும் சொல வடையில் உள்ளன. இவை சொலவடையின் பெரும் மனிதப் பரப்பைக் காட்டுகின்றன. குறிப்பாகப் பார்ப்பனர், செட்டி போன்ற உயர்சாதியினர் பற்றிய கேலியும், பறையர், சக்கிலியர் போன்ற ஒடுக்கப்பட்ட சாதியினர் குறித்த வசையும் மிகுந்திருப்பதைக் காண்கையில் இடைப்பட்ட சாதியினரின் பெரும் பங்கேற்பைச் சொலவடையில் யூகிக்க முடிகிறது. இது யூகமே. ஆய்வு முடிவல்ல. ஏனெனில் இடைத்தட்டு சாதியினரும் சொலவடைகளில் கேலிக்கு உள்ளாகி இருக்கிறார்கள்.

சொன்னவர்கள் பல அடுக்குகளிலும் இருக்கிறார்கள்; பல தரப்புகளிலும் இருக்கிறார்கள்,

சமமாக இல்லை என்பது உண்மை. கூடுதல் குறைய இருக்கிறார்கள். கிராமத்து மக்கள் நிறைய இருக்கிறார்கள்; நகரத்தினர் குறைவாக இருக்கிறார்கள். சம்சாரிகளின் பங்கு அதிகம்; வர்த்தகர்களின் பங்கு குறைவு.

வாழ்க்கையில் தோற்றுப்போனவர்கள் சொன்ன சொலவடைகள் அதிகம்.

வெற்றி பெற்றவர்களும் சொல்லியிருக்கிறார்கள் - ஆனால் குறைவாக.

ஒன்றல்ல பல என்பதுதான் சொலவடையின் சிறப்பு. சொன்னவர்களும் ஒரு சாரர் அல்லர்; பலர்.

மேற்கத்தியப் பழமொழிகள் குறித்த ஆய்வுகளும் இந்த முடிவுக்குத்தான் போகின்றன.[13]

தமிழ்ச் சொலவடைகளின் முன்னோடி ஆய்வாளர் கி.ரா. அவர்களும் இதே கருத்தைத்தான் தெரிவிக்கிறார்.[14]

1.8 மாற்று உலகம்

சிறுசிறு உலகங்கள்தான் முதலில் இருந்தன – அவற்றுக்கான சிறுமை பெருமைகளுடன்.

கலை, அரசியல், மதம், தத்துவம் - எல்லாவற்றிலும் அந்தச் சிறுசிறு உலகங்கள் இருந்தன.

ஒருநாள் -

தடதடவென்று பேருலகங்கள் சத்தமிட்டு வந்தன. பணபலம், அதிகார பலம், பிரச்சார பலங்களின் துணையுடன் வந்தன.

சிறுசிறு உலகங்களின் அப்பாவித்தனங்களையும், அறியாமை களையும் முதலில் கேலி செய்து சிரித்தன.

பிறகு சீறின - சிறு தீபங்களை அணைக்கும் பெருங்காற்றாய்! சில சமயங்களில் சிறுசிறு உலகங்களின் ஒப்புதலுடனே அவ்வுல கங்களை அழித்தன; சில சமயங்களில் வஞ்சகமாய் அதிகார பலத்துடன் அழித்தன.

சின்ன உலகம் உதவாத பழைய உலகம் - புதிய பளபளப்பான பேருலகமே அழகான உலகம் என்று மூளைகளை நம்பவைத்தன.

அழிந்துபோன சிறு உலகங்களை இன்று நாம் தேடுகிறோம். சுயசிந்தனையாளர்களும், மனிதநேயம் உள்ளோரும் சிறு உலகங்கள் பேருலகங்களை விட உண்மையானவை என்று நம்புகிறார்கள்.

பணமும் விஞ்ஞானமும் உருவாக்கிய பிரமாண்டங்களில் இருந்து விலகி மாற்று உலகங்களைத் தேடுகிறார்கள்.

சொலவடை - ஒரு மாற்று உலகம்.

புத்தகங்களும், அறிவாளிகளும் திணித்த சிந்தனைகளில் இருந்து விலகி நிற்கக் கிடைத்த சிறிய மாற்று உலகம்.

தோல்வியுற்ற எளிய மக்களின் சிந்தனைகளும், அபிப்பிராயங்களும், நம்பிக்கைகளும், கோபதாபங்களும் ஒளிவு மறைவின்றி வெறுங் கால்களில் நடந்து உலாவும் உலகம்.

சொலவடைகள் - ஞானத்தின் பிழிவும் இல்லை; வழிகாட்டி மரமும் இல்லை.

சொலவடைகள் - சரியும் தவறுமான அனுபவங்களின் சிதறல்கள் என்பதுதான் நமது புரிதல்.

அவற்றைக் காண்பதும் - உணர்வதும் - பரிசீலிப்பதும் தேவைதான் என்பதுவே நமது நிலைபாடு.

அடிக்குறிப்புகள்

1. Proverbs are the simplest of the metaphorical genres of folklore – song, folktale, myth, folk play etc – and the genre which clearly and directly is used to serve a social purpose"
   –Peter Seitel, Proverbs: Asocial use of Metaphor, article in "The Wisdom of many Essays on the proverb", Edited by wolfgang Meider & Alan Dundes, 1994
2. "even the finest intellect does on occasion resort to fixed language forms such as the proverb",
   – Wolfgang Meider, Proverbs are never out of season, 1993.
3. இச்சொலவடைகளுக்கான கதைகளில் சில பற்றி அறிய: ஹெர்மன் ஜென்சன், தமிழ் பழமொழிகள், 2002
4. Many sayings of African and Asiatic people are entirely unintelligible to us because we do not know the story behind the allusion" – Archer Taylor, The Proverb, 1931.
5. "Riddles confuse while proverbs clarify.... Proverbs only state problems in contrast to riddles which solve them"
   –Alan Dundes,"on the Structure of the Proverb, article, 1994.
6. A.A. Parker, 'The Humour of Spanish Proverbs", article, 1994.
7. Ruth Finnegan, "Proverbs in Africa", article, 1994
8. "..... The definition ofa proverb is too difficult... no definition will enable us to identify positively a sentence as proverbial"– Archer Taylor, 1931.
9. Ruth Finnegan, "Oral Literature in Africa," 1978.
10. It is usually short; but need not be. It is usually true; but need not be. J.B. Whiting, article, 1994.
11. Wolfgang Meider, 1993
    (மக்கள் பழமொழி குறித்து ஐம்பதுக்கும் மேற்பட்ட வரையறைகளை நூலில் தொகுத்துள்ளார்)
12. Ibid. "Proverbs have never claimed to be universally true, but they are correct in certain given contexts and situations"
13. Ibid. "Various groups of people have had their influence on our proverb stock."
14. கி.ரா. கட்டுரைகள், அன்னம், ப76. "சொலவடையைப் படைத்தவர்கள் (உண்டாக்கியவர்கள்) எல்லா வர்க்கத்தைச் சேர்ந்தவர்களும்தான்."

2

தருணங்கள்

2.1. ஒரு நேரம் காட்சி... மறுநேரம் சொலவடை

தினசரிக் காட்சிகள் - சொலவடைகளின் ஆதாரங்கள். பழகிய ஒரு காட்சி சொலவடையாகிப் புதுப்புது அனுபவங்களையும், அர்த்தங்களையும் தருகிறது.[1]

கூரையில் சோறு போட்டா
ஆயிரம் காக்கா!

என்பது தெரிந்த ஒரு தினசரிக் காட்சி. மக்களால் அதிகம் பேசப் பட்டு வரும் சொலவடை இது. ஏனெனில் உறவுகளையும் மனிதர் களையும் புரிந்துகொள்ள ஒரு மந்திரச் சொல்போல இது ஆயிற்று. காக்கா சொலவடை போல மனித உறவுகளின் ஊசலாட்டங்களை விளக்க இன்னும் சில காட்சிச் சொலவடைகள் உண்டு.

- *குளத்தில தண்ணி இல்ல*
  கரையில் கொக்கு இல்ல
- *ஆல் பழுத்தா அங்க கிளி*
  அரசு பழுத்தா இங்க கிளி

காட்சிகளை ஒரே மாதிரிக் கண்கொண்டும் சொலவடைகள் பார்க்கவில்லை. காக்கா காட்சி சுடும் யதார்த்தம்; பின்வரும் காட்சியோ சூடு அடங்கி, முட்டுதல் அரவணைத்தல் இரண்டுமே உறவின் இரு பக்கங்கள்தான் என்று விளங்கிக்கொண்ட தெளிவு.

ஒரு தொழு மாடு
முட்டிக்கவும் செய்யும் நக்கிக்கவும் செய்யும்.★

★ ஒ.நோ. தன்னை நக்குறத தானும் நக்கும் தன்னை ஒதைக்கிறத தானும் ஒதைக்கும்! (ஆப்பிரிக்கப் பழமொழி)

இதே உண்மையைப் பின்வரும் சொலவடை வேறொரு கோணத்தில் உணர்த்துகிறது.

நிழல் நல்லதுதான்
முசிறு பொல்லாதது!

நிழல் என்று நம்பித் துண்டை விரித்துப் படுத்தபோது முசிறு (கடிக்கும் எறும்புகள்) வந்து கடித்ததால் கிடைத்த சொலவடை இது. நிழல் கிடைக்கும் தருணங்களில் முசிறுகளும் மெல்ல ஊர்ந்து வருகின்றன. வாழ்க்கையில் சௌகர்யம் இப்படிக் கலப்படமானதாகவே இருக்கிறது.

பனை ஆயிரம் பாம்பும் ஆயிரம்

என்ற சொலவடையும் இந்தப் பொருள்படுவதுதான். ஒவ்வொரு சாதாரணக் காட்சியும் சொலவடை தொட்டதும் உயிரும் அர்த்தமும் பெறுகிறது.

தன் தகுதிக்கு மேலே பொறுப்புக்களை எடுக்கும் மனிதர்கள் குறித்துப் பரிகாசம் செய்யும் காட்சிச் சொலவடை இது:

தான் போகவே வழியக் காணல!
வெளக்குமாத்தையும் கவ்விக்கிட்டுப் போச்சாம் மூஞ்சூறு!

ஓய்ந்து ஒடுங்கிய பிறகு நெருங்கி வரும் வாய்ப்புக்களைச் சொல்லும் காட்சிச் சொலவடை இது.

சாகப் போற நேரத்துல தான்
ஈசலுக்குச் சிறகு முளைக்கும்!

கூட்டுக் குடும்பத்தின் இயல்பைச் சொல்லும் காட்சிச் சொலவடை இது:

ஒரு குருவி இரை எடுக்க
ஒம்பது குருவி வாய் திறக்க

(இரை எடுக்க - சம்பாதிக்க)

ஒரு காட்சி, சொலவடையாகிப் பின்னர் நூற்றுக்கணக்கான சந்தர்ப்பங்களுக்கும் பொருந்தி விரிவதுதான் சொலவடையின் வரலாறும் - வளர்ச்சியும்! அந்தக் காட்சிகளில் பல - கவனிக்கவோ பகிர்ந்து கொள்ளவோ லாயக்கற்றவை என நாம் அன்றாடப் பேச்சில் ஒதுக்கிவிட்டவை!

மழைக்கு ஒதுங்கிய இடம் ஒழுகுகிற இடமாக இருந்தால் அங்கே நின்று சிறுநீர் பெய்துவிட்டும் போவார்கள். இந்தக் காட்சி கூட வாழ்க்கை யதார்த்தங்களைப் பேசும் சொலவடை ஆகிறது. சிதைந்து வருகிற நிறுவனத்தில் - குடும்பத்தில் - வயக்காட்டில் - ஆளாளுக்குச் சுருட்டும்போது இந்தக் காட்சி ஞாபகத்துக்கு வருகிறது.

> ஒழுகுற வீட்டுல ஒண்ணுக்கு இருந்தா
> வெள்ளத்தோட வெள்ளம்!

மறைவாகச் செய்யப்படும் காரியம் யாருக்கும் தெரியாமல் போய் விடாது என்ற அர்த்தத்தில் பேசப்படும் சொலவடை மற்றோர் உதாரணம்.

> தண்ணிக்குள்ள குசு விட்டா
> தலைக்குமேல தெரியாமலா போகும்?

வழக்கமான தினசரிக் காட்சிகள் மட்டுமல்ல விசித்திரமான கற்பனைக் காட்சிகளும் சொலவடைகளில் உள்ளன. இயலாமைகள், முடியாமைகளை விளக்கும்போது அக்கற்பனைக் காட்சிகள் மலர்கின்றன.

> ■ சமுத்திரத்தில ஏத்தம் போட்ட மாதிரில்ல இருக்கு!
> (ஏத்தம் - ஏற்றம்)
> ■ கடல் கொதிச்சா விளாவ நீர் ஏது?

ஆபத்தான எதிரிகளைச் சந்திக்கும் அப்பாவிகளின் திட்டங்களிலும் இத்தகைய கற்பனைக் காட்சி உண்டு.

> தேரைகள் திரண்டு
> பாம்பை வளைச்ச கதை!

2.2. அர்த்தங்களும் பின்னணிகளும்

> அரிச்ச தல பாத்தா
> அறுத்த தல ஒட்டும்

என்பது பெண்கள் ஒருவர்க்கொருவர் தலையில் பேன் பார்த்துக் கொள்வதை மையமாக வைத்துச் சொல்லப்பட்ட சொலவடை - ஒரு சொலவடைக் கதை.

பேன் பார்த்தல் சிறிய உதவி மட்டுமல்ல - அது ஒரு விதமான ஓய்வு; உறவுகளின் பாலம்; பிரச்சினைகளை அலசும் நேரம். எனவே பேன் பார்த்தலை முக்கியத்துவப்படுத்திச் சொலவடைக்கதை உண்டு.

தாயில்லாச் சிறுமி ஒருத்தியின் அரிச்ச தலையில் ஆற்றங்கரையில் உட்கார்ந்து பேன் எடுக்கிறாள் ஒரு பெண். அதன் காரணமாக அவள் வீடு திரும்ப தாமதமாகிறது. கோபத்தில் புருசன், வீட்டில் அழுதுகொண்டிருந்த கைக்குழந்தையின் தலையை வெட்டுகிறான். என்ன ஆச்சர்யம்! வெட்டப்பட்ட தலை ஒட்டிக்கொள்கிறது.

பேன் பார்த்தல் என்ற சமூக உறவு பற்றி அறியாதவர்கள் உணர்வுப் பூர்வமாக விளங்கிக்கொள்ள முடியாத சொலவடை இது. குறிப்பாக மொழிபெயர்த்துக் கொடுத்தால் மேலை நாட்டாருக்கு அகப்படாத அர்த்தம் கொண்டது. அவர்கள் பழகாத அர்த்தம்.

வவ்வாலுக்கு யாரு தாம்பூலம் வச்சாங்க?

என்ற சொலவடை அழைக்காமலே ஒரு இடத்துக்கு வேண்டாத விருந்தாளியாக வந்து சேரும் மனிதனைக் கேலி செய்கிறது. தாம்பூலம் வைப்பது என்ற தொடருக்கு அழைப்பது என்பது நமக்குப் பொருள். இது பிறருக்கு விளங்காத அர்த்தம்.

மரத்தாலி கட்டி அடிச்ச மாதிரி

என்றொரு சொலவடை இருக்கிறது. இது ஒரு பழைய அரசாங்க வன்முறை. வரிவசூல் செய்யும் அதிகாரிகள் வரி கட்டாத விவசாயி வீட்டுப் பெண்களின் தாலியை அறுத்துவிட்டுப் பதிலுக்கு மரக்கட்டையை அவர்கள் கழுத்தில் கட்டிவிடுவார்களாம்.[2]

பெண்களை அவமதிக்காமல் அதிகார வெறி அடங்குவதில்லை! மரத்தாலிப் பின்னணி அறியாமல் இந்தச் சொலவடையின் அர்த்தம் விளங்காது.

தமிழ்நாட்டின் சொலவடைத் தொகுப்பாளர்களும், மேல்நாட்டின் பழமொழித் (*Proverb*) தொகுப்பாளர்களும் அர்த்தம் விளங்காமல் தாங்கள் அவதிப்பட்ட சந்தர்ப்பங்களைச் சுட்டிக் காட்டத் தவறுவதில்லை.

ஐரோப்பியப் பழமொழிகளில் பருவம் குறித்தவை ஏராளம்.[3] பருவம் மாறுவதைப் போலப் பெண் மனம் மாறுவதாகச் சொல்லும் பழமொழிகள் பல. ஒரே நாளில் வெயில், மழை, காற்று, பனி இவற்றை மாறிமாறிச் சந்திக்கும் அனுபவப்பட்ட அவர்கள் பருவ மாறுதல்கள் குறித்து ஓயாமல் பேசுகிறார்கள். இது நாம் பழகாத அர்த்தம். வெயில் காலத்தில் ஒருபோதும் நாம் குளிரைச் சந்தித்ததில்லை.

பழகாத அர்த்தங்களுக்குப் பின்னணிகள் மட்டுமல்ல - மறக்கப் பட்ட சொற்களும் ஒரு காரணம்.

வறட்டுத்தனமான தியாகத்தையும் - சுயவதைகளையும் சுட்டிக் காட்டும்

துடுப்பு இருக்க கை ஏன் நோகணும்?

என்ற சொலவடையில் - துடுப்பு படகு செலுத்தும் துடுப்பு அல்ல; களி கிண்டும் அகப்பை! இது நகர மக்கள் பழகாத அர்த்தம்.

கடுப்பெடுத்த மாமியா
துடுப்பெடுத்து வந்தாளாம்!

என்ற சொலவடையில் இந்த அகப்பை வீட்டுச் சண்டையில் ஆயுதமாக மாறுவதையும் காணலாம்.

அங்கிடு தொடுப்பிக்கு அங்க ரெண்டு குட்டு;
இங்க ரெண்டு குட்டு!

- என்ற சொலவடையில் அங்கிடுதொடுப்பி கோள் சொல்லும் பெண்.

ஆனை மேல அங்கமணிச் சீர் கொண்டு வந்தாலும்
மாமியா இல்லைம்பா!

- என்ற சொலவடையில் அங்கமணி என்பது திருமணச் சீர். சொலவடைகள் பூராவும் மறக்கப்பட்ட பின்னணிகளும் சொற்களும் விரவிக் கிடக்கின்றன.

இவை அர்த்தங்களை முடக்கவில்லை. நம்முடைய நவீன உலகின் அர்த்தங்கள் சுருங்கிப் போனதை உணர்த்துகின்றன.

இன்று நமக்குத் தெரிந்த அர்த்தங்கள் எல்லாம் தொலைக்காட்சிகளும் பத்திரிகைகளும் பரிமாறும் அர்த்தங்கள்தாம்!

2.3 நெகிழ்வும் விரிவும்

நெகிழ்வு சொலவடையின் இயல்பு.

சந்தர்ப்பத்துக்கு ஏற்றபடி சொலவடையின் அர்த்தம் நெகிழ்கிறது. சொலவடை சொல்லப்படும் சந்தர்ப்பமும் அது உணர்த்தும் அர்த்தமும் ஒன்றோடொன்று சம்பந்தப்பட்டவை.[4]

சொலவடையைப் புத்தகத்தில் படிப்பதற்கும், ஒரு சந்தர்ப்பத்தில் கேட்பதற்கும் நிறைய வேறுபாடுகள் இருக்கின்றன. புத்தகத்தைப் படித்துவிட்டுப் பொது உண்மைகளைக் கற்பனை செய்துவிடக் கூடாது. சொலவடை உண்மைகள் - மாறும் உண்மைகள்!

"சொலவடையை மொட்டையாக - தனியாகச் சொன்னால் தெரியாது; சோபிக்காது.

குறிப்பிட்ட நிகழ்ச்சியின் போதோ, சந்தர்ப்பத்தின் போதோ, பேச்சின் இடையிலோ சொலவடை வந்தால்தான் அதனுடைய பிரயோகப் பொருத்தம், ஆழம் தெரியவரும்" என்கிறார் கி.ரா.[5]

சொலவடையில் ஏராளமான பாத்திரங்கள் உலவுகின்றன. ஆனால் அவை நிச்சயிக்கப்பட்ட பாத்திரங்கள் இல்லை. மாறும் பாத்திரங்கள்.

வீடுகளுக்குள் நடக்கும் உரையாடல்கள் இவை:

உரையாடல் 1

அம்மா : தீப்பெட்டி ஆபீசுக்குப் போமாட்டேன்; பள்ளிக்கூடம் போவேன்னு ஒங்க மக ஒத்தக் கால்ல நிக்குறா. அவ ஆசப்படியே போட்டுமே!

அப்பா : வேணாம்! வேணாம்! கோழியக் கேட்டுத்தான ஆனம் காச்சுவாங்க! போவியா?... (ஆனம் - குழம்பு)

உரையாடல் 2

மகன் 1 : அப்பா கஷ்டப்பட்டு வாங்குன நெலம்னு சொல்லு வாரே! விக்கிறதுக்கு முன்னால் அவர ஒரு வார்த்தை கேக்க வேணாமா?

மகன் 2 : எதுக்குக் கேக்கணும்? கோழியக் கேட்டு ஆனங் காச்ச முடியுமா?

முதல் உரையாடலில் மகள் கோழி; இரண்டாம் உரையாடலில் தந்தையே கோழி! கோழிகள் மாறுகின்றன.

சாணிச் சட்டியும் சருவச் சட்டியும் ஒண்ணா?

என்ற சொலவடைக் கேள்வியில் சட்டிகள் இரண்டும் ஆட்கள் தான். ஆனால் இடத்துக்கு இடம் வேறுபடும் ஆட்கள். ஒரு நேரம் ஏழையும் பணக்காரனும்; இன்னொரு நேரம் கெட்டவனும் நல்லவனும்; மற்றொரு நேரம் படிக்காதவனும் படித்தவனும்; மோதல் உண்டாக்கும் தருணங்களில் - இந்த ஊர்க்காரனும் அந்த ஊர்க்காரனும்; இந்தச் சாதிக்காரனும் அந்தச் சாதிக்காரனும்!

வேண்டாத பெஞ்சாதி
கைபட்டாலும் குத்தம்!
கால்பட்டாலும் குத்தம்!

- என்ற சொலவடை சொல்லப்படுகையில் 'பெஞ்சாதி' மனைவியைக் குறிக்கவில்லை. பிடிக்காத எந்த மனிதனையும் அது சுட்டுகிறது.

பாத்திரங்களைப் போல, சந்தர்ப்பங்களும் மாறுகின்றன.

பிள்ளப்பேறு பாத்ததும் போதும்!
எம் புருசனக் கட்டிப் பிடிச்சதும் போதும்!

என்ற சொலவடை பிறந்த சந்தர்ப்பத்தை யூகிக்க முடியும். பிள்ளைப் பேற்றுக்கு உதவி செய்ய வந்தவள் கணவனைக் களவாடிவிடக் கூடாது என்ற அர்த்தத்தில் தாய்மைக்குத் தயாராக நிற்கும் பெண் பேசிய பேச்சு இது.

இன்று கிராமப்புற அலுவலகங்களில் ஆண்கள் சர்வ சாதாரணமாகப் பயன்படுத்தும் சொலவடை இது.

"சார்! உங்க பைல்ல நான் நாலு பாக்கட்டுமா? ஏதோ என்னால முடிஞ்ச ஒத்தாசை!"

"யப்பா! அந்தச் சங்காத்தமே வேணாம்! கமினைர் ஐயா கிட்ட நீ நல்ல பேரு வாங்கவா? பிள்ளப் பேறு பாத்ததும் போதும். எம் புருசனக் கட்டிப் பிடிச்சதும் போதும்!'

முதன் முதலாய் இந்தச் சொலவடையைச் சொன்ன பெண் கற்பனை செய்தும் பார்க்க முடியாத புதிய சந்தர்ப்பம் இது. சொலவடையின் இந்த நெகிழ்வு, மொழியின் ஆச்சர்யங்களில் ஒன்று. விலகிப் புரிந்துகொள்ள வேண்டிய மொழியின் ஆச்சர்யம்.

சடையப் பிடிச்சு இழுத்தா
சன்னியாசி கிட்ட வருவான்!

என்னும் சொலவடை சன்னியாசியின் சடையைப் பிடித்து இழுப்பது குறித்தது அல்ல. குற்றம் செய்துவிட்டு வாய் திறக்காத அமுங்குணிகளை அடித்து மிரட்டி உண்மையைக் கக்க வைக்கும் சில சந்தர்ப்பங்களில் பேசப்படுவது. வார்த்தைகளோடு அர்த்தத்தைக் கோர்த்துவிடாமல், விலகி நின்று புரிந்துகொள்ள வேண்டிய சொலவடைகள் ஏராளம். விலகவிலகப் புதிய சந்தர்ப்பங்களும் அர்த்தங்களும் கிட்டுகின்றன. உரையாடலின் வழக்கமான விதிகளை எல்லாம் சொலவடைகள் மீறுகின்றன.[6]

பிறந்த சந்தர்ப்பம் காணாமல் போவதும் மறந்துபோவதும் சொலவடை மாற்றங்களில் முக்கியமானது. ஆங்கிலப் பழமொழிகளிலும் இந்தப் போக்கு உண்டு. "*புது விளக்குமாறு நல்லாக் கூட்டும்*" (A new broom sweeps Well) என்ற பழமொழி முதலில் விளக்குமாற்றைச் சுட்டிப் பிறந்தது. பிறகு புதிதாகப் பணிக்குச் சேர்ந்த வேலைக்காரர்களைச் சுட்டியது. "*புது விளக்குமாறு நல்லாக் கூட்டும்; பழைய விளக்குமாத்துக்குத்தான் மூலை முடுக்கெல்லாம் தெரியும்*" (A new broom sweeps clean; but the old broom knows the corners) எனப் பழமொழி பின்னாளில் விரிவடைந்தபோது விளக்குமாறு வேலைக்காரர்களை மட்டும் சுட்டவில்லை. பழைய விளக்குமாறாக மாறியவர்கள் வயதானதால் வீடுகளில் புறக்கணிக்கப்பட்ட முதியோர்!

சந்தர்ப்பங்கள் மாறும்போது சொலவடைகளின் அர்த்தமும், தொனியும் சேர்ந்து மாறுகின்றன.

“கண்ட கண்ட நாயெல்லாம் பஞ்சாயத்துல உக்காந்து அதச் செய் இதச் செய்னு சட்டம் போடுதுக. *என்னமோ சொன்ன கதையில! எலி ரவுக்கை கேட்டுச்சாம் சபையிலே!*”

என்ற பேச்சின் அகங்காரத்துக்கும்,

“சொந்தத்தில் வீடு கட்டிப் போகணும்’னு நெனச்சது வாஸ்த வந்தான். ஆனா வக்கில்லையே! ஹூம்! என்னமோ சொன்ன *கதையில! எலி ரவுக்கை கேட்டுச்சாம் சபையில!*”

என்ற பேச்சின் சுய இரக்கத்துக்கும் இடையே உள்ள இடைவெளி சிறிய இடைவெளி அல்ல. தூரமான இந்த இடைவெளிகளை ஒரு சொலவடை உருவாக்க முடிகிறது.

கருப்பட்டிப் பானைக்குள்ள கைய விட்டவன்
நாக்குட்டு நக்காம டவுசர்லயா தொடைப்பான்?

என்ற கேள்வி - ஒரு நேரம் கண்காணிப்பவனின் சந்தேகத்தையும், மறுநேரம் பிடிபட்டவனின் நியாயத்தையும் பேசுகிறது. ஒரு சொல வடைக்குள் எதிர் எதிரான இரு பேச்சுகள்!

நெகிழ்ந்து கொடுக்கும் இந்த இயல்பு காரணமாக இருநூறு முன்னூறு ஆண்டுகளுக்கு முன்னால் பேசப்பட்ட சொலவடை இன்றைய நடப்புகளுக்கும் பேச்சுகளுக்கும் பொருந்தி வருகிறது.

மக்கள் ஒற்றுமையைக் கட்டிக் காப்பது கடினம்; உடைப்பது எளிது என்று உரையாடும் முற்போக்குப் பார்வை கொண்ட ஒரு பேச்சாளர் பின்வரும் சொலவடையை மேடையில் சொல்கிறார்.

கொட்டுறது கொஞ்ச நேரம்!
அள்ளுறது அதிக நேரம்!

சினிமாவில் கதாநாயகர்கள் கதாநாயகிகளோடு கொஞ்சும் காட்சி களில் சொக்கிப்போகும் ரசிகர்களைப் பார்க்கையில் பின்வரும் சொல வடை ஞாபகத்துக்கு வராமல் போகாது.

வெல்லந் திங்கிறவன் ஒருத்தன்
விரலச் சூப்புறவன் ஒருத்தன்

நிதி நிறுவனங்களில் வட்டிக்கு ஆசைப்பட்டு உள்ளதையும் பறி கொடுத்த அப்பாவி மக்களின் வீட்டு வாசலில் நிற்கிறது இந்தச் சொலவடை:

தவிட்டை நம்பிப் போக
சம்பா அரிசிய நாய் கொண்டு போச்சு!

வலிய வந்து கிரெடிட் கார்டு விநியோகம் செய்து பிறகு கெடுபிடியாய் வசூல் செய்யும் நிறுவனங்களின் போக்கைச் சுட்டிக் காட்டப் பின்வரும் சொலவடை போதுமானது.

கையப் பிடிச்சுக் கள்ள வார்த்து
மயித்தப் பிடிச்சுக் காசு கேக்குறதா?

வேலையில்லாப் பெரும் பட்டாளத்தின் உழைப்பைக் குறைந்த விலைக்கு வாங்கிப் போடும் நிறுவனங்களுக்காக மற்றொரு சொலவடை:

ஈசல் பெரும் போக்கில்!
தவள தத்தி விழுங்குது!

(பெரும் போக்கில் - பெரும் எண்ணிக்கையில்)

கொடுக்கிற லஞ்சம் போதாது; இன்னும் கொண்டா! கொண்டா! என்று கேட்கும் அதிகாரியின் அலுவலக வாசலில் இன்றும் பேசப்படும் சொலவடை இது.

படப்போட திங்குற மாட்டுக்குப்
பிடுங்கிப் போட்டுக் காணுமா?

சொலவடை வாய்மொழி இலக்கியம். பேசும் போது ஒவ்வொரு வரும் ஒவ்வொரு விதமாகப் பேசுகிறார்கள். ஒவ்வொரு பேச்சுக்கும் ஒவ்வொரு பொருள்.

மலை எத்தனை?
உளி எத்தனை?

- என்னும்போது உளிகளால் முடியும் என்ற தைரியம்!

உளி எத்தனை?
மலை எத்தனை?

- என்னும்போது மலைகள் குறித்த பிரமிப்பு!

2.4 மோதும் சொலவடைகள்

சொலவடைச் சந்தர்ப்பங்கள் நெகிழ்கின்றன; அதனால் முரண்படவும் செய்கின்றன.

ஒரு சந்தர்ப்பத்து உண்மை மற்றொரு சந்தர்ப்பத்து உண்மையோடு மோதுகிறது. ஒரு மனிதனின் அனுபவம் மற்றொரு மனிதனின் அனுபவத்தோடு மோதுகிறது.

இந்த முரண்பாடுகளைக் குழப்பமாய்க் கருத வேண்டியதில்லை. ஒரு அனுபவத்தை எடைபோட இன்னொரு அனுபவம் உதவுகிறது. ஒரே அனுபவம் மிகை அழுத்தம் பெறுவதை இன்னொரு அனுபவம் தடுக்கிறது.[7]

வாழ்க்கை முரண்கள் சொலவடைகளிலும் பிரதிபலிக்கின்றன.

தூர இருந்தா சேர உறவு

என்பது ஒரு நேரத்து உண்மையாகவும்,

> தூரத்துத் தண்ணீ ஆபத்துக்கு உதவாது

என்பது மற்றொரு நேரத்து உண்மையாகவும் இருக்கிறது.

> அடுத்து அடுத்துப் போனா
> அடுத்த வீடும் பகை

என்றொரு சொலவடை இடைவெளியை வலியுறுத்த,

> ஒட்டிப் படுத்தாத்தான்
> உள்காய்ச்சல் தெரியும்

என்று மற்றொரு சொலவடை உறவுகளில் நெருக்கத்தை வேண்டுகிறது.

> சோத்துக்கு இளைச்சாலும்
> சொல்லுக்கு இளைக்கக் கூடாது

என்பது பேச்சை மெச்சும் தருணம்.

> பேச்சுப் படிச்ச நாய்
> வேட்டைக்கு ஆகாது

என்பது பேச்சைத் தள்ளும் தருணம். தருணங்களுக்கு ஏற்ப நம் முடிவுகளும் மாறுகின்றன. சில தருணங்கள் முடிவெடுக்கச் சிரமமாய் இப்படி அமைந்து விடுகின்றன.

> ஓடுறவனும் அம்மணம்
> துரத்துறவனும் அம்மணம்

தீர்வு சொல்ல முடியாதபடி சில தருணங்கள் அமைந்து விடுகின்றன.

> ஏறச் சொன்னா எருதுக்குக் கோபம்
> எறங்கச் சொன்னா நொண்டிக்குக் கோபம்

இதற்குப் பொது நியாயம் இல்லை. அந்தந்த நேரம் வழங்க வேண்டிய நியாயம் இது. பல நேரங்களில் - சமாதானம்தான் நியாயம்!

> பாலைப் பாக்குறதா?
> பானையப் பாக்குறதா?

- மற்றோர் உதாரணம். குடும்பத்தின் ஒற்றுமைக்காகவும் மகிழ்ச்சிக் காகவும் தனிநபரின் தவறுகளைச் சகித்துக்கொள்வது குறித்த உரையாடலில் வந்து விழும் சொலவடை இது.

> "பானையில ஒட்டிக்கிட்டிருக்கிற பல்லி மேல
> கல்லை விட்டெறியுறது கஷ்டம்"

என்ற ஆப்பிரிக்கப் பழமொழியில் தொனிக்கும் தர்மசங்கடமும் இதே தன்மையானதுதான்.

சில தருணங்களில் சம்பந்தப்பட்ட இருவர் மீதும் குற்றம் கூறிப் பிரச்சினையை முடிப்பதும் உண்டு.

- *ஆண்டியார் அன்னத்தை அதிரப் பிடிக்கவும் கூடாது;*
  செட்டியார் எட்டிக் கன்னத்தில் அடிக்கவும் கூடாது
- *அவ்வையார் மேலும் குத்தம்!*
  அண்ணாவியார் மேலும் குத்தம்!

நேரத்துக்குத் தக்கபடி சொலவடை சொல்லும் முடிவுகளும் மாறுகின்றன.

கெழடானாலும் கெட்டையானாலும்
கட்டிக்கிட்டவ பிழைப்பா!

- என்பது தளர்ந்த நேரத்து முடிவு.

கெழவனுக்கு வாக்கப்படுறதுக்கு
கெணத்துல விழுகலாம்!

- என்பது தன்மானத்தின் சூடு குறையாத நேரத்தில் எடுத்த முடிவு.

2.5. மரணம் - ஒரு தருணம்

வாழ்கிற காலத்தில் அதிகமான பேச்சு மரணம் பற்றித்தான்.

ஆப்பிரிக்கப் பழமொழிகளின் விருப்பமான பொருள்களில் ஒன்றாக மரணம் இருப்பதாக ரூத் பின்னகன் குறிப்பிடுகிறார்.[8]

“கஞ்சன் தன் மனதுக்குப் போட்ட பூட்டும்
மரணத்தைக் கண்டால் திறந்து கொள்கிறது”

என்கிறது ஆப்பிரிக்கப் பழமொழி ஒன்று.

தமிழ்ச் சொலவடைப் பேச்சுகளிலும் மரணம் என்ற தருணம் அடிக்கடி தலை காட்டுகிறது.
மரணம் ஒரு திகைப்பு.

கூடு இருக்க
குயில் போன மாயம் என்ன?

மரணம் உணர்த்தும் நிச்சயமின்மை பின் வரும் அழகிய சொலவடைக் கவிதை ஆகியிருக்கிறது.

எண்ணெய் முந்துதோ?
திரி முந்துதோ?

மரணம் குறித்து எத்தனை எத்தனையோ நம்பிக்கைகள் மனதுக்குள்ளும் சமூகத்துக்குள்ளும் இருக்கின்றன. கடவுள் யாரை விரும்புகிறாரோ, அவர்களுக்குச் சீக்கிரம் மரணம்

என்கிறது ஆங்கிலப் பழமொழி. சனிக்கிழமையை மரணத்துக்கு ஆகாத நாளாகத் தமிழ்ச் சொலவடை சொல்கிறது.

சனிப் பிணம் தனிப் போகாது!

விடை தெரியாத நேரங்களில் எட்டிப் பார்க்கும் அர்த்தமற்ற நம்பிக்கைகள் இவை.

அதே நேரம், வழக்கமான நம்பிக்கைகளை, நடைமுறைகளை மனிதன் உதறுவதும் மரணத்தின் போதுதான். மரணம் விடுவிக்கிறது....

சாகப் போறவனுக்குச்
சனியும் புதனுமா?

கொண்டாடிய சாஸ்திரங்களின் மீது கோபம் வருவதும் மரணத்தின்போதுதான்!

சாகுற வரைக்கும் வைத்தியன் விடமாட்டான்.
செத்தாலும் விடமாட்டான் பஞ்சாங்கக்காரன்!

மனித உறவுகளில் சதா நிகழும் உராய்வுகள், கசப்புகளில் இருந்தும் மரணம் விடுவிக்கிறது. மரணத்தை ஒட்டியும், மரணத்தின் நினைப்பிலும் உணர்வுகள் நெகிழ்ந்துவிடுகின்றன.

- *இட்டார்க்கு இடணும்*
  செத்தார்க்கு அழணும்.
- *வாழ்வைத் தள்ளுனாலும்*
  சாவைத் தள்ளக் கூடாது.
- *பகைச்சாலும் பாதையில பாக்கலாம்.*
  செத்தாப் பாக்க முடியுமா?
- *செத்தவன் வீட்டுல கெட்டவன் யார்?*

நெகிழ்வதோடு நில்லாமல் உறுத்தும் உண்மைகளையும் சொலவடைகள் முன்வைக்கின்றன.

- *உண்ணத் தின்ன உறவுதான்!*
  செத்தா முழுக்குத்தான்!
- *இன்னைக்குச் செத்தா*
  நாளைக்கு ரெண்டா நாள்!
- *இறந்தவனுக்கு எள்ளுந் தண்ணியும்*
  இருக்கவனுக்குக் கறியுஞ் சோறும்!
- *செத்தவன் உடைமை*
  இருக்கவனுக்கு அடைக்கலம்!

செத்தவன் உடைமை மட்டும் அல்ல; சில நேரங்களில் செத்தவன் விட்டுப்போன பாரமும் கூட இருக்கிறவன் தலையில்தான்!

செத்தவன் பாரம் சுமந்தவன் தலையில்!

அவரவர் இழப்பு அவரவர்க்கு; பிறர் வந்து சிறிது நேரம் பங்கேற்கலாம் - ஆனால் சுமக்க முடியாது என்பதையும் மரணப் பேச்சுகளின் வழி சொலவடை தெரிவிக்கிறது.

எழவுக்கு வந்தவ தாலி அறுப்பாளா ?

கூட வந்து யாரும் துயரத்தை ஆற்றாவிட்டாலும், காலம் கூடவே வந்து துயரத்தை ஆற்றும் என்பது சொலவடை பொதுப்படையாகத் தெரிவிக்கும் கருத்து.

ஆர் அத்துப் போனாலும் நாள் ஆத்தும்!

மனோபாவங்களில் மரணம் நிகழ்த்தும் உள்தாக்கங்களையும் சொலவடைகளின் வெளிப்படைப் பேச்சுகள் துருவி எடுக்கின்றன.

கிழவி செத்தது பாரமில்ல!
எழவு சொல்லி மாளல!

என்ற சொலவடை, மரணத்தை விட, மரணத்தையொட்டிய சடங்குகள் பாரமாகிப்போனதைக் குறிப்பிடுகிறது.

அத்தான் செத்தான் மயிராச்சு!
கம்பிளி மெத்தை நமக்காச்சு!

என்ற சொலவடை எந்த நிகழ்விலும் தனக்கென்ன லாபம் என்று கணக்குப் போடும் மனதைக் கண்டுபிடிக்கிறது.

ஆம்பளை செத்து அவதிப்பட்டறப்ப
அடுத்த வீட்டுக்காரன் வந்து அக்குள்ல கைவிட்டானாம்!

என்ற சொலவடை சிலருக்கு மரணம் கூட ஒரு சந்தர்ப்பம் ஆவதை உணர்த்துகிறது.

கட்டி அழுகுறப்ப கையும் துழாவுதே!

என்ற சொலவடை அனுதாபத்துக்குள் ஒளிந்திருக்கிற வஞ்சகத்தைச் சுட்டிக் காட்டுகிறது.

இழவு வீடுகளில் நடக்கும் நாடகங்களையும் கண்கள் கவனிக்கின்றன.

சில அழுகைகளில் வெறும் ஆர்ப்பாட்டங்கள் மிகுந்திருக்கின்றன.

அவசரத்தில் செத்த பெணத்துக்குப்
பீச் சூத்தோடு மாரடிக்கிறான்!

விவஸ்தையற்ற அழுகைகள் சில.

மலை போல பிராமணன் போயிட்டான்!
இவ பின்குடுமிக்கு அழுகுறா!

சம்பந்தமே அற்ற உறவுகளுக்குள்ளும் மரணம் ஒரு சம்பந்தத்தை உண்டுபண்ணுகிறது.

ஆரோ செத்தான்!
எவனோ அழுதான்!

மரணத்துக்குப் பின் நடக்கும் மாற்றங்களைச் சொல்லும் சொலவடைகளில் கேலியும், பரிதாபமும் பின்னிக் கிடக்கின்றன.

மரணம் சிலருக்குக் கதாநாயக அந்தஸ்தைக் கொடுக்கிறது.

உயிர் இருக்கையில் குரங்கு!
செத்த பிறகு அனுமார்!

மரணம்தான் சிலருக்கு அலங்காரத்தைத் தருகிறது.

உயிரோடு இருக்குறப்ப ஊத்தக் கோலம்
செத்த பெறகு செல்லக் கோலம்!

மரண வீடுகளில்தான் சிலரின் விருப்பங்கள் நிறைவேறுகின்றன.

வாழ்றப்ப கெடைக்காத வாழப்பூச் சேலை
தாலி அறுத்ததும் தறிபோட்டு வந்துச்சாம்!

மரணம் சில உண்மைகளை அம்பலப்படுத்தவும் செய்கிறது.

செத்தாத் தெரியும்
கெட்டிக்காரன் வாழ்வு!

ஒரு ஆற்றாமையை மரணம் உண்டாக்குகிறது.

கோயிலக் கட்டி கோபுரத்தக் கட்டி
ஒரு கோமணத் துணி கூட இல்லாமப் போறானே!

ஆற்றாமைக்கு அப்பால் - மீதம் இருப்பவர் முக்கியம்; நிகழ்காலம் முக்கியம்; வாழ்க்கை தொடர வேண்டியது முக்கியம் என்ற எண்ணங்களையும் சொலவடைகள் ஏற்படுத்தத் தவறவில்லை.

பிணத்தை மூடி
மணத்தைச் செய்!

மரணத்தைச் சுட்டும் சொலவடைகள் மரணத்தின்போது மட்டும் சொல்லப்படுவதில்லை. சொலவடையின் இயல்புப்படி துக்கமும் ஏமாற்றமும் நிறைந்த பல்வேறு சந்தர்ப்பங்களில் பேசப்படுகின்றன. தினசரி கேட்கக்கூடிய பொருமல் இது:

தவிச்ச வாய்க்குத் தண்ணி தர மாட்டான்
செத்த பிறகு கொடங்கொடமா ஊத்துவான்.

2.6. தருணம் கடந்த மொழி

சொலவடைப் பொருள் விளங்க தருணம் முக்கியம் என்பது வெளிப்படை.

ஒரு சந்தர்ப்பத்தில் சொன்ன சொலவடை பல தருணங்களுக்கும் பொருந்தி வரும் தன்மையும் நாம் அறிந்ததே.

இதற்கு அடுத்த கட்டமாக - இதுதான் சந்தர்ப்பம் என அடையாளப்படுத்த முடியாதபடிக்கும் பல சொலவடைகள் நுட்பம் பெற்றிருக்கின்றன. இந்தச் சொலவடைகளின் மொழி ஆழம் மிக்க கவிதையாக உள்ளது. அறியாமை வித்தியாசங்கள் அறிவதில்லை என உணர்த்தும் -

இருட்டுக்கு எல்லாஞ் சரி

ஒன்றுபோல் ஒன்று இல்லை; வித்தியாசங்கள் ஏராளம் எனச் சொல்லும் -

சாணுக்குச் சாண் வித்தியாசம்

சிறிய உயிர்களுக்கு வரும் தடைகளைக் குறிப்பிடும் -

ஈசலுக்கு எல்லாம் பகை

தன் சுமையில் பிறர் பங்கு எவ்வளவு எனச் சுட்டிக்காட்டும் -

சுமைதாங்கி சுங்கம் கட்றது இல்ல

சந்திப்புகள் பிரிவுகள் பற்றிப் பேசும் -

தோணி போகும்
துறை நிக்கும் -

புதியதன் அருமையை உணர்த்தும்

புதுப்பானைக்கு ஈ சேராது!

போன்ற சொலவடைகளில் மிளிரும் கவிதைகளையும் தத்து வார்த்தச் சிந்தனைகளையும் விளக்கத் தேவை இல்லை.

மிக முக்கியமாக, குறிப்பிட்ட சந்தர்ப்பங்கள் என்ற கட்டுப்பாடு விலகிப் பேச்சின் விளையாட்டு நடக்கும் விரிவான மைதானங்களாக இச் சொலவடைகள் திகழ்கின்றன.

அடிக்குறிப்புகள்

1. *"A novel application of a familiar scene..."* Archer Taylor 1931. 2. ஹெர்மன் ஜென்சன், 2002.
3. மேலது.
4. *"Proverb's meaning and truth are conditioned by the context."* Barbara Krishenblatt – Gimblett, *"Towarda Theory of Proverb meaning"*, article, 1994.
5. கி.ரா.கட்டுரைகள், அன்னம், 1991 ப.73
6. *"A proverb violates the 'usual' rule of conversation'.* Peter Seitel, 1994.
7. *"The contrary sayings that serve as a check on one another"* PaulD goodwin and Joseph W.Wenzel," *Proverbs and Practical Reasoning – A study in Sociologic"*, article, 1994.
8. Ruth Finnegan, 1978.

3

கசப்பு... கரிப்பு

3.1. உப்புக் கரிப்பு

அம்மணமும் இன்னலும்
ஆயுசு பூராவா?...

சொலவடைகளின் சாராம்சமாகத் தெரிவது ஒரு கசந்த வாழ்க்கை.

அனுபவங்களும் கசந்த அனுபவங்கள்; வார்த்தைகளும் கசந்த வார்த்தைகள்.

கசப்பின் காரணமாக வார்த்தைகள் சுள்ளென்று வந்து விழுகின்றன.

பாராட்டும் நம்பிக்கையும் உற்சாகமும் கொடுக்கும் வார்த்தைகளுக்கு மட்டுமே பழக்கப்பட்டவர்களுக்குச் சொலவடையின் விமர்சன வார்த்தைகளுக்குள் சிடுமூஞ்சித்தனம் தென்பட வாய்ப்பு இருக்கிறது.

இது சிடுமூஞ்சித் தனம் அல்ல; பட்டறிவு. உண்மையை வெளிப் படையாகப் பேசும் பாங்கு - என்று சொல்லும் ஆய்வுக் கருத்தும் உண்டு.[1]

“சௌக்கியமா?” “எப்படி இருக்கீங்க?” என்ற சம்பிரதாய வார்த்தைகளை அன்பின் அடையாளமாகவும், குட்மார்னிங், தேங்க்ஸ், சாரி போன்ற நாகரிக வார்த்தைகளை மரியாதையின் அடையாளமாகவும் கருதும் உலகத்திலிருந்து சொலவடை வார்த்தைகள் தள்ளி நிற்கின்றன. இது வேறு உலகம். வார்த்தைகள் முகத்தில் அடித்தது மாதிரி வந்து விழும்.

வார்த்தைகளில் கலந்திருக்கும் கசப்புக்கான காரணம் என்னவாக இருக்கும்?....

வாழ்வின் நிச்சயமின்மை, ஆபத்து, இயலாமை – ஆகிய இவற்றால் உருவாகும் பய உணர்வும் விரக்தியும் கசப்பின் அடிப்படைக் காரணங்களாக இருக்கின்றன.[2]

கடுமையாக உழைத்தும் மகிழ்ச்சி காணாத மக்களின் மனமும் பார்வையும் எப்போதும் தங்களுக்கு இழைக்கப்பட்ட அநீதிகளின் மீதே பதிந்திருப்பதும் கசப்பு வெளிப்படுவதற்கு ஒரு முக்கியமான காரணம்தான்.[3]

எப்போதும் பலசாலிகளே வெல்கிறார்கள் என்ற கசந்த புரிதலும் கூட சொலவடைப் பெருமூச்சுகளுக்கு முக்கிய காரணம் ஆகிறது.

ஆழக் குளத்துல இருக்கு அயிரை
குளத்தைச் சுத்திக் கொக்கு
நடுவில நிக்குது நாரை
கவ்விக்கிட்டுப் போச்சாம் முதலை!

3.2. பாடுகள்

வரவு கொஞ்சம்
வலிப்பு மெத்த

பலருக்கும் பலவிதமான கவலைகள் இருக்கத்தான் செய்கின்றன. சிறிய மன உளைச்சல் இருந்தாலும் சிலருக்குத் தூங்க முடியாது. புல் தடுக்கிவிட்டாலும் பல நாட்களுக்குப் புலம்பக்கூடியவர்கள் இருக்கிறார்கள்.

ஆனால் ஆதாரத் தேவைகளும் இல்லாமல் விழி பிதுங்கும் மக்களின் துயரங்கள் வேறு மாதிரியானவை; அவை பெரும் சவாலானவை. கிடைத்த வாழ்க்கை எப்படிப்பட்ட வாழ்க்கை என்று ஒரு சொலவடை சொல்கிறது.

அடிப்பட்ட சந்தையில்
மிதிபட்ட மிதுக்கம்பழம்!

ஆதாரங்கள் அனைத்தும் பழுதுபட்டவை.

தாம்பும் அறுதல்
தோண்டியும் பொத்தல்!

(தாம்பு - கயிறு; தோண்டி - குடம்)

இல்லை! இல்லை! என முடியக் கூடிய சொலவடைகள் நூற்றுக் கணக்கில் உள்ளன. வெளிப்படையாகவும் உருவகமாகவும் மக்கள் படும் பாடுகளை அவை பேசுகின்றன.

- *அறுக்கத் தாலியும் இல்ல!*
  செரைக்க மயிரும் இல்ல!

- *ராத்திரி செத்தா வெளக்கெண்ணெய்க்கு வழியில்ல!*
  பகல்ல செத்தா வாக்கரிசிக்கு வழியில்ல!
- *சோத்துப் பான ஒடைஞ்சா*
  மாத்துப் பான இல்ல!
- *அன்னைக்கும் இல்ல காத்து!*
  இன்னைக்கும் இல்ல குளிரு!
- *வேலையும் இல்ல! வென்னி வைக்கப் பானையும் இல்ல!*
- *கடிக்க ஒரு எலும்பும் இல்ல!*
  காதுல மினுக்க ஓலையும் இல்ல!
- *மறைச்சுக் கட்ட மாத்துப்புடவை இல்ல!*
- *சருகரிக்க நேரம் இருக்கு*
  குளிர் காய நேரம் இல்ல!
- *அன்னும் இல்ல ஆடி;*
  இன்னும் இல்ல தீவாளி!

(அன்னும் - அன்றும்; இன்னும் - இன்றும்)

மெனு கார்டில் ஓடும் கண்களால் காணமுடியாத துயரங்கள் இவை. பசி பொறுக்காமல் வெதும்பும் சொலவடைகளுக்குள் தெரியும் முகங்கள் ஒன்றா இரண்டா ?

- *அறுக்குறப்பவும் பட்டினி*
  பொறுக்குறப்பவும் பட்டினி
  பொங்கல் அன்னைக்கும் பட்டினி
  பொழுதன்னைக்கும் பட்டினி
- *கடுகு இல்லாம கறிதாளிப்பு!*
  வெங்காயம் இல்லாம வெறுந்தாளிப்பு!

பசியால், ஒரு நாளைக் கழிப்பது ஓர் ஆண்டைக் கழிப்பது போலப் பாரமாகிறது.

அன்னைய பாடு ஆண்டுப்பாடா இருக்கு!

விசேசங்களுக்குக் காத்திருந்தது உண்டு.

பொங்கல் எப்ப வரும் ?
பொருமல் எப்ப தீரும் ?

ஆனால், விசேசமாய் வந்த நாட்களும் பசியைத் தீர்க்கவில்லை!

அன்னும் இன்னும் ஜங்கட்டி!
ஆடி அன்னைக்கும் ஜங்கட்டி!
முத்தாலம்மா சாட்டீருக்கு!
மூணு நாளும் ஜங்கட்டி. (ஜங்கட்டி - களி)

உடையும், தோற்றமும் கெட்டுப் பிறர் பார்வையில் பட நிற்பது பசியினும் கொடிய துயரம்.

* கந்தைத் துணியும் கரிவேசமும் ஆச்சு!
கடை கெட்ட பொழப்பு!
தலை கட்ட நேரமில்லை!

(தலைகட்ட - சடை பின்ன)

பாடுபடும் ஒவ்வொருவருக்கும் அகம்-புறம் என்று இரு தளங்கள் இருக்கின்றன. ஒன்று வதைத்தால் இன்னொன்றில் போய் ஆறுதல் பெறலாம். இரண்டுமே முள்படுக்கை ஆகிவிட்ட ஓவியச் சொலவடை இது.

நடக்காத மாட்டோட நான் படுதேன் பாடு!
ஈரப் புழுங்கலோட எம் பொண்டாட்டி
என்ன பாடுபடுதாளோ?....

பசி, சுமை, நடை எனக் காட்சிகள் படிப்படியாக நகர்ந்து இறுதியில் மரணத்தில் உறையும் காட்சிச் சொலவடை இது:

பொதிய வச்சுக்கிட்டுப் பிச்சைக்குப் போனான்.
அதையும் வச்சுட்டுச் செத்துக் கெடந்தான்.

அடக்கி அடக்கி வைத்த துயரம் பொத்துக்கொண்டு கதறலாக வெடிக்கும் மற்றொரு காட்சிச் சொலவடை இது:

அய்யய்யோ! கொடுமை!
வாயால சொன்னது வாய்க்காலா ஓடுது!

கடந்த வாழ்க்கையின் கூட்டமும் குதூகலமும், இருக்கிற வாழ்க்கையின் பிரிவும் பரிதாபமும் இரட்டைச் சுமைகளாய் நினைவுகளை அழுத்தும் குமுறல்கள் இவை..

■ கூடிக் குமிஞ்ச இடம் கும்மரிச்சான் போட்ட இடம்
வாழப்பழம் தின்ன இடம் வாக்கழிஞ்சு போச்சே!

(கும்மரிச்சான் - கும்மாளம்)

■ புதூர் ஏனம் புகழ் கெட்டுப்போனோம்!
நாகலாபுரம் ஏனம் நாம இப்படி ஆனோம்!

(ஏனம் - பாத்திரம்; இங்கு தங்களைக் குறித்தது)

■ நாய் அடிச்ச கம்பு போல
நாலா விதமா ஆனோம்!

விரக்தியின் கற்பனை வடிவம் இந்தச் சொலவடை :

■ மூச்சில ஒருபடி அரிசியப் போட்டு வடிக்கலாம்!

3.3 கசந்த பொழுதுகள்

எதிர்பார்த்தலும் காத்திருத்தலுமாய் வாழ்க்கை நகர்கிறது. வர்ணம் பூசும் என எதிர்பார்த்த பொழுதுகள் கரியைப் பூசி விடுகின்றன. கரி பூசப்பட்ட பொழுதுகள் கசந்த பொழுதுகள் ஆகின்றன.

ஏமாற்றம் - கசப்பின் ஊற்றாக இருக்கிறது. அது பலவிதமாக இருக்கிறது.

இது நம்பி ஏமாந்தது -

பெரிய வீடுன்னு பிச்சைக்குப் போனானாம்!
கரிய வழிச்சு மூஞ்சியில தேச்சாளாம்!

இது காத்திருந்து ஏமாந்தது -

- *காத்துக் கெடந்த நாய்க்குக்*
  கல்லெறிதான் மிச்சம்
- *அல்லி பூ பூக்கும்'னு நெனச்சேன்!*
  அரளி பூத்துக் கெடக்கு!

இது ஆசைப்பட்டு ஏமாந்தது -

கம்பிளி மூட்டைன்னு நெனச்சி
கரடி மூட்டைய அவுத்தானாம்!

இது வளர்த்து ஏமாந்தது -

ஒருபடி குருண போட்டு வளர்த்தனடி சேவல்
அது கூவச் சொன்னா கூவலியே குண்டுமணிச் சேவல்!

இது கொடுத்து ஏமாந்தது -

உரலும் குடுத்துக்
குரலும் போச்சு!

இழந்ததும் அல்லாமல் முட்டாள் பட்டம் பெற்ற பொழுது இது -

முடிச்சு அவுக்கக் கொடுத்ததும் இல்லாம
இளிச்சவாயப் பட்டமும் கெடைச்சாச்சு!

அற்பமான சிறு வரவுகளுக்காக அடிபட்டபொழுது இது -

- *அடியும் பட்டுப் புளிச்ச மாங்காயும் திங்குறதா?*
- *கறக்கிறது ஒழக்கு*
  ஒதையிறது பல்லுப்போக!

அற்பமான சிறு பலன்களுக்காக வேசமிட்டு நின்றபொழுது இது -

இந்தக் கூழுக்கா இத்தன திருநாமம்?

அற்பமான சிறு தேவைகளுக்காக உள்ளங்கால் வெளுக்க ஓடிய பொழுது இது -

ஆடு அடிச்சா அந்தப் பக்கம்
அகப்பை தட்டுனா இந்தப் பக்கம்!

சின்னஞ்சிறு நகர்வுகளுக்காகப் பேருழைப்பைச் சிந்திச் சலித்த பொழுது இது -

கெட்டதும் பட்டதும்
கீரைக்கு எறைச்சதும் போதும்!

ஒரு நல்லது கிட்டுமென்று நூறு கெடுதல்களைச் சகித்திருந்த பொழுது இது -

கல உமி தின்னா
ஒரு அரிசி தட்டாதா?

ஒரு பக்கம் உதவி செய்து மற்றொரு பக்கம் கடிபட்ட பொழுது இது:

நாய்க்குச் சோத்தப் போட்டு
பன்னி கையில கடிபட்ட கதையாச்சு!

ஆசை நிராசையாகும் பொழுது இது:

தேர் பாக்க ஆசப்பட்டாளாம்!
தேச்சிட்டுப்போக எண்ணெய் இல்லையாம்!

மனதுக்குப் பிரியமானதுக்குள்ளும் விஷம் நுழைந்தபொழுது இது

சாந்துப் பெட்டி
பாம்புப் பெட்டி ஆச்சு!
(சாந்து - வாசனைப் பொடி)

வேடிக்கைகளும் வினையான பொழுது இது -

கூத்துப் பாக்கப் போன எடத்துல
பேய் பிடிச்ச மாதிரி ஆச்சு!

வீண் வேலைகளால் காலமும் பொருளும் விரயமான பொழுது இது -

பேப்பயலுக்குப் பேனு பாத்த மாதிரி ஆச்சு!

மேலெழும்ப நினைத்த நேரத்தில் அடிப்படைகள் தகர்ந்து போனதால் அதிர்ச்சி அடைந்தபொழுது இது -

புள்ள வரத்துக்குப்போன எடத்தில்
புருசனப் பறிகொடுத்த மாதிரி...

சிறு வெற்றிகள் கூட முழுமை பெறாமல் அடிப்படையான ஒரு தட்டுப்பாடு மிச்சம் இருந்தபொழுது இது -

- *தரித்திரன் வெறகுக்குப் போனானாம்!*
  வெறகு கெடைச்சுச்சாம்! கொடி கெடைக்கலையாம்!
- *எல்லாம் இருக்கு பெட்டியிலே!*
  இலைக்கறி கடையச் சட்டியில்லே!

கவ்விப் பிடித்த துயரங்களிலிருந்து இனி விடுபட வழியேது எனத் திகைத்தபொழுது இது:

உரல்ல அகப்பட்டது
உலக்கைக்குத் தப்புமா?

தகாத இடத்தில் சிக்கிப் பரிதவித்தபொழுது இது:

பீ திங்கிறவன் வீட்டுக்குப் போனா
பொழுது விடியுற மட்டும்
பேலச் சொல்லி அடிச்சானாம்!

3.4. இழப்புகள்

ஆயிரம் பனை உள்ள அப்பனுக்குப் பிறந்தும்
பல்லுக் குத்த ஒரு ஈக்கு இல்ல!

நினைத்து நினைத்து ஏங்கக்கூடிய சஞ்சலத்தை இழப்புகள் ஏற்படுத்திவிடுகின்றன.

எப்போதாவது கொஞ்சம் கிடைக்கிறது. அதுவும் பிறர் வாய்க்குப் போய்விடுகிறது.

ஆடு கறக்கவும் பூனை குடிக்கவும் சரியா இருக்கு!

பிறர் வாய்க்குத் தப்பிய நேரங்களில் வேறு வழிகளில் விரயம் ஆகிறது.

ஆறு கொண்டது பாதி
தூறு கொண்டது பாதி

வருவது ஒவ்வொன்றும் இழப்பதற்காகவே என்றாகிறது.

பத்துக் கப்பல் வந்தாலும் பறந்த கப்பல்
எட்டுக் கப்பல் வந்தாலும் இறந்த கப்பல்.

அவமதிப்புகளையும் தாங்கித் தேடிப்பெற்றது கூட தன்னுடையதாக நிலைத்து இருக்கவில்லை.

அரிசியப் பிச்சை எடுத்து
அருகங் காட்டில கொட்டுன மாதிரி...

ஒவ்வொரு முயற்சியின்போதும் கட்டாயம் இந்த முறை பலிக்கும் என்று அடிமனதில் ஓடும் சிறு நம்பிக்கைகள் கடைசியில் கண்ணாடித் துண்டுகளாய் உடைந்துபோகின்றன.

- *எண்ணெய்ச் செலவொழிய*
  பிள்ளை பிழைச்ச பாடில்ல!
- *காலுக்குக் கடுப்புதானே ஒழிய*
  கண்ட பலன் இல்ல!

சில நேரங்களில் முயற்சி தோற்பது மட்டுமல்ல பாதிப்பும் வந்து சேர்கிறது - சிலம்பு விற்கப் போன கோவலன் சிலம்பையும் இழந்து உயிரையும் இழந்தது போல!

- *கலம் போனதும் இல்லாம*
  கண்ணுக்கும் மூக்குக்கும் வந்துச்சு கேடு!
- *உடைமையும் குடுத்து*
  அருமையும் குலைஞ்சேன்!
- *குதிரை செத்ததும் இல்லாமக்*
  குழி தோண்ட மூணு பணம்!

யார் பாடுபடுகிறார்களோ அவர்களுக்குத்தான் பாதகங்களும் வந்து சேர்கின்றன.

முட்டை போடும் கோழிக்குத்தான்
மூலம் தரிக்கும்!

இல்லை, இல்லை என வெதும்பும் சொலவடைகளைப் போலப் போச்சு போச்சு எனப் பதறும் சொலவடைகளும் ஏராளம்.

- *அடுப்பு நெருப்பும் போச்சு*
  வாய்த் தவிடும் போச்சு!
- *காசுக் கூண்டு*
  கரிக் கூண்டாப் போச்சு!
- *கோழி போனதும் இல்லாம*
  கத்திக் கத்திக் குரலும் போச்சு!
- *பாம்பும் போச்சு! பாம்பு அடிச்ச கம்பும் போச்சு!*
  கல்லும் கரியும் கொல்லன் குசுவுமாப் போச்சு!
- *பருத்திக் காடும் போச்சு!*
  பளபளப்பும் போச்சு!

வருத்தத்தைப் பேசும் சொலவடைகளில் கரிக்கோலம் அடிக்கடி தென்படுகிறது. பாத்திரம் விளக்கும்போதும், சமைக்கும்போதும், சுமைகளை ஏற்றி இறக்கும் போதும் தினசரி வந்து ஒட்டிக்கொள்ளும் கரி!

ஆக்கல! அரிக்கல!
மூக்கெல்லாம் முழுக்கரி ஆச்சு!

இழப்புகள் உண்டாக்கும் மனப்புண்களில் ஆழமானது - பயனற்ற உழைப்பு ஏற்படுத்தும் மனப்புண். எந்தக் கவலையையும் உழைப்பில் மறக்கலாம். உழைப்பு நம்பிக்கைகளின் தாயும் கூட.

உழைப்பும் தோற்றுப்போவது ஒப்புக்கொள்ள முடியாத யதார்த்தம். உழைப்பின் தோல்வி - தனி மனிதனின் தோல்வி அல்ல; அது சமூகத்தின் தோல்வி.

- *அறக்கப் பறக்கப் பாடுபட்டாலும்*
  படுக்கப் பாய் இல்ல!
- *மாடு மாங்கு மாங்குன்னு ஒழைச்சாலும்*
  கெடைக்கிறது புண்ணாக்கு!
- *வெட்டி வெட்டிப் பாத்தாலும்*
  முட்டக் கரிக்காசுதான் அகப்படுது!
- *பட்டும் பாழ்! நட்டும் சாவி!*

பயன்தராத உழைப்புகளால் சலித்துப்போன வாழ்க்கை பேசும் பேச்சு இது:

வீண் எழவாம்! வெங்காயத் தாளாம்!
பிடுங்கப் பிடுங்கப் பெரும் எழவாம்!
பயன்படாத செல்வமும் ஓர் இழப்புதான்!
சண்டாளன் கொல்லையில்
சரஞ்சரமாக் காச்சு என்ன செய்ய?

3.5. அவமதிப்புகள்

பாடுபடும் நேரங்களில் அவமதிப்பு பெரிதாகத் தெரிவதில்லை. ஆனால் ஓய்ந்து உட்கார்ந்த பிறகு மனதுக்குள் மிஞ்சி நிற்பது பசியையும் ஏமாற்றத்தையும் விட அவமதிப்புதான்! பார்வையில், பேச்சில், உடலசைவுகளில் வெளிப்பட்ட அவமதிப்புகள்! சகிப்புத் தன்மைகள், தியாகங்களால் வெல்ல முடியாமல் கசப்பு எப்போதும் மிச்சப்பட்டுக் கிடக்கிறது.

சகிக்கச் சகிக்கத் தொடரும் அவமதிப்பு கடைசியாக வந்து சேர்ந்த இடத்தைப் பின்வரும் சொலவடை சொல்கிறது:

காலில் பட்ட பீ
பையப் பைய மூஞ்சிக்கு வந்துச்சு!

துன்புறுத்தும் பேச்சுகள் வீட்டுக்குள் - வீதியில் - வேலை பார்க்கும் களங்களில் என்று எல்லா இடங்களில் இருந்தும் கேட்கின்றன.

திசை தவறுனாலும்
வசை தவறாது!

கௌரவத்தையும், பேரையும், புகழையும் நிலைநாட்ட எடுத்துக் கொள்ளும் முயற்சிகளிலும் அவமதிப்பு வந்து சேர்கிறது.

சபை பெரிசுன்னு சடங்கு வைக்கப் போனா
அங்க ரெண்டு பேரு சந்தி சிரிக்க வச்சானாம்!

பிறரை மட்டந் தட்டுவதற்கான ஆசை மனதுக்குள் எந்நேரமும் துருதுருத்தாலும், எல்லோரையும் அவமதித்துவிட முடியாது. இளக்காரப் பட்டவர்களை மட்டுமே அவமதிக்க முடியும். சிலருடைய இளக்காரப்பட்ட தன்மை வெளிப்படையாகத் தெரிந்து விடுகிறது.

என் எளக்காரம் விளக்கா எரியுது!

இளக்காரப்பட்டவர்களைப் பார்த்துவிட்டால் எதிரில் இருப்பவர்களால் சும்மா இருக்கமுடிவதில்லை.

- *ஆளு இருக்கும் எளக்காரத்தைப் பாத்து*
  ஆவாரையும் பீ வாரித் தட்டும்!
- *எளகின இரும்பக் கண்டா*
  கொல்லன் குண்டியத் தூக்கி அடிப்பான்!
- *கோவணத் துணி பரதேசம் போனாலும்*
  அங்கொருவன் கவட்டுக்குள்ளே!

உழைப்பாளியும் பெண்ணும் இளக்காரப்பட்டதைப் போல வேறெவர் படமுடியும்?

- *உழுகுற மாடு பரதேசம் போனா*
  அங்க ஒருத்தன் கட்டி உழுவான்
  இங்க ஒருத்தன் கட்டி உழுவான்
- *உழுகுற மாடு ஊருக்குப் போனா*
  ஏரும் கலப்பையும் எதுத்தாப்ல வரும்!

பெண் என்றால் இளக்காரத்துக்குள் காமமும் வந்து நுழைந்து கொள்கிறது.

எளைச்சவன் பெண்டாட்டி
எல்லாருக்கும் மச்சினி!

கணவனை இழந்த பெண் என்றால் காமத்தோடு அதிகாரமும் சேர்ந்துகொள்கிறது.

- *கைம்பெஞ்சாதி எருமையில*
  கை பழக வர்றான்

(பாலியல் உள்ளர்த்தம்)

- *தாலி அறுத்தவ வீட்ல*
  தலைக்குத்தலை பெரியதனம்!

3.6. திகைப்பு

இறங்கச்சே நீச்சானா
கரை ஏறுறது எப்படி ?

திகைத்துச் சிலநேரங்களில் தடுமாறிப்போகின்றன தோல்வி கண்ட மனங்கள்.

திகைப்புக்குப் பல காரணங்கள் உண்டு. முதலாவதாக, இது இணக்கம் இல்லாத வாழ்க்கையாக இருக்கிறது.

முன்னால போனா முட்டுது
பின்னால போனா ஒதைக்குது!

இணக்கமற்ற வாழ்க்கையில் முடிவெடுப்பது சிரமமாக இருக்கிறது.

- *ஓடவும் முடியல*
  ஒதுங்கவும் முடியல
- *பாம்புன்னு எடுக்கவும் முடியல!*
  பழுதைன்னு தாண்டவும் முடியல!

முடிவெடுத்தாலும், முடிவு எப்போதும் தவறாகவே அமைகிறது.

நஞ்சுன்னு நெனச்சுத் துப்புனா அமிர்தம்
அமிர்தம்னு நெனச்சு முழுங்குனா நஞ்சு!

திருமணம், மரணம் என்று ஒவ்வொரு சந்தர்ப்பமுமே உதைக்கும் சந்தர்ப்பமாகவே இருக்கிறது.

எழவு அரிசி விக்கப் போயி
என் பொழப்பு கெட்டுச்சு!
பரிசப் பணம் வாங்கப் போயி
என் மக பொழப்பும் கெட்டுச்சு!

தொடங்கும் ஒவ்வொரு காரியமும் தடையைச் சந்திக்கிறது.

காரியத்துக்குன்னு வர்றப்பதான்
மாடு படுத்துக்கிடும்

நம்முடைய பதைப்பும் பரபரப்பும் காரியத்துக்குத் துணைக்கு வருபவனுக்கு இருப்பதில்லை!

ஓடி ஓடிப் பறந்தாலும்
ஓடக்காரன் தாமசம்!

திகைப்புக்கு மற்றொரு காரணம் பாதுகாப்பற்ற வாழ்க்கை. கரடு முரடான வழிகளில் அடிக்கடி குலுங்கும் வாழ்க்கை! இடி, மழை, வெள்ளம், நெருப்பு என இயற்கை தரும் அதிர்ச்சிகள். சாவு - சகஜமான விருந்தாளி ஆகிறது. ஒரு திகைப்பு அடங்கியதும் அடுத்தொரு திகைப்பு!

- *ஆறெல்லாங் கண்ணீர்*
  அடியெல்லாஞ் செங்குருதி!
- *அடிக்கொரு பாம்பாம்! முழத்துக்கொரு பேயாம்!*
- *வீடெல்லாங் குருடு!*
  வாசல் எல்லாங் கிணறு!
- *தோட்டத்தில் பாதி கிணறு!*
- *வச்ச கால் எடுக்கிறதுக்குள்ள*
  மறுகால் செல்லரிச்சுப் போச்சு!
- *சாண் தண்ணியில மொழம் பேய்!*
- *பனை ஏறி விழுந்தவனைக்*
  கடா ஏறி மிதிச்ச மாதிரி...!

அடிக்கான காரணங்களும், வீழ்ச்சிக்கான காரணங்களும் பிடி படாமல் போகையிலும் திகைப்பு உண்டாகிறது. தீங்கு செய்தால் தீங்கு வரும்; அகம்பாவம் இருந்தால் அடி விழும் என்று முன்னோர்கள் கற்றுக் கொடுத்ததற்கு மாறாக யாருக்கும் எந்தக் கெடுதலும் செய்யாமல் அப்பாவிகளாய் வாழ்வோர் மீது அடி மேல் அடி!

- *உழக்கு உயிருக்குப்*
  பதக்கு நோக்காடு

(பதக்கு - பேரளவு; இரண்டு குறுணி)

- *அடைக்கலாங் குருவிக்கு*
  ஆயிரத்தெட்டு கண்டம்!
- *எங்கயோ இடிச்சுச்சு வானம்னு இருந்தேன்,*
  தப்பாம அது எந்தலையில இடிச்சுச்சு!
- *மச்சு இருக்க மாளிகை இருக்க*
  ஒச்சன் குடிசைக்கு ஓலை வந்துச்சு!

(ஓலை - தீங்கு; மரணச் செய்தி)

- *ஆரு வச்ச தீயோ*
  வீடு வெந்து போச்சு!

- *எண்சாண் உடம்பு இருக்க*
  கோவணத்துல விழுந்துச்சாம் இடி!

திகைப்பு, ஆதரவான முகத்தைத் தேடுகிறது. கிட்டவில்லை.

பாத்த முகம் எல்லாம் வேத்து முகம்.

திகைப்புக்கிடையேயும் உயிர் வாழ்வதற்கான விருப்பம் தொடராமல் இல்லை. சிக்கலை அவிழ்த்து அவிழ்த்து நகரும் வாழ்க்கை இது:

கண்டுநூல் சிக்கெடுத்தாச்சு!
இன்னம் வண்டி நூல் கெடக்கு!

(கண்டு - நூல்கண்டு)

3.7. தனிமை

சாத்திய வீடுகளுக்குள் இருந்து விம்மல், விசும்பலைத் தொடர்ந்து கேட்கக்கூடிய உரையாடல் இது.

"ஏம்மா! மாப்பிள்ளை கூடவா அங்க உன்னைய கவனிக்குறதில்ல?"

"ஆமா! கவனிச்சாரு!
நாயக் கேப்பாரும் இல்ல!
நடுவீட்ல வப்பாரும் இல்ல!"

கூட்டு வாழ்க்கையிலும் தொடரக்கூடிய தனிமை இது. கவனிக்கப்படாதவர்கள் - நேசிக்கப்படாதவர்கள் அனுபவிக்கும் தனிமை!

உதாசீனப்படுத்தப்பட்ட வாழ்க்கையை அது கருகும் வரை யாரும் கவனிக்கப்போவதில்லை.

தட்டிப் போட்ட ரொட்டி
பெரட்டிப் போட நாதி இல்ல!

அற்புதமானவர்கள் எல்லாம் கண்களின் கவனத்தில் இருந்து விடுபட்டுப் போகிறார்கள்; நிராகரிக்கப்படுகிறார்கள்.

அழகில பவளக்கொடி!
வீட்டில சாணிக் கூடை!

உதாசீனப்படுத்தப்பட்டு உடைந்தவர்களின் குரல்கள் சில:

- *அரிசின்னு அள்ளிப் பாப்பாரும் இல்ல!*
  உமின்னு ஊதிப்பாப்பாரும் இல்ல!
- *ஏன்னு கேப்பாரும் இல்ல*
  எடுத்துப் பிடிப்பாரும் இல்ல

- *ஓடுன மாட்டத் தேடுவாரும் இல்ல*
  மேச்ச கூலி குடுப்பாரும் இல்ல
- *போன மாட்டத் தேடுவாரும் இல்ல*
  வந்த மாட்டக் கட்டுவாரும் இல்ல

வாழ்கிற இடத்தில் ஆதரவுகள், அரவணைப்புகள் இல்லாவிட்டால் - அந்த இடம் சிறு குடிசையாக இருந்தாலும் சரி கப்பல் போன்ற வீடாக இருந்தாலும் சரி - அங்கு வாழ்க்கை தொடர்வதால் பயன் என்ன? குரல் கம்ம வருகிறது இந்தச் சொலவடை:

விழுந்த இடம் சுடுகாடு!

சொந்த பந்தங்கள் இருக்கின்றன. ஊர் ஊருக்கு இருக்கின்றன. ஆனால் அங்கிருந்து ஆதரவு இல்லை. ஒன்று தடுமாறினால் இன்னொன்று அதைவிடத் தடுமாறுகிறது. இவர்களில் ஊன்றுகோல் யார்?

- *ஊரெல்லாஞ் சொந்தக்காரங்க*
  உக்கார இடம் இல்ல!
- *வீடு பூரா வெளக்குமாறு!*
- *கஞ்சி இல்லாக் கிளை காதவழி!*
  உப்பு இல்லாக் கிளை ஊரெல்லாம்!
- *வேகாத சோத்துக்கு விருந்தாளி ரெண்டு பேரு!*
- *பறந்து பறந்து பாத்தாலும் பாராட்ட ஆள் இல்ல!*
  இருந்து இருந்து பாத்து இம்சைக்கு ஆள் இருக்கு!
- *அன்னாடங்காச்சி வீட்டுக்குத்*
  தொன்னை நக்கி போனானாம்!
- *ஏலமாட்டாதவங்க வீட்டுக்கு*
  எந்திரிக்க மாட்டாதவங்க விருந்துக்குப் போனாங்களாம்!
- *ஊரெல்லாந்தாய் பிள்ளை!*
  ஊத்தி வைக்க ஆள் இல்ல!

(ஊத்தி வைக்க - கஞ்சி ஊத்தி வைக்க)

உறவுகளில், ஆதரவுக்குப் பதிலாகச் சில நேரங்களில் வஞ்சகங்களும் புற்றுக்குள் இருந்து பாம்பு போலத் தலை காட்டுகின்றன.

- *ஆட்டில பாதி ஓநாய்*
- *ஒரு கூடைச் செங்கலும் பிடாரி!*
- *ஒண்ணுக்குள்ள ஒண்ணு*
  கண்ணுக்குள்ள மண்ணு!

ஆதரவுகள் இல்லாமல் இல்லை; எப்போதாவது வாய்க்கின்றன. வாய்த்த வேகத்தில் விலகியும் போகின்றன.

பிடிச்ச கிளையும் முறிஞ்சு போச்சு!
மிதிச்ச கொம்பும் முறிஞ்சு போச்சு!

உறவுகளில் விளைந்த ஏமாற்றத்தைச் சொல்லும் சொலவடைகளில் எல்லாம் பெண்ணின் மனம்; பெண்ணின் குரல்; பெண்ணின் மொழி!

இவை கணவன் குறித்த குமுறல்:

- *என்னிலும் கதி கெட்டவன்*
  என்னைய வந்து மாலையிட்டான்!
- *எழவு கொடுப்பானுக்கு வாக்கப்பட்டு*
  ஓட்டமே ஒழிய நடை இல்ல!
- *மூக்கறையனுக்கு வாக்கப்பட்டா*
  முன்னுக்கும் போக விட மாட்டான்!
  பின்னுக்கும் போக விட மாட்டான்!
- *தண்ணிக்குடம் ஒடைஞ்சு நான் தவியாத் தவிக்கையில*
  கோவணத்த அவுத்துக்கிட்டுக் குதியாக் குதிக்கிறான் பாரு!
- *குறுணிக்காரனுக்கு வாக்கப்பட்டு*
  பதக்கு பதக்குன்னு அடிச்சுக்கிட்டா கெடைக்குமா?
- *பேய்க்கு வாக்கப்பட்டா*
  பிடுங்குப்பட்டுத்தான் சாகணும்!
- *வாசநல்லூர் புளியங்குடி!*
  வகையில்லாம வாக்கப்பட்டேன்!
  அடியாதடா! முண்டைக் கண்ணா !
  விடியாம ஓடிப்போறேன்
- *பனை மரத்தில் பாதி!*
  என்னைக் கட்டுன பாவி!

இவை பிள்ளைகள் குறித்த புலம்பல்:

- *பெத்த வயித்துக்குப்*
  பிரண்டைய வச்சுத்தான் கட்டணும்
- *ஆணப் பெத்து அலங்கோலம்*
  பெண்ணப் பெத்து பெருவலி
- *முளைச்ச மயிரு மூணு*
  அதிலயும் ரெண்டு புழுவெட்டை!

- *அப்பனால கோலம் போச்சு!*
  மகனால மானம் போச்சு!

(அப்பன் - மகனின் அப்பன்; கணவன்)

இவை உடன் பிறந்தவர்கள், பிற உறவுகள் குறித்த விமர்சனம்.

- *அண்ணன் பிறந்து அடி மட்டம் ஆச்சு!*
  தம்பி பிறந்து தரைமட்டம் ஆச்சு!
- *தம்பி வந்த நாள் முதலா*
  நம்பி இருந்த நடுமனையும் பாழாப் போச்சு!
- *ஒண்ணுக்கு ரெண்டு*
  உபத்திரவத்துக்கு மூணு
- *ஆண்டிக்கு வாச்சவங்க*
  அஞ்சு பேரும் குருடாம்!
- *தென்னை மரத்தில் பாதி!*
  என்னைப் பெத்த பாவி!
- *பாவிக்குக் கொடுத்த மகளும்*
  பாறையில போட்ட விதையும் ஒண்ணு!

இது தன் மீதே வந்த வருத்தம்:

ஆணாப் பொறந்தா ஆம்பளைக்கு அரைநாழிய வேலை
பொண்ணாப் பொறந்தா
புழுத்த முண்டைக்குப்
பொழுது அடையுமட்டும் வேலை!★

தெய்வம் கூட நம்பமுடியாத துணையாகத்தான் இருக்கிறது. கோயில் குளங்களுக்குப் போயும் வழி கிட்டவில்லை. கும்பிடும் தெய்வத்திடமே கோபம் வருகிறது.

- *ஆதரிச்ச தெய்வம் எல்லாம்*
  அடியோட மாண்டு போச்சு!
- *கொடுமை கொடுமைன்னு கோயிலுக்குப் போனா*
  அங்க ரெண்டு கொடுமை
  திங்கு திங்குன்னு ஆடுச்சாம்!
- *கொண்டாடும் தெய்வம் குடியக் கெடுக்கும்!*
  ஆதரிக்கிற தெய்வம் அநியாயஞ் செய்யும்!
- *கும்பிடுறவனத்தான் கேக்குமாம் தெய்வம்*
  கோழிக்குஞ்சு காவு!

★ *இணையான ஆங்கிலப் பழமொழி : man works from sun to sun but woman's work is never done.*

- *குறைய நெனச்சுக் கோவிலுக்குப் போக குறை வந்து கொண்டையில ஏறுச்சாம்!*

ஒரு சந்தர்ப்பத்தில் எல்லோரிடம் இருந்தும் விலகிக்கொள்கிறது மனம். தான் மட்டும் தனி என்று உணர்கிறது. அந்த நேரத்துத் தனிமையின் தீவிரத்தைப் பின்வரும் சொலவடை உணர்த்துகிறது.

அழுவார் இல்லாத பிணமும்
ஆத்துவார் இல்லாத சுடலையும் போல ஆச்சு!

3.8. ஒடுக்கம்

இடுப்பு ஒடிஞ்ச கோழிக்கு
உரல் குழியே தஞ்சம்!

பல தோல்விகளுக்குப் பிறகு இது நடக்காது இது நமக்குக் கிடைக்காது என்ற அவநம்பிக்கை வந்து ஒட்டிக்கொள்கிறது.

வெளியே நடக்கும் மாற்றங்கள் தன் வீட்டுக்குள் வராதது கண்டு மாற்றங்களின் மீதே நம்பிக்கை போய்விடுகிறது.

- *ஆறு நெறையத் தண்ணி போனாலும்*
  அள்ளிக் குடிக்கப் போகுதா நாய்?
- *காசுக்கு ஒரு சேலை வித்தாலும்*
  நாயின் சூத்து அம்மணம்!
- *நாட்டுக்கு நல்ல துரை வந்தாலும்*
  தோட்டிக்குப் புல்லுச் சுமை போகாது!

படிப்படியாக, முயற்சிகளின் மீதும் நம்பிக்கை தளர்கிறது.

- *மொதல்ல கரைச்ச புளியே கரையல*
  ரெண்டாவது கரைச்சாலும் புளிக்கவா போகுது!
- *மரஞ்சுட்டே கரியாகல!*
  மயிருசுட்டா கரியாகப் போகுது!
- *கடையுறப்ப வராத வெண்ணெ*
  குடையுறப்ப வரப் போகுதா?

ஒவ்வொரு சிறு முயற்சியின் முடிவிலும் ஆயாசம் வந்து சேர்கிறது.

- *உன்னைப்பிடி என்னைப்பிடி*
  உலகாத்தாள் தலையப்பிடின்னு ஆகிப்போச்சு!
- *ஆகாத கழுதையக் கட்டி*
  மேய்க்காத மாட்டை மேய்ச்சேன்!

எந்தப் பிரச்சினையிலும் அப்பாவிகளின் தலை உருள்வதே வழக்கமாகிறது.

- நொங்கு தின்னவன் போயிட்டான்!
  நோண்டித் தின்னவன் அம்புட்டுக்கிட்டான்!
- ஆடு சுட்டவன் ஓடிப்போயிட்டான்
  ஆம சுட்டவன் மாட்டிக்கிட்டான்

தப்பிக்கிற நிலையை எல்லாம் தாண்டியாச்சு; இனி தலை தப்பாது - என்ற சோர்வும் வந்து பற்றிக்கொள்கிறது.

தலைய நனச்சாச்சு!
கத்தியும் வச்சாச்சு!

சிரிப்பதற்குக் கூட பயம் ஏற்படுகிறது.

சிரிச்சாப் பொழப்பு
சிந்திப் போகும்!

நம்பிக்கை இழந்த உள்ளங்களில், சுய பரிதாபம் ஆட்சி செலுத்து கிறது. தன்னையே பாவி! பாவி! எனத் திட்டிக் கொள்ளும் பேச்சு புறப்படுகிறது.

- அது அதுக்கு ஒரு கவலை!
  அய்யாவுக்கு எட்டுக் கவலை!
- எல்லாத் தலையிலும் எட்டு எழுத்துன்னா
  எந்தலையில் பத்து எழுத்து!
- பாவி கொடும் பாலும் புளிக்குது!
- பாவி போன இடம் எல்லாம் பள்ளமும் திட்டியும்.
  (திட்டி - திட்டு; மேடு)
- அரிசிக் கப்பல் வந்தாலும்
  அது என் யோகத்துக்குத்
  தவிட்டுக் கப்பல் ஆகும்!
- ஒரு நாளும் இல்லாம
  திருநாளுக்குப் போனா
  திருநாளும் வெறுநாள் ஆச்சு!
- பத்து அரிசியும் வேகல!
  பாவி உயிரும் போகல!
- பாவி அதிஷ்டம் பதரா வெளையுது!

துயரம் நிச்சயிக்கப்பட்ட விசயமாகிறது. இன்று அது வீட்டுக்குள் ஒருவரைப் போல ஆகிவிட்டது.

மோசம் பாய் போட்டுத் தூங்குது!

சொலவடைகளும் சொன்னவர்களும் | 67

துயரம் அன்றாட வாழ்வின் பகுதியான பிறகு, பகிர்ந்து கொள்வதும் நின்றுபோகிறது. பொறுமையாகக் கேட்பதற்கும் ஆள் வேண்டுமே!

சில துயரங்கள் பகிர்ந்துகொள்கிற மாதிரியும் இல்லை.

பீ திங்கிற மாதிரி கனாக் கண்டா
யாரு கிட்ட போய்ச் சொல்றது?

தன் துயரம் பிறருக்குத் தெரியாது என்ற முடிவுக்கும் மனம் செல்கிறது.

- *காவடிப் பாரம் சுமக்கிறவனுக்குத்தான் தெரியும்!*
- *முலைக்குத்து சவலைப் பிள்ளைக்குத் தெரியுமா?*
- *கண்ணுக்குப் புண்ணும் இல்ல;*
  காண்பார்க்கு நோவும் இல்ல.
- *முட்டையிடும் கோழிக்கல்லவா பிட்டிவலி தெரியும்!*

(பிட்டி - பிட்டம், குண்டி)

யார் எது கேட்டாலும் 'ஏதோ இருக்கேன்! என்னத்தையோ பொழப்பு ஓடுது!' என்பதுதான் பதிலாகிறது. குறுகி முடங்கிப் போச்சு வாழ்க்கை!

- *உழக்குக்குள்ள கிழக்கா மேக்கா!*
  உருண்டுக்கிட்டு கெடக்கேன்!
- *ஆத்தக் கண்டனா?*
  அழகரக் கண்டனா?
- *ஓடு இருக்கு நானும் இருக்கேன்!*
- *முந்தானை இருக்கு!*
  நாலு வீடு இருக்கு!
- *நான் இருக்கேன் தொத்தலா!*
  என் வீடு கெடக்கு பொத்தலா!

வாழ்க்கை நகர்ந்தால் போதும் என்ற மனவோட்டத்தில், சுயமரியாதையின் இருப்பு கேள்விக்கு உள்ளாகிறது.

எச்சிக்கலைக்கு இச்சகம் பேசி
கூத்துக்கு ஏத்த பந்தம் பிடிச்சு...

வாழ்க்கை போவதாகச் சொலவடை சொல்கிறது. கஷ்டப்பட்ட நேரத்தில் சுயமரியாதை தேவையும் இல்லை என்கிறது சொலவடை.

- *நடுத் தெருப் பிச்சைக்கு*
  நாணயம் பாக்கலாமா?

(நாணயம் - சுயமரியாதை)

- *மோருக்குப் போறப்ப*
  மொந்தைய ஏன் ஒளிக்கணும்?
- *வெறுஞ் சூத்தை நக்குறத விட*
  பீச்சூத்தை நக்குறது மேல்!

சில ஒவ்வாத பொய்ச் சமாதானங்களையும் மனது ஏற்கிறது.

வீடு விழுந்தது வெறகுக்கு ஆச்சு!

பக்குவப்பட்டது போல் தோன்றும் பேச்சுகளுக்குள் ஒடிந்த மனமும் கிடக்கிறது.

- *ராப் பட்டினி பாயோட (போச்சு)!*
- *பட்டாப் பகல்கறி*
  படாட்டி ராக்கறி!

ஆணை ஒடுக்குவதில் பொருளாதாரம் பெரும் பங்கு வகிக்கிறது. பொருளாதாரத்தோடு சேர்ந்து கலாச்சாரமும் பெண்ணை ஒடுக்குகிறது. உடம்பு சார்ந்த அவள் பாடுகளும் தனித்துவமானவை.

- *குமரின்னு இல்லாம தாலியக் கட்டி*
  மலடின்னு இல்லாம புள்ள பெத்துக்கிட்டேன்!
- *செக்கு கண்ட எடத்தில எண்ணெ தேச்சு*
  சுக்கு கண்ட எடத்தில புள்ள பெத்துக் கெடக்கேன்!
- *அறுத்த அறுதலியும் இல்ல! வாழ்ந்த வாவரசியும் இல்ல!*
  நானும் இருந்து காலத்தக் கழிச்சுக்கிட்டு வாரேன்!

  (வாவரசி - வாழ்வரசி)

உடம்பு, கலாச்சாரம் போக பெண்ணை ஒடுக்குகிற வேறொரு கையும் இருக்கிறது. அது - அடுப்படி!

- *அடுப்பே வனவாசம்*
  கடுப்பே கைலாசம்
- *அன்னைக்கிக் கெடைச்சதை அடுப்பில போட்டு*
  ஆக்கின பானையத் தோள்ல போட்டுத் திரியுறேன்!

3.9. விதிக்குள் புதையும் மனம்

பொல்லாத காலம்

சொல்லாம வந்துச்சு

விதிநம்பிக்கை சாமானியப்பட்டதல்ல. படித்தும் சிந்தித்தும் பக்குவப்பட்ட மனதுக்குள்ளேயே நேரம் பார்த்து நுழைந்து விடுகிறது.

உடைந்து நொறுங்கிய மனங்களுக்குள் நுழைவது என்ன சிரமமா?

வெற்றிபெற - அனுபவிக்க - ஆபத்துகளில் இருந்து தப்பிப் பிழைக்க தலையெழுத்து அவசியம் எனச் சொலவடை மனம் நம்புகிறது. உழைப்பு தோற்றுப் போனதைக் கண்டவர்கள் நல்லது நடக்க வேண்டும் என்றால் அதிர்ஷ்டம் வேணும் என்ற முடிவுக்கே வருகின்றனர்.

- *கடல் தாண்டிப் போனாலும்*
  கால்தடம் கூட வரும்.
- *எங்கெங்கே போனாலும்*
  எழுதின எழுத்து கூட வரும்.
- *அதிஷ்டம் இல்லாதவனுக்குக் கலப்பால் வந்தாலும்*
  அதையும் பூனை குடிக்கும்!
- *குபேரன் பட்டணம் கொள்ளை போனாலும்*
  கொடுத்து வைக்காத பாவிக்கு ஒண்ணும் இல்ல!
- *கெட்ட நேரம் வந்தா*
  ஒட்டகத்து மேல போனாலும்
  நாய் எட்டிக் கடிக்கும்!
- *தலையில எழுதுன எழுத்துக்குத்*
  தாய நொந்து என்ன செய்ய?
- *கழுதையாப் பொறந்தாலும்*
  காமாணி யோகத்தோட பொறக்கணும்!

(காமாணி - கால்மாகாணி; சிறிய அளவு)

- *காலப் பிடிச்ச சனியன்*
  ஊரச் சுத்தி அடிக்குது!
- *விதிய நெனச்சு வீடு மெழுகுனா*
  வீடெல்லாம் விதி வெளையாடுச்சாம்!
- *குதிரை ஏற அதிஷ்டம் இருந்தா*
  குண்டிக்குக் கீழ வந்து நுழையாதா?
- *கருகப்புள்ள விக்கப் போனாலும்*
  கிரக சாரம் வேணும்!

(கருகப்புள்ள - கருவேப்பிலை)

- *வந்ததும் அப்படி!*
  சிவன் தந்ததும் அப்படி!
- *எனக்கு முன்னால என் அதிஷ்டம் போய் நிக்குது!*

- அவுசாரி போனாலும் முகராசி வேணும்!
  திருடப் போனாலும் திசை வேணும்!
- எண்ணெ போக முழுகலாம்!
  எழுத்து போக முழுக முடியுமா?
- அதிஷ்டம் வந்தா
  தவிட்டுப் பானையிலும் தங்கம் இருக்கும்!
- கோட்டையில் பெண் பிறந்தாலும்
  போட்ட புள்ளி தப்பாது!

அதிர்ஷ்டத்துக்கும் தங்களுக்கும் தூரம் அதிகம் என்பதையும் சொலவடை மனிதர்கள் சொல்கிறார்கள்.

- போளை பொறுக்கப் போச்சாம்!
  பூனை குறுக்க போச்சாம்!

(போளை - அறிவற்றவன்; ஏழை)

- மூணே முக்கா நாழிகைக்குள்ள
  முத்து மழை பேஞ்சுச்சு!
  வாரி எடுக்குறதுக்குள்ள மண்மாரி ஆச்சு!
- தொட்டா வெளங்காது
  தோட்டம் வச்சா காய்க்காது!
- காலக் கொடுமையடா கருப்பணத் தேவா!
  கைகொடுத்த நேரமடா ஒச்சாத் தேவா!

அதிர்ஷ்டம் இல்லை என்ற உணர்வு ஏற்கெனவே கிடந்த எரிச்சலுக்கு எண்ணெய் ஊற்றுகிறது. கொழுந்துவிட்டு எழுந்த எரிச்சல் பெண்ணைச் சுடுவதிலேயே கவனமாக இருக்கிறது. வீடு விளங்காமல் போனதற்குப் பெண்ணின் மீது பழிபோடும் சொலவடைகளில் இருப்பது ஆணின் குரல்; ஆணின் மொழி!

- சனியன் பிடிச்சவ சந்தைக்குப் போனாலும்
  புருசன் அகப்பட மாட்டான்!
- மூதேவிக்கு முகூர்த்தம் வைக்கப் போனாங்களாம்!
  அருகம் புல்லு அத்தமிச்சுப் போச்சாம்!
- ஏர் பிடிச்சான் என்ன செய்வான்?
  எல்லாம் பானை பிடிச்சவ பாக்கியம்!
- அம்மா பாக்கியம் சம்பா வெளைஞ்சது!
  பாவி பாக்கியம் பதராப் போச்சுது!

(பாவி - பெண்டாட்டி)

- உதறுகாலி வந்தா! உள்ளதும் கெடுத்தா!

- *துடைகாலி வந்தா! எல்லாம் தொடைச்சுப் போச்சு!*
- *ஆக்கங் கெட்ட அக்கா மஞ்சள் அரைச்சாலும்*
  கரி கரியா வரும்!
- *மூதேவி முகங்கழுவப் போனாளாம்!*
  மூணு கெணறும் பாழுங்கெணறாப் போச்சாம்!
- *முண்டையப் பிடிச்ச கண்டமாலை*
  முருங்கையையும் பிடிச்சுச்சாம்.

(கண்டமாலை - எட்டிப் பிடித்த சனியன்)

3.10. விடுபடும் தருணங்கள்

சமூகத்தின் கை கண்ணுக்குத் தெரியாத கை. அது எப்போதும் ஆட்டுவிக்கிறது.

சிந்தனைகளில் உருவாகும் மந்தைத் தனங்களுக்கு இந்தக் கை ஒரு காரணம்.

சொலவடைகள் விதிவிலக்கல்ல. வெடிப்பான பேச்சுக்களைச் சொலவடைகள் வெளிப்படுத்தினாலும் மரபான பழஞ்சிந்தனைகள் அந்தப் பேச்சுக்களுக்குக் கீழே தங்கிக் கிடப்பதையும் காணமுடிகிறது.[4]

தன்னால் என்ன செய்யமுடியும் என்ற சிந்தனைத் தடைகளைச் சமூக மனம் உருவாக்கியபடி இருக்கிறது.

- *கையொடிஞ்ச மொண்டி*
  மொறைச்சு என்ன லாபம்?
- *கொம்பில்லாத மாடு*
  குத்தி என்ன புண்ணியம்?
- *கால் ஒடிஞ்ச குதிரை*
  கனைச்சு என்ன ஆகும்!

விடுபடும் தருணங்கள் இல்லாமல் இல்லை. எதையும் மறுத்துப் பேசுவது - மேன்மையானது எனச் சொல்லப்படும் எதையும் ஏற்க மறுப்பது ஆகிய இயல்புகளையும் - வாழ்க்கை தந்த கசப்பின் காரணமாகச் சொலவடைகள் பெற்றிருக்கின்றன.[5]

கசந்த வாழ்க்கை ஒரு விரக்தியைத் தருகிறது. ஆனால், விரக்திக்கும் கோபத்துக்குமான இடைவெளி மிகச் சிறியதுதான். எந்த நேரத்திலும் விரக்தி கோபமாக மாற வாய்ப்பு இருக்கிறது.

ஆனால் முதல் கோபம் எப்போதும் சகமனிதர்கள் மீதுதான். குறிப்பாக எப்போதும் கூட இருக்கிறவர்கள் மீது!

- *மானங்கெட்டவ புள்ள பெத்தா*
  மருந்தரைக்க அம்மி இல்ல!
  வெக்கங் கெட்டவ புள்ள பெத்தா
  வென்னி வைக்கப் பானை இல்ல!
- *விடியா மூஞ்சி வேலைக்குப் போனாலும்*
  வேலை அகப்படாது
  வேலை அகப்பட்டாலும் கூலி அகப்படாது!

தன்னிடமிருந்து பறிக்கிறவன் மீது கோபம் வருவது பிறகுதான்.

கூலிக்கு அறுத்தாலும் குறுணிக்கு அறுக்கலாம்
வீணனுக்கு அறுத்து வெளியே நிக்கிறேன்!

இந்தக் கோபம் அவசியமானது. இந்தக் கோபம் ஒரு கத்தி போல! இறுகி மூடிப்போன அடைப்புகளை நெம்பித் திறக்கிறது. கண்களையும் திறக்கிறது. இப்போது உலக யதார்த்தம் புரிகிறது.

- *சுமந்தவன் தலையிலயே பத்துச் சுமை!*
- *உழைச்சுப் பிழைக்கிறவன் ஒரு கோடி*
  ஏச்சுப் பிழைக்கிறவன் ஏழு கோடி!
- *ஆடு கொழுக்கிறது எல்லாம் இடையனுக்கு லாபம்!*
- *ஊர் கூடிச் செக்கு தள்ள*
  வாணியன் எண்ணெய் கொண்டு போக!
- *வாய் உள்ளவங்க பேசவும்*
  வலது உள்ளவங்க கொழிக்கவும் ஆச்சே!

(வலது - சக்தி, அதிகாரம்)

எல்லாம் பட்டாச்சு; பட இனி என்ன இருக்கிறது? நடப்பது நடக்கட்டும் என மனம் உறுதிப்படுவதும் உண்டு.

- *செத்தவன் மண்டையில*
  இனி எத்தன வண்டி ஓடி என்ன?
- *பசிச்ச நாய் கம்புக்குப் பயப்படாது!*
- *மூக்கறுபட்ட கழுத*
  தூவானத்துக்கு அஞ்சாது!
- *இந்தக் கறுப்பில செத்தாச்சு!*
  இன்னொரு கறுப்பு வந்து மயித்தப் பிடுங்குமா?

(கறுப்பு-பஞ்சம், பட்டினி)

- *ஆயிரம் போனா என்ன?*
  அண்ணாக்கொடி அந்தா என்ன?

- செத்த பிணம் தீக்கு அஞ்சுமா?
- இந்த மடம் இல்லாட்டா சந்தை மடம்!
  சந்தை மடம் இல்லாட்டா சாமியார் மடம்!
  சாமியார் மடம் இல்லாட்டா சர்க்கார் மடம்!

மனம் உறுதிப்பட, சுயமரியாதைக் கேள்விகளும் பிறக்கின்றன.

- அகப்பை கூழுக்குத் தோப்புக்கரணமா?
- நிமிந்து போட்டது என்ன?
  குனிஞ்சு எடுத்தது என்ன?
- நக்குறபோது
  நாக்கு எழும்புமா?

சுயமரியாதைக் கேள்விகள் மட்டுமல்ல; சமூகத்தின் மந்தைத் தனத்தையும், வஞ்சகக் கட்டமைப்புக்களையும் உலுக்கக்கூடிய கூர்மையான கேள்விகளும் பிறக்கத்தான் செய்கின்றன.

பறையன் பொங்க வச்சா
பகவானுக்கு ஆகாதா?

அடிக்குறிப்புகள்

1. *"not cynicism but common sense... matter of fact bluntness"* A.A.Parker; article 1994.
2. *"A sense of uncertainty, danger and powerlessness..."* Matti Kuusi, Fatalistic Traits in Finnish proverbs, article, 1994.
3. *"........ they have sprung from the hearts of a hardworking not too much rejoicing people. They turn more on the foibles of humanity..."* Alfred Lister; 'Chinese proverbs and their lessons', article 1994.
4. *"....raditional ideas, images and schemata have a decisive influence on the formation of proverbial sayings."*
Matti kuusi, mind and form, article De Proverbio – an electronic book, issue 7, 1998.
5. *"....the refusal to be impressed by anything that is much prized...."* A.A.Parker; 1994.

4

குறும்பு... சிரிப்பு

4.1 இன்னொரு முகம்

கசப்பின் மறுமுகம் சிரிப்பு. சிரிப்புக்குக் காரணம் குறும்பு.

குறும்பின் ஆதாரம் - எரிச்சலும், இளக்காரமும்.

இன்னார்தான் குறும்புக்காரர் என்று அடையாளப்படுத்த முடியாது. அப்பாவிகள், அகங்காரிகள் என்ற இரு எதிர்நிலை மாந்தர்களிடம் இருந்தும் குறும்பு வெளிப்படுகிறது. அப்பாவிகளிடம் இருந்து கொஞ்சம் கூடுதலாக! எதற்கெடுத்தாலும் தலையாட்டும் அப்பாவி முகங்களில் பிறர் காணாத ஒரு நமுட்டுச் சிரிப்பு அவ்வப்போது ஒளிந்து விளையாடியபடி இருக்கிறது.

சொலவடைகளின் கசந்த வார்த்தைகளுக்குள் இருந்து குறும்பு அடிக்கடி எட்டிப் பார்க்கிறது. அழும்போதே கண்ணடிக்கும் சொலவடைகள்!

நம்ம பொழச்ச பொழப்புக்கு
மத்தியானப் பீ வேற வருதாக்கும்!

என்ற சொலவடையில் பரிதாபத்தைத் தாண்டி சிரிப்பு முன்னுக்கு வந்துவிடுகிறது.

- *வாக்கப்படுறேன்னு வாங்கி வாங்கித் தின்னுபுட்டு*
  வைகாசி மாசம் கைய விரிச்சுப்புட்டா
- *கோழிக்கறி கோழிக்கறின்னு கொண்டாடிக் கிடக்க*
  கீரைத் தண்டு ஆனமடா சுப்பா கீரைத் தண்டு ஆனம்!

என்ற சொலவடைகளில் வெளிப்படும் ஏமாற்றம் இனிக்கிறது.

பறிகொடுத்த அனுபவங்களுக்குள்ளும் கிண்டல் பேச்சு அமர்ந்திருக்கிறது.

பிச்சை எடுக்குமாம் பெருமாளு!
அதப் பிடுங்குமாம் அனுமாரு!

நிராசைகளுக்குள்ளிருந்தும் குறும்புப் பேச்சுகள் கேட்கின்றன.

வாக்கப்பட ஆசை! வளவி போடப் பேராசை!
கொண்டவனக் காங்கயில குடலப் புரட்டுது!

(கொண்டவன் - மாப்பிள்ளை; காங்கயில - காண்கையில்)

சொலவடைகள் தொடர்ந்து பேச்சில் பயன்படுத்தப்படுவதற்கு, சொலவடைகளில் வெளிப்படும் இந்தக் குறும்பு ஒரு காரணம்.[1]

குற்றங்களைச் சுட்டிக் காட்டுவதுதான் குறும்பின் வேலை. குற்றங்களைக் கேலிப்படுத்துவதுதான் அதன் உபாயம்.

கற்பித்தலை - அறிவுரைத்தலை நிராகரிக்கும் மனம் குறும்போடு சுட்டிக் காட்டும்போது ஏற்கிறது; அல்லது புரிந்துகொள்கிறது.

சிரமமின்றி, வெகு இயல்பாக, சொலவடைப் பேச்சில் குறும்பு தோன்றுகிறது. ஏனெனில் சொலவடைப் பேச்சு - பிரமைகளைத் தவிர்த்த பேச்சு; உள்ளதை உள்ளபடி வெளிப்படையாகப் பேசும் பேச்சு; முகத்தாட்சண்யம் பார்த்துப் பேசாத பேச்சு; இதைத்தான் பேசவேண்டும், இப்படித்தான் பேசவேண்டும் என்று கட்டுப்பாடுகள் வைத்துக்கொள்ளாத பேச்சு.

நாகரிகம் கருதி நாம் தவிர்த்த வார்த்தைகள் எல்லாம் சொலவடைகளில் தாராளமாக வருகின்றன.

எல்லோரையும் சொல்லி
ராஜா குசு விட்டானாம்!

மூக்கைப் பிடித்துப் பயனில்லை. உண்மையிலேயே நாறுவது வார்த்தையா அல்லது அதிகாரமா என்ற புரிதலோடு இத்தகைய சொலவடைகளை நெருங்க வேண்டும்.

நாட்டுப்புறவியலில் அப்பட்டமாகப் பேசப்படும் பொருள்கள் குறித்து முகம் சுளிப்பவர் உண்டு. ஆலன் டண்டிஸ் என்னும் ஆய்வாளர் தரும் பதில் இது: நாட்டுப்புறவியல் கண்ணாடி மாதிரி. நமது பண்பாட்டைக் காட்டும் கண்ணாடி. பார்ப்பவரின் முகம் அசிங்கமாக இருந்தால் கண்ணாடியைக் குற்றம் சொல்லக்கூடாது.[2]

தமிழ்ச் சொலவடை ஒன்று இதே கோட்டில் சிந்திக்கிறது.

முகம் ஆகாதிருந்தா
கண்ணாடி என்ன செய்யும்?

குறும்புப் பேச்சு மனிதர்களை இணைக்கவும் செய்கிறது; விலக்கவும் செய்கிறது. கேட்பவரை இணைக்கிறது. கேலிக்குள்ளாகும் மூன்றாவது மனிதனை விலக்குகிறது. விலக்கல் இல்லாத இணைப்பு எங்கே இருக்கிறது?

குறும்புப் பேச்சுகளில் சில காயப்படுத்தவும் செய்கின்றன. குறும்புப் பேச்சுக்குக் குற்றங்களைச் சுட்டிக்காட்டும் நோக்கம் இருந்த போதிலும், குற்றங்களைத் திருத்துவதற்குக் காயப்படுத்தும் குறும்புப் பேச்சுகள் உதவா. அவமதிப்பின் வழி உண்டாகும் நகைச்சுவை (Humour by insult) வெற்றுச் சிரிப்பு சிரிக்க மட்டுமே உதவும்.

தன் சொந்த பாரத்தை இறக்கி வைக்க, குறும்புப் பேச்சு பெரிதும் உதவுகிறது. இதுவே குறும்புப் பேச்சின் மிக முக்கியமான பயன்பாடாகும். நோவுற்ற மனத்தை, அது முறிந்து போகாமல் குறும்பு காப்பாற்றுகிறது.

உளவியலாளர்கள் கருத்துப்படி பல்வேறு கட்டுப்பாடுகளால் ஒடுக்கப்பட்ட ஆற்றலைப் பாதுகாக்கவும் சமயம் பார்த்து வெளிப்படுத்தவும் நகைச்சுவைப் பேச்சு உதவுகிறது.

கேலிக்குரிய பொருள் இதுதான் என்று வரையறைப்படுத்த முடியாது. ஒரு நேரத்தில் அழகு; மற்றொரு நேரத்தில் அழகின்மை; ஒரு நேரத்தில் ஒழுங்கு; மற்றொரு நேரத்தில் ஒழுங்கின்மை; ஒரு நேரத்தில் புத்திசாலித்தனம்; மற்றொரு நேரத்தில் அறியாமை - என எல்லா எதிர் நிலைகளுமே கேலிக்குள்ளாகின்றன. சந்தர்ப்பங்கள்தான் கேலிக்குரிய பொருளைத் தேர்ந்தெடுக்கின்றன; தீர்மானிக்கின்றன.

4.2. மிகைப் பேச்சு

மிகைப் பேச்சும், மட்டந்தட்டிப் பேச்சும் சொலவடைக்குப் பிடித்த இனிப்புகள்.'³

இயல்பாகப் பேசாமல் கற்பனை சேர்த்து மிகைப்படுத்திப் பேசுவது மிகைப்பேச்சு!

உணர்ச்சி அழுத்தம் பெறும்போது மிகைப்பேச்சு புறப்படுகிறது. மிகைப்பேச்சு எப்போதும் சிரிப்பை வரவழைக்கிறது.

மிகைப் பேச்சுதான் நம் கஷ்டத்தைப் பிறர் புரிந்துகொள்ள வழி என்று கருதுகிறோம். சின்னஞ்சிறு வயதில் இருந்தே மிகைப் பேச்சு பேசக் கற்றுக்கொள்கிறோம். நாலு வேலைகளைத் தாய் அடுக்கிச் சொன்னதுமே பிள்ளை கேட்கிறது - 'நான் இருக்கவா? சாகவா?'

எத்தனை உண்மை உணர்வுடன் கத்திச் சொன்னாலும் மிகைப் பேச்சு காமெடிக் காட்சியாக மாறுவதைத் தவிர்க்க முடியாது.

சொலவடைகளிலும் மிகைப் பேச்சுகள் கேட்கின்றன. கற்பனை நிறைந்த மிகைப் பேச்சுகள்; விமர்சன மிகைப் பேச்சுகள்; அடுத்தவனின் மிகைச் செயல்பாடுகள் மீது பாயும் மிகைப் பேச்சுகள்.

ஆறு இன்னும் ஒரு காதத்தில் வரும் என்று சொன்னதுமே கோவணம் நனைந்துவிடக்கூடாது என்று அவிழ்த்துக் குடுமியில் கட்டிக் கொண்டவனை நாம் கண்டதில்லை. அதீத முன் ஜாக்கிரதைக்காரனை இப்படிக் கற்பனை செய்து மிகைப் பேச்சால் கிண்டல் செய்கிறது சொலவடை.

ஆறு காதம்ங்கிற போதே
கோவணத்த அவுத்துக் குடுமியில கட்டுனானாம்!

ஒசியில் வரும் சிறுசட்டிக் குழம்புக்காக ஆறு மரக்கால் கம்பு இடித்து வைத்துச் சாப்பிடக் காத்திருந்தவளைப் பார்த்திருக்கிறோமா? எதிர்பார்ப்பு உள்ளவளை இடித்துக் காட்டும் மிகைப் பேச்சு இது.

அடுத்த வீட்டுக் குழம்பை நம்பி
ஆறு மரக்கா கம்பு இடிச்சாளாம்!

கதவுதான் தனக்கு எப்போதும் பாதுகாப்பு என்று நினைத்துக் கொண்ட முன்ஜாக்கிரதைக்காரனைப் பற்றிய கேலி இது.

கதவப் புடுங்கி கக்கத்துல வச்சுக்கிட்டுப் போனானாம்!

ஒவ்வோர் எட்டையும் ரொம்ப எச்சரிக்கையாக எடுத்து வைப்பவன் இவன்:

மதுரைக்குத் திருடப் போறவன்
மானாமதுரையிலயே பம்மல் போட்டானாம்!

ஒருவர் படு நிதானம் என்றால் மற்றொருவர் மிக அவசரம்! அவசரப்பட்டவள் இவள்:

தையில கல்யாணமாம்!

ஆடியிலேயே தாலி கட்டிக்கிட்டாளாம்!

கருமிகளைக் கேலி செய்யும் மிகைப்பேச்சு, சொலவடைகளில் ஏராளம்! கற்பனை ததும்பும் மிகைப் பேச்சுகள்!

- *விலைமோர்ல வெண்ணெய் எடுத்துத்*
  தலைமகனுக்குக் கல்யாணம் பண்ணுவா!
- *எள்ளப் பிச்சு எழுபது பேருக்குப் பங்கு வச்சானாம்!*

- *பீயில அரிசி பெறக்கி*
  பிள்ளையாருக்குப் பொங்க வச்சி
  மிச்ச அரிசிய முனியப்பனுக்கும் பொங்க வச்சாளாம்!
- *ஓசியில உலவச்சு*
  காந்தல்ல களிய கிண்டுவாளாம்!

(காந்தல் - அணைந்த அடுப்பின் சூடு)

முன்யோசனையின்றிக் காரியம் செய்துவிட்டுப் பிறகு பதறுவோர் மீதும் சொலவடையின் மிகைப் பேச்சு பாய்கிறது.

பட்டுப்புடவ இரவல் கொடுத்து
மணையையும் தூக்கீட்டுப் பின்னால அலைஞ்சாளாம்!

மணையைத் (உட்காரும் பலகை) தூக்கிக்கொண்டு அலைந்தது - இரவல் வாங்கியவள், தரையில் உட்கார்ந்து தன் சேலையை அழுக்காக்கிவிடக்கூடாது என்பதற்காக!

சிலருடைய அர்த்தமற்ற போலிப் புலம்பல்களைக் கேட்டுக் கேட்டுச் சகிக்காமல் புறப்பட்ட மிகைப் பேச்சு இது: தற்கொலை செய்யத் தேர்ந்தெடுக்கப்பட்ட வழிகளில் கேலியும் கற்பனையும் கைகோர்த்திருக்கின்றன.

ஒரு கொட்டாங்கச்சியில் தண்ணிய ஊத்திக்
குபுக்குன்னு பாஞ்சாளாம்!
அப்பவும் சாவு வரலையாம்!
நல்லெண்ணெயும் கேப்பக் களியும்
நாலுமாசம் சாப்பிட்டாளாம்!
அப்பவும் சாவு வரலையாம்!
வீட்டுக்குள்ள கவுறப் போட்டு
வெளிய நின்னு எட்டிப் பாத்தாளாம்!
அப்பவும் சாவு வரலையாம்!

அதிகாரத்தில் இருப்போரிடம் இருந்தும் இத்தகைய புலம்பலைக் கேட்டால் எரிச்சல் அதிகமாகிறது.

ஊர் ஆளுற ராஜாவுக்குப்
பேல எடம் கெடைக்கலையாம்!

சிறிய காரியங்களுக்குச் செய்யப்படும் பெரும் முயற்சிகள் - அந்த முயற்சிகளில் அடங்கியிருக்கும் கோமாளித்தனம் ஆகியவற்றையும் மிகைப் பேச்சுகளின் வழி சொலவடை கேலி செய்கிறது.

- *பணியாரத்த கடப்பாரை வச்சு எடுத்தானாம்!*
- *வெங்கலப் பூட்ட ஒடைச்சு*
  வெளக்குமாறு களவாண்டானாம்!

- இத்து விழுகுற எலுமிச்சம்பழத்துக்குப்
 பத்துப் பேரு பதுங்கி வாராங்க!

இப்படிப்பட்ட முயற்சிகளில் தெரிவது வெறும் அலட்டல்தான்; உருப்படியான பலன் இல்லை என்கிறது சொலவடை. பிள்ளைக்குப் பேர் வைத்த கதை இது:

- அழிச்சுக் கழிச்சுப் போட்டு
 கடைசியில வழிச்சு நக்கின்னு பேர் வச்சாளாம்!

- கோலத்துக்குப் பிள்ளை பெத்து
 கோபால சமுத்திரம்'னு விட்டாளாம் பேரு!

தடபுடலான முயற்சிகள் மட்டுமல்ல அக்கறையின்றிப் பலவீனமாகச் செய்யப்படும் முயற்சிகளும் கேலியில் இருந்து தப்ப முடியாது.

இருமுறப்ப கட்டுன தாலி
தும்முறப்ப அந்து போச்சு!

சிறிய முயற்சிகளைச் செய்துவிட்டுப் பெரிய மாற்றங்களை எதிர் பார்ப்போர் மிகைப் பேச்சின் அடுத்த இலக்கு.

நரி குசு விட்டுச்சாம்!
கடல் கலங்கிப் போச்சாம்!

பிடிக்காதவர்களின் தோல்வி என்றால் மிகைப் பேச்சு உற்சாகமாய்க் குதித்துக் கிளம்புகிறது.

- மாராயக் கொக்கு மரம் வெட்டப் போச்சாம்!
 கோரை தட்டி விட்டுக் குடல் அந்து போச்சாம்!

(மாராயக் கொக்கு - வயதுக்கு வந்த பெண்)

- பொன்னரசி பூவரசி புள்ள உண்டாகி இருந்தாளாம்!
 உமிக் கருக்குப் பட்டு
 புள்ளக்கரு கலைஞ்சு போச்சாம்!

பிறர் நடிப்பு உண்டாக்கும் எரிச்சலிலும் மிகைப் பேச்சுக்களைக் கொட்டுகிறது சொலவடை. மரியாதை என்ற பெயரில் அரங்கேறும் நடிப்பை விளக்கும் கற்பனைக் காட்சி இது:

அண்ணன் பெரியவன்; கேக்கக் கூடாது!
அப்பா! நீ போய்ச் சுருட்டுக்கு
நெருப்பு எடுத்துட்டு வான்னானாம்!

பயந்த நடிப்புக்களை வெளுக்கும் சொலவடைகள் இவை:

- செத்த பாம்பு கொத்த வருது!
 அத்தை நான் மாட்டேன்னாளாம்!

- *காகம் கர்னுச்சாம்!*
  புருசனைப் போய் அப்பான்னு கட்டிக்கிட்டாளாம்!
- *ஆடு கடிக்குதுன்னு*
  இடையன் உறியேறிப் பதுங்குனானாம்!
- *விடிய விடியக் களவாம்பானாம்!*
  விடிஞ்சதும் பயமா இருக்குன்னு சொல்லி
  உறியில தொங்குவானாம்!
- *தண்ணியில எறங்குன்னா*
  தவள கடிக்கும்பா!

கண்ணீர் கொட்டும் நடிப்புக்களையும் சொலவடை அறியும். இது - எந்தப் பொருள் மீதும் வரும் கண்ணீ ர்!

ஆசை பெரிசுன்னு
உரலக் கட்டி அழுதாளாம்!

இது - எந்த இடத்திலும் வரும் கண்ணீர்.

கல்யாண வீட்ல பந்தக்கால கட்டி அழுகுறவ
செத்த வீட்ல சும்மா இருப்பாளா?

அலட்டலும் ஆடம்பரமும் கூட எரிச்சல் பொங்கும் மிகைப் பேச்சுகளுக்குக் காரணிகள் ஆகின்றன.

உலக்கையால காது குத்தி
உரலால தக்கை போட்டாளாம்!

(தக்கை - காதணியின் மறை)

அறியாமையும், அசட்டுத்தனமும் எப்போதும் சொலவடையின் கேலிப்பொருள்கள். நம்ப முடியாத - நம்பக்கூடாத உதவிகள் மீது நம்பிக்கை வைத்த அப்பாவித்தனம் இது -

ஆனை மூத்திரத்தை நம்பி
கட்டுச் சோத்தை அவுத்தானாம்!

வாழ்க்கையைத் தேடும் லட்சணம் இது -

ஆனையத் தேடி குடத்துக்குள்ள கை விட்டானாம்!

சிலர் தங்கள் அறியாமையை மறைத்துச் சவடால் பேசினாலும், அவர்களின் உளறலைச் சொலவடை கண்டுபிடித்துவிடுகிறது.

பாண்டவரத் தெரியாதா?
கட்டில் காலு போல மூணு பேர்னு
வாயால சொல்லி ரெண்டு விரலக் காட்டி
நிலத்தில் ஒரு கோடு போட்டானாம்!

அறியாமையைப்போல முட்டாள்தனமும் மிகைப்பேச்சுக்கு இடமாகிச் சிரிப்பை வரவழைக்கிறது.

சகுனம் நல்லாருக்குன்னு
பொழுது விடியுற வரைக்கும் கன்னம் வச்சானாம்!

விரக்தியிலும் கூட மிகைப் பேச்சு வருகிறது.

எழுபது தரம் மழை பேஞ்சாச்சு!
எருமைக் கொம்பு நனையல!

4.3 பரிகாசப் பேச்சு

நகைச்சுவையின் ஒரு வடிவம் பரிகாசம். பிறரை மட்டந் தட்டுவது பரிகாசத்தின் முக்கிய நோக்கம்.

பிறர் என்பவர் யார்? தோற்றத்தால், படிப்பால், பதவியால், செல்வத்தால் மற்றவர்களைப் பின்னுக்குத் தள்ளிவிட்டு ஒளி வீச முன்னால் வந்து நிற்பவர்கள்.

ஆனால் இவர்கள் மட்டுமே பரிகாசப் பொருள் என்ற முடிவுக்குப் போகமுடியாது.

தன் மீதும், தன்னைப் போன்றோர் மீதும் கூட பரிகாசம் பாய்கிறது. தன்னைப் போன்ற சகமனிதனின் செயல்பாடுகள் கண்ணை உறுத்தும்போது வழக்கமான கோபத்தை விட அதிக கோபமும் வருகிறது. அந்த வேளைகளில் அப்பாவிச் சகமனிதனும் அடி வாங்குகிறான்.

வெற்றி பெற்றவர்களைக் கேலி செய்யும் பரிகாசம் - சொலவடை மனிதனுக்கு ஓர் ஆயுதம்.

வெற்றி பெற்றவர்கள் தன் மீது திணித்த தாழ்வு மனப்பான்மையை உதற, தான் ஒன்றும் குறைந்தவனில்லை என்று தன் சுயமரியாதையை நிலைநாட்ட, சிறந்தவை, மேன்மையானவை என்று கொண்டாடப் படுபவற்றையெல்லாம் ஒப்புக்கொள்ளாமல் மறுக்க, வெளிப்படையாகத் தெரியும் தோற்றம், வெளிச்சம் எதையும் தான் நம்பத் தயாராயில்லை என்று பிரகடனப்படுத்த, பரிகாசம் அவனுக்கோர் ஆயுதம்.[4] அவன் கைவசம் உள்ள சொற்ப ஆயுதங்களில் அதுவும் ஒன்று.

4.3.1. தோற்றம்

தோற்றம்தான் பரிகாசத்தின் முதல் இலக்கு. கறுத்த மனிதனைப் பற்றிய குறும்புப் பேச்சுகள் இவை:

- *இருக்குற இடத்த விளக்கேத்தித்தான் பாக்கணும்!*
- *ஆனைச் சிவப்பிலயும் அதிக சிவப்பு!*

பருத்த உடம்பும் கேலிக்கு இலக்குதான்!

பொந்து விழுந்த பூசனிக்கா போறதப் பாரு!
அங்க ரெண்டு தொலுக்கு பெத்து வாரதப் பாரு!
(தொலுக்கு - உதை)

இது முகம் பற்றிய கேலி -

முக்காத் துட்டு தில்லாலே!
முகரயப் பாத்தா நல்லாலே!

இது முழியைப் பற்றிய கேலி -

முழிக்கிற முழியப் பாரு!
முனியாண்டி கோயிலப் பாரு!

இது பல்லின் மேல் விழுந்த பரிகாசமும், பரிதாபமும்!

பெரிய பல்காரி
அழுதாலும் குத்தம்! சிரிச்சாலும் குத்தம்!

பெண் என்றால் அவள் கூந்தலைச் சுற்றிப் பரிகாசம்!

- *பதினாறுக் கூந்தலு!*
  பாயப் போட்டுச் சிக்கெடுக்கிறா பாரு!
- *மூணு மூணு மயித்துக்காரி! முக்காப்படி ஈருக்காரி!*
  நல்லெண்ணெ வாங்கித் தாரேன்
  நைனாக் கொண்டை போட்டுக்கடி!

கண்ணுக்கு அழகாகத் தெரியாதபோது மட்டுமல்ல, அழகாகத் தெரிந்துவிட்டாலும் கேலிதான்!

- *அழகு ஒழுகுது! நாய் வந்து நக்குது!*
  ஓட்டப் பான கொண்டு வா பிடிச்சு வைக்க!
- *அழகுப் பெண்ணே காத்தாடி!*
  உன்னை அழைக்கிறான்டி கூத்தாடி!

4.3.2. முரண்

பட்டம், பதவி, புகழ், மிடுக்கு ஆகியவற்றுக்கும் உண்மையான செயல்பாட்டுக்கும் இடையே எப்போதும் முரண்பாடு உள்ளது. அந்த முரண்பாடு சொலவடையின் முக்கியமான கேலிப்பொருள்.

பிரபல்யமான காக்கா
பீ திங்கப் போச்சாம்!

பேருக்கும், ஆளுக்கும் இடையே உள்ள முரண்பாடுகளைச் சொல்லும் சொலவடைகள் இவை:

- *ஒருச்சாண் வரப்பு தாண்டமாட்டான்*
  பேரு தாண்டவராயன்!
- *பிள்ளை புழுக்கை*
  பேரு முத்து மாணிக்கம்

(புழுக்கை - வளர்ச்சி குன்றியவன்; வேலைக்காரன்)

- *தடவிப் பிடிக்க மயிரில்ல*
  பேரு கூந்தல் அழகி!
- *குனிஞ்சு ஒரு துரும்பு கிள்ளிப் போடச்*
  சீவன் இல்லாமப் போனாலும்
  பேரு என்னவோ பனைபிடுங்கி!

இங்கே பேர் என்பது வைத்த பேர் மட்டுமல்ல; அவரவர்திட்ட மிட்டு மேடைகளில், அரங்குகளில், சுவரொட்டிகளில், சமூக வாழ்வில் சேகரித்துக்கொண்ட பேர்களும் கூட.

அந்தப் பேருக்கும் உண்மை நிலைக்கும் ஒரு தொடர்பும் இல்லை.

- *பேரு பெத்தப் பேரு!*
  தாகத்துக்கு நீலு லேது!

(நீலு லேது - தண்ணீர் இல்லை)

- *பூலோக முதலியார் பட்டம்*
  புகுந்து பாத்தா பொட்டல்!
- *அண்ட நிழல் இல்லாமப் போனாலும்*
  பேரு மட்டும் ஆலால விருட்சம்!

பெயர்களைப் போலத்தான் பேச்சுகளும். பேச்சுக்கும் செயலுக்கும் இடையே உள்ள தூரம் ஏராளம்.

இது தன் சக்திக்கு மீறிய நம்ப முடியாத பேச்சு -

- *தம்பி கால் நடையில*
  பேச்சு பல்லாக்கில!
- *தம்பி வார்த்தைய*
  வண்டியில வச்சுத்தான் இழுக்கணும்!

இது உண்மைக்கு முரணான பேச்சு; உதவாத பேச்சு -

சீனி சக்கரை சித்தப்பா!
ஏட்டில எழுதி நக்கப்பா!

ஆள் நோஞ்சானாகவும், வார்த்தை மட்டும் சவடாலாகவும் அமைந்த பேச்சு இது

- *என்னைத் தூக்கி விட்டு*
  எங் கோமணத்தையும் கட்டிவிட்டா
  ஏழுபேர வெட்டிச் சாய்ப்பேன்னானாம்!

வரந்தரும் தெய்வீக வார்த்தைகளுக்குள் ஒளிந்து நிற்கும் கோரிக்கை இது -

பசியாம இருக்க வரந் தாரேன்!
பழையது இருந்தாப் போடுன்னானாம்!

பேச்சைப் போலத்தான் செயல்பாடும்.

உண்டாக்கிய பரபரப்புக்கும் செய்யப்பட்ட காரியத்துக்கும் இடையே உள்ள முரண் இது -

- *மோகனப் பொண்ணு தண்ணிக்குப் போறா*
  மோள தாளத்தோட
- *குடுகுடுன்னு ஓடி குடுமியச் செரைச்சானாம்!*

சிறிய காரியமும் பெரிய விளம்பரமுமாய் இன்றுவரை தொடரும் முரண் இது:

ஆழாக்கு அரிசி! முழாக்கு பானை!
முதலியார் வர்ற வீறாப்பைப் பாரு!

சாப்பாடு விசயத்தில் வேறொரு விதமான முரண் இருக்கிறது. தோற்றம் சாதாரணமாக இருக்கிறது. நம்பி இலை போட்டால் திகைப்பு உண்டாகிறது.

- *குதிரை நொண்டின்னாலும்*
  கொள்ளு திங்கிறதில ராஜா!
- *ஊசி போல தொண்டை!*
  ஊரணி போல வயிறு!

ஊர்ப் பேச்சுக்கும் உள் வீட்டுச் சங்கதிக்கும் இடையே உள்ள முரண் இது:

- *வாழ்றா வாழ்றான்னு மதுரையெல்லாம் பேரு!*
  அவ ஆக்கித் திங்கிற பானை அம்பத்திரெண்டு ஓட்டை!
- *பெருமைக்குப் பெரிய மக வாழுறா!*
  புடைக்கச் சொளவு இல்லாம மொத்துப்பட்டுச் சாகுறா!

சாரமின்மையும் வெற்றுத் தடபுடலும் வேறொரு விதமான முரண்

- *மக பொழச்ச பொழப்புக்கு*
  மாசம் எட்டு விளக்குமாறு!
- *வெள்ள வேட்டிக்கு வெள்ள வேட்டிக்கு*
  வெளிச்சம் போட்டவரு!
  பீடி வாங்கக் காசில்லாம லொட்டாப் போட்டவரு!

(லொட்டா - தாளம்)

- *சாப்பாடு இல்ல வீட்ல!*
  ஏப்பம் பரிபூர்ணமாம்!
- *உள்ள புழுக்கடி! வெளிய மினுக்கடி!*
- *வெளிய வெள்ளக் கட்டு*
  உள்ள சொள்ளக் கட்டு!

(சொள்ளை - சொத்தை)

- *உள்ள பாத்தா ஓக்காளம்*
  வெளியே பாத்தா நிமிட்டாம் பூச்சி

(ஓக்காளம் - குமட்டல், வாந்தி; நிமிட்டாம் பூச்சி மின்மினிப் பூச்சி)

- *வெங்காயம் கருவேப்பில இரவ!*
  எம்புருசன் கணக்குப்பிள்ளை சேவ!

(இரவ - இரவல்; சேவ - சேவை, வேலை)

வெளியே தெரியும் வெற்றுத் தடபுடலைக் கொண்டு ஒருவரை எடைபோட்டு விடவும் முடியாது.

- *எச்சிக் கையால காக்கா விரட்டாதவ*
  எள்ளு மாவால கோலம் போட்டாளாம்!
- *தாராளம் தண்ணி பட்ட பாடு!*
  நீச்சத்தண்ணி நெய்பட்ட பாடு!
- *சுத்தக்கார வீட்டில் சுவரெல்லாம் பொத்தல்!*

ஆசையில்லாதவர்கள் போலக் காட்டிக்கொள்பவர்களையும் சொலவடைகள் நம்பத் தயாரில்லை.

நெத்திலி மீன வாயில கவ்விக்கிட்டு
பசியில்லாத பூனை பரதேசம் போச்சாம்!

மரபுகளை மீறிய சில முரண்பாடுகள் கேலியோடு ஆச்சர்யத்தையும் கொடுக்கின்றன.

- *வெடிக்காரன் புள்ள*
  குசுவுக்குப் பயந்துச்சாம்!
- *ராசா பெஞ்சாதி*
  வரையோடு இரவல் கேட்டாளாம்!

(வரையோடு - உடைந்த பானையின் கழுத்துப் பகுதி)

4.3.3. நாடகம்

பேச்சிலும் செயலிலும் வெகு இயற்கையாகக் காட்டிக் கொண்டாலும் கண்முன்னே நடக்கும் நாடகங்களை உள்ளம்

அறியாமல் போகாது. அந்த நாடகங்களைச் சொலவடைகள் குறும்போடு சுட்டிக்காட்டுகின்றன.

வாய்ப் பிரியங்கள் நடத்திக் காட்டும் நாடகம் இது -

கடிச்ச பாக்குல காப்பாக்கு கொடுக்காத பெரியாத்தா
காரியாபட்டி வரைக்கும்
நான் பெத்த மகளே நான் பெத்த மகளேன்னு
வழியனுப்ப வருவாளாம்!

வித்தியாசமான பேச்சும் பிறர் கண்களுக்கு நாடகம் ஆகிறது.

பூரணம் பொறுக்க முடியாம
புருசனப் போய் அப்பர் னாளாம்!

தடபுடலான உபச்சாரங்கள் பெரிய எதிர்பார்ப்பைக் கிளப்பி விட்டு ஏமாற்றத்தைப் பரிசளிக்கும் நாடகம் இது -

இடி இடின்னு இடியாப்பம் பிழிஞ்சு
காப்பித் தண்ணியக் குடுத்து கப்பலேத்தி விட்ருவாக!

அனைவருக்கும் பொதுவானது - உரிமையானதைக் கூட தன்னுடைய பொருள் போல உபசரித்து வழங்கும் வள்ளல்கள் நடத்தும் நாடகம் இது

- *ஆத்தில போற தண்ணிய*
  அய்யா குடி! ஆத்தா குடிங்கிறான்!
- *ஆத்தில ஆயிரங் காணி*
  தானம் பண்ணுவான்!

எவ்வளவு இருந்தாலும் போதவில்லை என்று கண்ணீரைக் கொட்டி அனுதாபத்தைப் பெற சிலரால் முடிகிறது.

எள்ளுக்கருக்குச் சேலை இருவத்திரெண்டு முழம்!
சுத்து எட்டலையின்னு சுண்டுறா கண்ணீரை!

எதற்கோ வந்த கண்ணீரை அன்பின் அடையாளமாக மாற்றவும் நாடகக்காரர்களுக்குத் தெரிகிறது.

மாமியா செத்த ஆறாம் மாசம்
வாசப்படி தட்டி கண்ணீர் வந்துச்சாம்!

சாப்பாட்டுப் பந்திகளில் நடக்கும் நாடகங்கள் தனி. சிலர் பிகு பண்ணிவிட்டு, பிறகு அள்ளித் தின்கிறார்கள்.

- *சலிப்போடு சம்பந்தி*
  இழுத்தா ஏழு இலை!
- *சடச்சுக்கிட்ட சம்பந்தி எட்டுருண்டை களி தின்னாளாம்!*
  நம்ம வீடா வாசலா இன்னம் ரெண்டு களி
  சேத்துச் சாப்பிடுன்னு அலுத்துக்கிட்டாளாம்!

சிலர் தின்றுவிட்டு பிகு பண்ணுகிறார்கள்.

ஆடு திம்பாளாம் ரெண்டு ஆடு!
ஆட்டக் கண்டா சீச்சீ ம்பாளாம்!

சிலர் அப்பாவிப் பேச்சுகளின் வழி தின்று தீர்க்கிறார்கள்.

எனக்கென்ன தாயா? பிள்ளையா?
பூசனிக்கா அளவு கூழ் கரை.

சிலர் அனுதாபக் கண்ணீர் வடித்தபடியே சாப்பிட்டு முடிக்கிறார்கள்.

அண்ணன் வீடு கெட்டுப் போகும்னு
அம்பது உருண்டை களி தின்னாளாம்.

சிலர் அடுத்தவன் பேரைச் சொல்லிச் சாப்பிட, சிலர் ஒன்றுந் தெரியாதவர் போலப் போக்குக் காட்டிச் சாப்பிட்டுவிடுகிறார்கள்.

- *பிள்ளையார் பேரைச் சொல்லிப் பூசாரி தின்னானாம்!*
- *ஒண்ணுந் தெரியாத சின்னப் பாப்பா*
  பானை தின்னுச்சாம் பன்னிக்கறி!
- *பிள்ளையச் சாக்கிட்டு பூதம் முழுங்குது!*

பணிவாக நடக்கிறவர்கள் சிலர், யாருக்கும் தெரியாமல் தின்கிறார்கள்.

விசுவாசப் பூனை
கருவாட்டைத் தூக்கீட்டுப் போச்சாம்!

எந்த வேலையும் செய்யாமல் சாப்பிடத்தான் சிலருக்கு இஷ்டம்!

கொட்டிக்கிழங்கு பறிக்கச் சொன்னா
கோவிச்சுக்கிடுவார் பண்டாரம்!
அவிச்சு உரிச்சு முன்னால வச்சா
அமுது கொள்வார் பண்டாரம்!

எந்த நேரமும் சாப்பிடாதவர்கள் போலவே பரிதாபமாகத் தங்களைக் காட்டிக்கொள்வோர் சிலர்:

வெளியில சொன்னாளாம் வெரதம்னு
கையில நாறுச்சாம் கருவாடு!

நொண்டிச் சாக்குக்காரர்களின் நாடகம் தினசரி நாம் காணக் கூடியதுதான்.

சிறுமலை சுத்துற சின்னக்காளுக்கு
மணவறை சுத்த மயக்கமாம்!

சிறு வேலைகளைச் செய்ததுமே, அப்பாடா! வசனங்கள் கேட்கும் அலுப்பு நாடகங்களுக்கும் சொலவடையில் ஒரு குட்டு!

அலுப்பு மெத்த அலுப்பு!
சிலுப்பு மெத்த சிலுப்பு!
(சிலுப்பு - அலட்டல்)

4.3.4 கர்வம்

மப்பு, கொழுப்பு, ராங்கி, சிலும்பல் என்று கர்வத்தைச் சொலவடை பல பெயர்களிட்டு அழைக்கிறது. இவற்றுள் சொலவடைக்குப் பிடித்தமான சொல் மப்பு! ராங்கி என்பது பெண்களை நோக்கிச் சொல்லப்படுவது என்கிறார் கி.ரா.[5]

- *திண்ட மப்பு*
  தீபாவளிக் கொழுப்பு
- *ராங்கி ரயில் ஏறுது*
  மப்பு டிக்கெட் எடுக்குது!
- *ராங்கி மிஞ்சி ரூம் போடுது*
  ஆக்கிப் போட ஆள் தேடுது!
- *ஒப்புக்கு மாரடிக்காதே*
  மப்புக்கு மாவிடிக்காதே!
- *மப்பு பிடிச்ச மலையப்பா!*
  கொப்ப பிடிச்சு தொங்கப்பா!
- *மப்பு உப்பு கேக்குது!*
  அள்ளிப் போட ஆள் கேக்குது!
- *சிலுப்பிகாட்டி திருணை போட்டாளாம்!*
  அது மழைபேஞ்சி கரைஞ்சி போச்சாம்!

கர்வப் பேச்சு உண்டாக்கும் எரிச்சலைச் சொல்லவே வேண்டாம்.

எருமைக்காரனோடு போனாலும்
பெருமைக்காரனோடு போகக் கூடாது!

என்கிறது ஒரு சொலவடை. கர்வப் பேச்சை விட எருமை மிதி தேவலையாம்!

சிலரின் கர்வப் பேச்சு அவர்கள் உடுத்திய துணியில் எல்லாம் வழியுதாம்!

வாய்க்கொழுப்பு சேலையில வடியுது!

வசதிகள் வரும்போது கர்வப் பேச்சுகளும் கூட வருகின்றன.

தங்கப் பாம்படம் காத்தில!
அவ தாளிக்கிறாளே பேச்சில!

கர்வம் கொண்டவர்களைக் கேலி செய்கையில் பாவம் அவர்களுடைய உறவினர்களின் தலைகளும் உருள்கின்றன.

> அடங்காத மக வயசுக்கு வந்திருக்கா
> அப்பனக் கூப்புடு உப்புமா கிண்ட!

கர்வத்தின் அடையாளமாகக் கொம்பு இருக்கிறது.

> ஆட்டுக்கும் மாட்டுக்கும் ரெண்டு கொம்பு!
> அய்யம்பிடாரிக்கு மூணு கொம்பு!

கர்வத்தை எடை போட்டும் பார்க்கிறது சொலவடை:

> மொனை முக்காப்படி! கனம் காப்படி!
> அளந்து பாத்தா ஒன்னே காப்படி!

(மொனை-ரோசம்; கனம்-கர்வம், பெருமை)

4.3.5. டம்பம்

> ■ பச்ச மீனைப் பட்டுல கட்டுனானாம்!
>
> ■ ஆமணக்கு எண்ணெய் எடுத்து
>   குண்டி கழுவுனானாம்!

- என்ற சொலவடைகள் டம்பத்தைப் புரிந்துகொள்ள உதவும். வீண் பகட்டுக்காகச் செய்யப்படும் காரியங்களை டம்பம் என்று சொல்வதுண்டு. சில நேரங்களில் இது - ஜம்பம்!

> முதலியார் ஜம்பம்
> விளக்கெண்ணெய்க்குக் கேடு!

வசதிகள் போய் வறுமையடைந்த செல்வந்தர் (முதலியார்) தன் வறுமை பிறருக்குத் தெரியக்கூடாது என்பதற்காகச் சாப்பாட்டு இலையில் சாப்பிட்ட பின் விளக்கெண்ணெயைத் தடவி வெளியே போடுவாராம் - பார்க்கிறவர்கள், இன்னும் நெய்க்குப் பஞ்சமில்லாத வீடு என்று நினைத்துக்கொள்வதற்காக!

பகட்டும் அலங்காரமும் கண்களை உறுத்துகின்றன; பரிகாசச் சொலவடைகள் ஆகின்றன.

பெண்கள் வட்டாரத்துச் சொலவடைகளில் பகட்டின் மீதான பரிகாசம் உச்சத்தில் இருக்கிறது. பகட்டி, கொணட்டி, குலுக்கி என்று கேலிச்சொற்கள் அணி வகுக்கின்றன.

> ■ பகட்டி முத்தம்மா!
>   பல்லக் குத்தம்மா!
>
> ■ பகட்டியப் பாம்பு கடிச்சுச்சாம்!
>   பாக்கப் போனவள தேளு கடிச்சுச்சாம்!

■ *கொணட்டி கொழம்பு வச்சாளாம்!*

கொதிக்காம எறக்கி வச்சாளாம்!

■ *மச்சான் பெண்டாட்டி மசக்கி!*

கொழுந்தன் பெண்டாட்டி குலுக்கி!

(மசக்கி - கர்ப்பவதி; குலுக்கி - அலங்காரி. இருவரும் உதவ மாட்டார்கள்)

அலங்கரித்துப் போவது ஆட்டம் போடுவது போல கண்ணுக்குத் தெரிகிறது.

ஆட்டுடி ஆட்டுடி அச்சங்குளத்தா!
அப்படி ஆட்டுடி ஆலங்குளத்தா!
திருப்பி ஆட்டுடி திருமங்கலத்தா!

அலங்காரங்கள் பெரும்பாலும் இரவல் அலங்காரங்களாக இருக்கின்றன.

இரவல் பாம்படம் இரவல் தண்டட்டி
இலங்குதடி பெண்டாட்டி!
குறுங்கழுத்து நல்லாருக்கு!
குடுக்க வேண்டாம் பெண்டாட்டி!

அலங்காரம் செய்துகொண்டு வேலை பார்க்காமல் இருக்கும் பெண்களுக்கு வித்தாரக் கள்ளி என்ற சிறப்புப் பட்டமும் உண்டு.

வித்தாரக் கள்ளி வெறகுக்குப் போனாளாம்!

கத்தாழை முள்ளு கொத்தோட தச்சுச்சாம்!

இந்தப் பகட்டு, வேலைக்கு ஆகாது என்று சமூகம் புரிந்து வைத்திருக்கிறது.

குண்டி மினுக்கி அருவா தீட்டுமுன்னே
உள்ள பயினியும் கள்ளாப் போயிரும்!

பகட்டு குடியைக் கெடுக்கும் என்ற பயமும் இருக்கிறது.

பச்சை மிளகா! பரு மிளகா! பவுட்டு சக்களத்தி!
எங்க அண்ணன் குடியைக் கெடுக்க வந்தா
சிமிட்டி சக்களத்தி!

(பவுட்டு - பகட்டு)

பகட்டுக்குப் பின்னால் உருப்படியாக ஏதும் இருக்கிறதா என்று தேடிப் பார்த்து ஒன்றுமில்லை என்று கைவிரிக்கிறது சொலவடை.

ஆளு மினுக்குத்தான்; ஆபீசில ஒண்ணுமில்ல
சேல மினுக்குத்தான்; செக்குரலுல ஒண்ணுமில்ல!

4.3.6. ஆர்ப்பாட்டம்

வீண்பெருமையும், வெற்று ஆர்ப்பாட்டமும் பகட்டைப் பின் தொடரும் நிழல்கள்.

சிறு விசயங்களுக்கெல்லாம் பெரிய ஆர்ப்பாட்டம் நடக்கிறது.

- *அதிசயமான குசு வருது*
  புள்ளையப் புடிடா புருசா!

- *ஆடை கிடையாத கழுதைக்கு ஆடை கெடைச்சுச்சாம்!*
  அண்ணனுக்குச் சொல்லிவிட ஆளு விட்டாங்களாம்!

- *முள்ளிக்கா மனுசிக்கு*
  மூணாளு தூது!

சின்னஞ் சிறுசுகளும் ஆர்ப்பாட்டம் நடத்துகின்றன.

- *கொட்டு மம்பட்டி*
  கொலவ போடுது!

  (கொட்டு - சிறிய)

- *வெங்காயத்துக்கு ஏழு சுத்து கண்டாங்கியாம்!*

சிறிய வெற்றிகளைக் கொண்டாட தினசரி ஆர்ப்பாட்டங்கள்!

- *அதிசயமான ஊர்ல ஒரு பிள்ளை பிறந்துச்சாம்!*
  அது தொப்புள் கொடி அறுக்கிறதுக்குக் கப்பல் ஏறுச்சாம்!

- *பகுசுக்காரன் காட்டுல துகிலிக்கீரை முளைச்சுச்சாம்!*
  அதப்பிடுங்க அறுபது ஆள் கேட்டானாம்!

காரியத்தைத் தொடங்கு முன்னே ஆர்ப்பாட்டம் தொடங்கி விடுகிறது.

கிணறு தோண்டு முன்னே
தவள குட்டப்புழுதி ஆக்குச்சாம்!

ஒருவரைப் பார்த்து ஒருவர் ஆடும் ஆர்ப்பாட்டம் இது -

- *சின்னஞ்சி ஆடுதாம்! சிவனஞ்சி ஆடுதாம்!*
  புள்ளையக் கொஞ்சம் புடிச்சுக்கோ!
  நானும் கொஞ்சம் ஆடுறேன்!

  (சின்னஞ்சி, சிவனஞ்சி - கேலிப் பெயர்கள்)

- *கூட வந்த பெருச்சாளி கூடையத் தூக்கீட்டு ஆடுச்சாம்!*
  பாக்க வந்த பெருச்சாளி செருப்பத் தூக்கீட்டு ஆடுச்சாம்!

ஆர்ப்பாட்டங்களில் எப்போதும் விசயங்கள் விடுபட்டுப் போகின்றன.

கல்யாணச் சத்தத்தில
தாலிகட்ட மறந்தானாம்!

வீண்பெருமைகளைச் சலித்துப் பார்த்தாலும், உரசிப் பார்த்தாலும் உண்மை ஒரு துணுக்கும் இல்லை.

- *பெருமை ஒரு முறம்*
  புடைச்சு எடுத்தா ஒண்ணுமில்ல!
- *பெருமை பீத்தக் கலயம்*
  குடிக்கிறது ஓட்டக் கலயம்
- *நேத்து வந்த மவுசு*
  ஒரசிப் பாத்தா தெரியும்!
- *பெருமைக்குச் சோறு கட்டி*
  புழக்கடையில் போய் அவுத்தாளாம்!

ஆர்ப்பாட்டமும் இரைச்சலும் கண்ணையும் காதையும் அடைத்து நிற்கின்றன. இந்த ஆர்ப்பாட்டங்களுக்கு அர்த்தமும் இல்லை; அஸ்திவாரமும் இல்லை.

- *பத்தினி பட பட!*
  பானைச்சட்டி லொட லொட!
- *கடபுடா கரிச்சட்டி*
  விடிஞ்சு பாத்தா வெறுஞ்சட்டி!

பிரமாண்டமான தோற்றங்களும் நெருங்கிப் பார்த்தால் பொத்தல் விழுந்து தெரிகின்றன.

- *நாகலாபுரம் கோட்டை*
  நாலு பக்கமும் ஓட்டை!
- *இங்கிருந்து பாக்க இங்கிலீசு கோட்டை!*
  கிட்டப்போய்ப் பாத்தா டமாஸ் கோட்டை!
  பிட்டுப் பாத்தா புளியங்கொட்டை!
- *நாணயம் மெத்த! நடுவீடு பொத்த!*

(மெத்த - அதிகம்; பொத்த - பொத்தல்)

பெரிய பெரிய உத்தியோகத் தம்பட்டங்களும் வெத்து வேட்டுக்களாகவே இருக்கின்றன.

- *உத்தியோகம் தடபுடல்!*
  சேவிக்கிறவர் இன்னார் இவர் என்றில்லை!
  சம்பளம் கணக்கு வழக்கு இல்லை!
  குண்டைய வித்து நாலு வராகன் அனுப்பச் சொல்லு!

(குண்டை - காளை; வயலில் ஒரு பகுதி)

- *ஈரோடு தாராபுரம் இன்ஸ்பெக்டர் வேலை!*
  அங்க போய்ப் பாத்தா ஈரு புடுங்குற வேலை!

தம்பட்டத்துக்கும் அசல் வாழ்க்கைக்கும் உள்ள இடைவெளி இது.

பகல்ல பட்டணம் சுத்தி
ராவுல கொட்டை நூத்தாளாம்!

(கொட்டை நூத்தல் - பஞ்சு நூற்றல்)

ரகசியப் பேச்சுகளில் எல்லாம் உள்ளீடற்ற வறட்டுப் பெருமைகள் கிழிபடுகின்றன.

- *கசுமுசு கத்தாழையாம்*
  அவ காதுல கெடக்குறது பித்தாளையாம்
- *செல்வத்தில் பிறந்த சீரங்க நாச்சியாருக்கு*
  வண்டியில வருகுதாம் வரையோடு!
- *பொழைச்ச பொழப்புக்குப் பொண்டாட்டி ரெண்டு!*
  காவேரி ரங்கனுக்கு மேவேட்டி ரெண்டு!
- *கொத்தவரங்கா அடுப்பில கொத்துச்சாவி இடுப்பில*
  புதுச்சேரி ராமசாமி போட்டதெல்லாம் பித்தளை!

ரகசியப் பேச்சுகளில் சுவையானது ஜெயித்தவர்கள் பெற்ற தோல்வி பற்றிய பேச்சுத்தான்.

- *ஆசையா மச்சான்னு கூப்பிட்டாளாம்!*
  அடி சிறுக்கின்னு அறைஞ்சானாம்!
- *புதுசாப் போட்டாளாம் தோடு!*
  புருசன் போட்டானாம் சூடு!

பொறாமைப்பட்ட மனங்களுக்கு இந்தச் சூடு ஓர் ஆறுதல்.

எத்தனை ஆர்ப்பாட்டங்களுக்குப் பின்னாலும் கண்ணுக்குத் தெரியாத ஒரு பிடுங்கல் இருப்பதைச் சொலவடைக் கண்கள் காணுகின்றன.

இது ஆணுக்குக் கிடைத்த வசதியும் கொத்தும் -

வண்டியில குண்டி வச்சு வடக்க தெக்க போறவரே!
வண்டியில தேள் இருந்து எங்கன கொத்துச்சு?

இது பெண்ணுக்குக் கிடைத்த வசதியும் கொத்தும் -

கொட்டுமாம் கொட்டுமாம் தேளு!
சாச்சுக் கொட்டுமாம் தேளு!
சாயச் சேலையும் சல்லடக் கொப்பும் போட்டா
சேத்துக் கொட்டுமாம் தேளு!

(சாயச் சேலை - வண்ணப் புடவை; சல்லடக் கொப்பு - பெண்ணின் காதணி; தேளு - கணவன்)

அலங்கார ஆர்ப்பாட்டங்களைக் கேலி செய்கின்றன சொலவடைகள்.

காலச் சுத்தி கம்பி வேட்டி
கழுத்தைச் சுத்தி ஏத்தாப்பு!
எங்க மச்சான் போறானே
பொட்டைக் கோழி மேலே!

(ஏத்தாப்பு - கழுத்தில் போடும் கைக்குட்டை; துண்டு)

கேலி செய்வதோடு நிற்காமல், அலங்கார ஆர்ப்பாட்டங்களால் நினைத்ததைச் சாதித்துவிட முடியாது என்று எச்சரிக்கவும் செய்கின்றன.

காத்துட்டு துண்டு வாங்கி காதோரம் சுங்கங் கட்டி
இறுக்கி இறுக்கிக் கட்டுனாலும் சிறுக்கி வரப்போறதில்ல

வெற்று ஆர்ப்பாட்டக்காரர்கள் பிரச்சினைகளின்போது நிற்க மாட்டார்கள் என்றும் சொலவடைகள் கிண்டல் செய்கின்றன.

படபட பப்பாளித் தோட்டம்
படுத்த பாயச் சுருட்டிக்கிட்டு எடுத்தான்டி ஓட்டம்!

4.3.7. கொண்டாட்டம்

விழாக் கொண்டாட்டங்களில் வெளிப்படையாக ஒரு பங்கேற்பு இருந்தபோதும், உள்ளூர ஒரு விலகலும் இருக்கிறது, சொலவடை மனிதர்களிடம்.

கடவுளுக்காக நடக்கும் திருவிழாக்களும் இதற்கு விதிவிலக்கல்ல. பக்தி பெருக்கும் தேரோட்டங்கள் எல்லாம் நையாண்டிப் பேச்சுகளில் சிக்குகின்றன.

- *மூணே முக்கா நாழிகையில*
  நாலே முக்கா தேரோட்டம்!
- *திருவாரூர்த் தேரோட்டம்*
  திரும்பிப் பாத்தா நாய் ஓட்டம்!

கல்யாண வீட்டுக் கொண்டாட்டங்கள், ருசியான பரிகாசப் பேச்சுகளின் சமையல் கூடங்கள் ஆகின்றன.

- *வளையா மாரிக்குக் கல்யாணம்*
  வளைஞ்சு கொட்டுடா மேளம்!

(வளையா மாரி - உடல் வளையாத பெண்)

- *அழுக்கு மூஞ்சிக்குக் கல்யாணமாம்!*
  அன்னைக்கிப் பிடிச்சுச்சாம் அடைமழை!
- *இரவல் துணியாம்! இரவல் துட்டாம்!*
  இழுத்துக் கொட்டு மேளத்தை! இறுகக் கட்டு தாலியை!

இது கல்யாண வீட்டு வாணவேடிக்கைகள் குறித்த கேலி -

- *அரைத்துட்டில கல்யாணம்*
  அதுல கொஞ்சம் வாணவேடிக்கை!
- *வங்குவத்தி கல்யாணத்துக்கு*
  வாணவேடிக்கைக்கு ஆள் விடுங்க!

(வங்கு - சொறி)

இவை விருந்துகள் குறித்த வேடிக்கைச் சொலவடைகள் -

- *ராசா வீட்டுல கல்யாணமாம்!*
  விட்டாராமாம் புளி ரசத்தை!
- *அப்பாசாமிக்குக் கல்யாணம்! அவரவர் வீட்ல சாப்பாடு!*
  கொட்டு மேளம் கோவில்ல! வெத்தல பாக்கு கடையில!
  சுண்ணாம்பு சூளையில!
- *மகாராசா வீட்டுக் கல்யாணத்தில*
  நீராகாரம் நெய்பட்ட பாடு!

எரிச்சல் மிகும்போது, பரிகாசமும் எல்லை மீறுகிறது.

தொட்டாச் சிணுங்கிக்குக் கல்யாணமாம்!
சுடுகாட்டுல போய்ப் பந்தி வச்சாங்களாம்!

பரிகாசம் கல்யாண வீட்டுக் கொண்டாட்டங்களோடு நிற்காமல், பொண்ணு மாப்பிள்ளைகள் மீதும் தாவுகிறது.

ஆத்தாடி மாப்பிள்ளைக்கு ஏத்தாப்பு பாரு!
பூமுடிஞ்ச பொண்ணுக்குப் பாம்படத்தப் பாரு!

4.3.8. பெருமையும் சிறுமையும்

தன் சுயமரியாதையைக் காத்துக்கொள்ள பெரியதையும், தனக்குள் ஊறும் அகம்பாவத்தை இறக்கி வைக்க சிறியதையும் மட்டந் தட்டிப் பேசுகிறது சொலவடை மனம்.

பெரியதன் மீதான பரிகாசம் யார் காலிலும் விழாத தன்மானத்தைக் கொடுக்கிறது.

மெத்தப் படித்ததாலும், தீவிர முன்யோசனைகளாலும் நடைமுறை அறிவைக் கைவிட்டவரைக் கிண்டல் செய்யும் சொலவடைகள் இவை.

- *ரொம்பப் படிச்சவ*
  பெட்டி எடுத்துத் தண்ணிக்குப் போனாளாம்!
- *எல்லாஞ் சொல்லுமாம் பல்லி!*
  கழனிப் பானையில விழுமாம் துள்ளி!

இந்தச் சொலவடைகளோடு ஆப்பிரிக்கப் பழமொழிகளையும் சேர்த்துப் பார்த்தால் மக்களின் உளவியலைப் புரிந்துகொள்ளலாம்.

- *கவனமான ஆளு ஆத்தைக் கடக்க
முதலை மேல ஏறுனானாம்!*
- *கூர்பார்வைக்காரனுக்குப்
பௌர்ணமி அன்னைக்கித்தான்
நிலா தெரியுமாம்!* (பழமொழிகள் - ஆப்பிரிக்கா)

நெளிவு சுளிவுகளோடு பிழைக்கத் தெரிந்தவர்கள் பற்றி இந்தச் சொலவடை -

காலத்துக்கு ஏத்தபடி
பெருச்சாளி காவடி எடுத்து ஆடுதாம்!

வழிகாட்டிகளை வாரும் சொலவடை இது -

தீர்க்கதரிசி
பீங்கான் திருடி!

விவரந் தெரிந்தவர்களை - சாதுர்யமானவர்களைப் பரிகசிக்கும் சொலவடைகள் இவை -

- *சாதுர்யப் பூனை மீன் இருக்க
புளியங்காயக் கொண்டு போச்சாம்!*
- *கோளாறுக்காரி குடம் கொண்டு
தண்ணிக்குப் போனாளாம்!
டமுக்குன்னு போட்டு டிமுக்குன்னு ஒடைச்சாளாம்!*
- *வாயடிச்சவ சந்தைக்குப் போனாளாம்!
வாங்கி வந்தாளாம் சூத்தக் கத்தரிக்கா!*
- *அழுத்தக்காரன் புழுத்த கத்தரிக்கா வாங்குனானாம்!*
- *சம்பிராயக் கோழி
சாமம்போல முட்டை இட்டுச்சாம்!*

(சம்பிராயம் - சாதுர்யம்)

- *விதை முத்தின வாழக்கா
புளி இல்லாமக் கொதிக்குதாம்!*
- *மார்க்கமான கோழி தோலுமுட்டை இட்டுச்சாம்!
தோலு முட்டை தொங்குமுட்டையாப் போச்சாம்!*

(மார்க்கம் - ஒழுக்கம்; அறிவு)

- *வித்தைக்காரிக்கு மாப்பிள்ளை
வந்து நிக்குறானாம் தோப்பில!*

சாமர்த்தியசாலிகள் வீட்டு மரணமும் கேலிப்பொருள்தான்:

- *வித்தைக்காரி பெத்த புள்ள விடியக்காலம் செத்துச்சாம்!*
  அத்தை வந்து மாரடிக்க மத்தியானம் செண்டுச்சாம்!
- *செல்லச் சிறுக்கி புருசன் செவ்வாக்கிழம செத்தானாம்!*
  வீடு வெறிச்சாப் போகுமின்னு
  வெள்ளிக்கிழமை எடுத்தாளாம்!

மரணமே கேலிப்பொருளாகும்போது பிறப்பு தப்பிக்குமா?

வித்தைக்காரி பெத்த புள்ள
விடியுங்காட்டியும் அப்பா ன்னுச்சாம்!

இது எந்த நேரத்திலும் சுத்தம் பார்ப்பவனைக் கிண்டலடிக்கும் சொலவடை -

சுத்தக்காரனுக்கு
மூணு இடத்தில பீ!

ஒழுக்கத்துக்கு காரணமாக மனக்கட்டுப்பாட்டைச் சொல்வதுண்டு. சொலவடை சொல்லும் காரணம் வேறு. வாய்ப்பு இல்லாமை என்பதுதான் சொலவடை முன் வைக்கும் காரணம்.

- *இடவசதி இல்லாப்*
  பதி விரதை!
- *ஆரும் அகப்படாத் தோஷம்*
  மெத்தப் பதிவிரதை!

வாய்ப்பு உள்ளவர்கள் எப்படி நடந்து கொள்கிறார்கள் என்பதையும் சொலவடை சொல்கிறது.

பொட்டுலுப்பட்டி நாட்டாமைக்காரன்
பொட்ட அரட்டு அரட்டுறான்
அவன் பொண்டாட்டி சவடிக்காரி
கெட்ட அழைப்பு அழைக்கிறா!

(சவடி - காதில் அல்லது கழுத்தில் போடும் நகை)

அதிகாரங்களைக் கைப்பற்றியவர்கள் குறித்த குறும்புச் சொலவடைகள் இவை:

- *கேணப் பய ஊர்ல கிறுக்குப் பய நாட்டாமை!*
- *ஊமை ஊர்ல உளறுவாயன் கிராம்ஸ்!*

(கிராம்ஸ் - கிராம முனிசீப்)

- *எச்சி இலைக்கு ஏஜெண்டு*
  குப்பைத் தொட்டிக்குக் குமாஸ்தா!

- மொனையில குத்தி சேவகனுக்கு
  மொய்யரிசி சம்பளம்!

பெரியவர்கள் என நாம் நம்புகிறவர்களையும் சொலவடைப் பரிகாசம் விட்டு வைக்கவில்லை. கொடுக்கிறவர்கள் கிடைத்தால், பெரியவர்களும் பறித்துவிடுவார்கள் என்கிறது சொலவடை.

கொடுக்கிறவனக் கண்டா
கொணச்சிக் கொணச்சி ஆடுமாம் சாமி!

பெருமைகள் அடிவாங்கையில் சொலவடை மனங்கள் கொண்டாடிக் கொள்கின்றன.

பூவுள்ள மங்கையாம் பொன் கோடியாம்!
போன இடம் எல்லாம் செருப்படியாம்!

பெருமை, புகழ், பிறப்பு, ஒழுக்கம், சாதுர்யம் எனக் கொண்டாடப் படுபவை அனைத்தையும் பரிகாசம் செய்யும் சொலவடை எளிய, சிறிய ஜீவன்களுக்குப் பரிகாசத்தில் இருந்து விலக்கு அளித்து விடவில்லை.

சிறு சிறு அதிகாரங்களை நோக்கி எளியவை நகரும் போதெல்லாம் கேட்கும் சொலவடைகள் இவை:

- மொட்டைப் பருக்கை முதலாளி பட்டம் கேட்டுச்சாம்!
- நாட்டாமை செய்யுதாம் ஆட்டுப் புழுக்கை!
  கணக்குப் பாக்குதாம் கட்டை வெளக்குமாறு!

எளியவர்களின் இல்லாமையும் சொலவடையின் பரிகாசப் பொருள்தான்.

தாய் கேட்டுப்பட்டி தகப்பன் சாவடிப்பட்டி
தங்கை மோருப்பட்டி தமக்கை சாதப்பட்டி

சௌகர்யங்களைப் பற்றி நினைத்துவிட்டால் பரிகாசம் இன்னும் கூர்மையாகிறது.

பருக்கை பதங்கேட்டுச்சாம்
பன்னருவா சொகுஸ் கேட்டுச்சாம்!

சிறிய மனிதர்கள் துள்ளிக் குதித்து வேலையில் இறங்கினாலும் பரிகாசம்தான்.

சொருகிக் கிடந்த அகப்பையும்
சோறு அள்ளப் புறப்பட்டுச்சு!

அகப்பை, பருக்கை, பன்னருவா, புழுக்கை, விளக்குமாறு - எல்லாம் மனிதர்களின் அடையாளங்கள்தான். எளிய மனிதர்களின் அடையாளங்கள்!

இவை மட்டுமா? எறும்பு, எலி, பூனை, ஆட்டுக்குட்டி போன்றவைகளும் சாதாரண மனிதர்களின் அடையாளங்கள்தான்.

சிறியவை பலம் பெறக் கனவு காணுகையில் சொலவடை வந்து கனவைக் கலைக்கிறது.

எறும்பு வரம் கேட்டுச்சாம்
நான் கடிச்சு எல்லோரும் சாகணும்னு!

பெரியதைப் போலச் சிறியது பாவனை செய்வதைக் கேலி செய்யும் சொலவடை இது:

எல்லாரும் உலாத்துனாங்கன்னு
எலியும் தன் வால உலாத்துச்சாம்!

சிறியவற்றின் கொண்டாட்டங்களையும், உற்சாகங்களையும் பரிகாசம் செய்யும் சொலவடைகள் இவை:

- *பூனைக்குக் கும்மாளம் வந்தா*
  பீத்தப் பாயச் சுரண்டுமாம்!
- *தவிட்டுப் பானைக்குள்ள எலி குமரி ஆச்சாம்!*
- *துள்ளாதே துள்ளாதே ஆட்டுக்குட்டி*
  என் கையில் இருக்கு சூரிக்கத்தி!

யாராலும் பாராட்டுப் பெறாத சிறிய ஜீவன்கள் தம்மைத் தாமே பாராட்டிக் கொண்டாலும் சொலவடைப் பரிகாசம் கிளம்பிவிடுகிறது.

- *தாம்பெத்த பிள்ளைய தானே சீராட்டுமாம்*
  காம்பு இல்லாத கத்தரிக்கா!
- *அதை மெச்சிக்கிடுமாம் அரிசிக் கொழக்கட்டை!*
  தானா மெச்சிக்கிடுமாம் தவிட்டுக் கொழக்கட்டை!

4.4 நக்கலும் வசையும்

4.4.1 நக்கல் பேச்சு

நோக்கங்களும் அர்த்தங்களும் அற்றுப் புறப்படும் கேலிப் பேச்சுகளை நக்கல் எனலாம். ஒருவிதத்தில் இது - இடக்குப் பேச்சு!

எல்லாவற்றையும் கிண்டல் செய்து பார்க்கும் ஆர்வமும் ஆசையுமே நக்கல் பேச்சின் அடிப்படைகள். மாமன் - மச்சான், கொழுந்தன் - மதினி, முறை மாப்பிள்ளை - முறைப்பெண் உறவுமுறைகளில் - ஓய்ந்த நேரப் பேச்சுகள் எல்லாம் நக்கல் பேச்சுகளாக இருக்கின்றன.

சும்மங்கதிரைக் கண்டா கை சும்மா இருக்காது!
அத்தை மகளைக் கண்டா வாய் சும்மா இருக்காது!

எப்போது இந்தக் காரியம் ஆகும் என்று கேட்டால்,

தலை இருக்கிற இடத்தில
கழுத்து வரட்டும்! (அப்ப பாத்துக்கலாம்!)

என்கிறார் நக்கல் பேச்சுக்காரர்.

பிரச்சினைக்குத் தீர்வு கேட்டாலும் நக்கல் தோன்றிவிடும்.

தகப்பனக் கொன்ன பாவம்
மாமியா வீட்ல ஆறு மாசம் இருந்தாப் போகும்!

பாராட்டுவது போல மட்டந் தட்டுகிற நக்கல் பேச்சுகள் ஏராளம். இவை சில உதாரணங்கள்.

- *தவுட்டுக்கு வாங்குன புள்ளய*
  தரங்கெட்டுப் பேசாதடி!
- *ஈயப் போலச் சுத்தம்*
  எறும்பைப் போல பலம்!
- *மாதம் காதவழி*
  மானாப் பறப்பான்!
- *அய்யா பேரச் சொன்னா*
  சுண்ணாம்புச் சட்டிய நாய் நக்குமாம்!
- *பிள்ளை நல்ல பிள்ளைதான்!*
  பொழுது போனாக் கண்ணு தெரியாது!
- *பரந்த மனசுக்காரி! விழுந்து விழுந்து கும்பிட்டாளாம்!*
- *கிழவி கிழவின்னு கேவலமாப் பேசாதிங்க!*
  மதுரையில் ஒரு கிழவிக்கு மறு சடங்கு!
- *நாணயமான கீரை நாறலில முளைச்சுச்சாம்*
- *ராஜா இல்லாத ஊருல*
  சம்பளம் இல்லாத மந்திரியாம்

ஒப்பிட்டுப் பேசும் பேச்சுகளிலும் நக்கல் தலை தூக்குவதுண்டு.

அவளுக்கு இவ எந்திரிச்சு உம்பா!
(உம்பா - உண்ணுவாள்)

மற்றவள் எப்போதும் உட்கார்ந்தபடியேதான் இருப்பாள் என்பது உள்பொருள்.

பிள்ளையில நல்ல பிள்ளை எதுன்னு கேட்டா
அதோ வீட்டுக் கூரைல ஏறி
கொள்ளி வச்சிக்கிட்டிருக்கானே அவன்தான்னானாம்!

சொலவடைகளும் சொன்னவர்களும் | 101

மற்ற பிள்ளைகள் இதை விட மோசம்; அவர்களே கொள்ளிகளாக இருக்கிறார்கள் என்பது அர்த்தம்.

மிகை உணர்ச்சிகள் எப்போதும் நக்கலுக்கு ஆளாகின்றன. இனி திரும்பி வரவே மாட்டேன் என்று பொசுக்கெனக் கோபங் கொண்டு போனவள் என்ன ஆனாள்?

பொல்லா கோபக்காரி!
போன அன்னைக்கி இருந்துட்டு புதன்கிழமை வந்துருவா!

கோபத்தால் ஆகப்போவது எதுவுமில்லை என்ற யதார்த்தம் வெளிப்படும் நக்கல் பேச்சு இது -

கோவிச்ச குண்டி
வெறுங் குண்டி!

மீசையில் மண் ஒட்டாத தன்மானப் பேச்சுகளும் நக்கலுக்கு ஆளாகின்றன.

பந்தியிலேயே வேணாம்னுட்டாங்க!
இவன் இலை பொத்தல் எந்திரிச்சிட்டேங்கிறான்!

சற்றுப் பிகு பண்ணிக் கொண்டாலும் நக்கல் பேச்சு உண்டு.

கொடுக்கிறவன் கொடுத்தாத்தான்
கொடங்கொண்டு தண்ணிக்குப் போவாளாம்!

நம்பாத அடிமனம் சொலவடை மனம். அவன் முந்தி மாதிரி இல்லை. இப்ப மாறிட்டான்! என்றால் அந்த மாற்றத்தை நக்கல்காரர்கள் இப்படித்தான் அங்கீகரிக்கிறார்கள்.

பயித்தியம் மாறிப் போச்சு!
உலக்கைத் தடி கொண்டு வா கோவணங் கட்ட!

நக்கலுக்குத் தப்பித்தது எதுவுமில்லை. முதுமையும் அனுபவமும் கூட நக்கல் பேச்சின் சிரிப்புக்குள் விழுகின்றன.

- மகா மனுசி மண்டை நரைச்சவ
  செவ்வாக் கிழமைக்குச் செருப்படி பெத்தவ!
- காரணமாக கல்கத்தாவில சாகுற கெழவி
  புள்ள பெத்தாளாம்!
- ஏ! அப்பத்தா! அப்பத்தா! ஏரோப்பிளான் பாத்தியா?
  நீ சாகப் போற நாளையில சைசுக் கப்பல் பாத்தியா?
- தாடி நரைச்ச கிழவா - ஒன்னத்
  தரையில் போட்டு அழவா?
  வீச நரைச்ச கிழவா - ஒன்ன
  வீதியில் போட்டு அழவா?
  முடி நரைச்ச கிழவா - ஒன்ன
  முக்கில போட்டு அழவா?

வரம்பு கடந்த தீவிரங்களைப் பார்த்துவிட்டால் நக்கல்காரர்களுக்கு வாய் நிறைய அவல்! இது பயந்தாங்கொள்ளிகள் மீது -

நடுக்கம் எடுத்தவனுக்கு
நாப்பதாந் தேதி கல்யாணம்!

இவை அதீத ஏக்கத்தின் மீது -

- *பொண்டாட்டிக்கு அலைஞ்சவன்*
  கோயிலப் போய்க் கட்டிப் பிடிச்சானாம்!
  பிள்ளைக்கு அலைஞ்சவ
  பேயப் போய்க் கட்டிப் பிடிச்சாளாம்!
- *பிள்ளை இல்லாதவ பீச்சேலைய மோந்து பாத்தாளாம்!*

இது அசையா சோம்பேறித்தனத்தின் மீது -

- *உரிச்ச வாழைப்பழமும் அரைச்ச துவையலும்*
  எந்த கடையிலடா விக்குதுன்னு பாத்தானாம்!
- *பூசணம் புடிச்சுக் கெடந்த பய*
  மாட்டுப் பொங்கல் அன்னைக்கி
  வூட்டத் தெறந்தானாம்!

இவை நாக்கைக் கட்டுப்படுத்தாத ஆசைகளின் மீது -

- *பணியாரம் சுட்ட வீட்டுக்குப் பத்துத் தரம் போனாளாம்!*
  அவளும் வெக்கப்பட்டு ஒண்ணு கொடுத்தாளாம்!
- *அரைச்ச தொவையல் காணலைன்னு*
  சக்களத்தி அம்மிய வழிச்சு நக்குனாளாம்!

இது தகுதிக்கு மீறிய ஆசைகளின் மீது -

- *மே உதடு இல்லாதவன்*
  சீங்குழலுக்கு ஆசைப்பட்டானாம்!

(சீங்குழல் - புல்லாங்குழல்)

இது ஆசையைத் தீர்க்கும் உபாயம் பற்றி -

- *தின்னத் தின்ன ஆசை*
  துடைப்பக் கட்டை பூசை!

ஆசைகளுக்கு அடுத்த கட்டமாக, ஆசைப்பட்டவர்களின் விருப்பம் நிறைவேறிய விதம் பற்றி நக்கல் பேச்சுகள் கிளம்புகின்றன. நக்கல் பேச்சுகளில் பல - ஆசைப்பட்டவர்களுக்கு வாய்த்த பொருத்தங்கள் பற்றித்தான்!

- *ஆம்படையான் வேணும்னு அழுதவளுக்கு*
  அந்துக் கண்ணன் வந்து வாச்சான்!

- *சுண்டைக்கா பொண்டாட்டிக்கு*
  வெண்டைக்கா மாப்பிள்ளை!
- *வக்கணைக்காரிக்கு வாச்ச மாப்பிள்ளை*
  தட்டப் பருப்பு போல!

காதில் வாங்காத பேச்சுகள் பற்றியும் நக்கல் புறப்படுவதுண்டு. சொல்வதைக் கேட்காமல் தங்கள் மனதில் இருப்பதைப் பேசுவோர் - செய்வோர் குறித்த சொலவடைகள் இவை:

- *செவிடி செம்பெடுன்னு சொன்னா*
  கட்டிக் கொடுத்தா
  நானா மாட்டேன்னு சொல்றேன்னாளாம்!
- *அடுப்ப ஊதிட்டு வான்னா*
  துடுப்ப தூக்கீட்டு வந்தாளாம்!

குறிப்பிட்ட சில உறவுகளில் எப்போதும் நக்கல் இருக்கிறது.

- *கதிகெட்ட மாப்பிள்ளைக்கு*
  எருமுட்டை பணியாரம்!
- *மஞ்சனத்தி மரத்தைப் பாரு!*
  மதினி போற போக்கைப் பாரு!
- *கூழு இருக்கு குடிங்க மச்சான்!*
  வெல்லம் இருக்கு கடிங்க மச்சான்!
- *மச்சானப் பாக்க உறவும் இல்ல!*
  மயித்தப் பாக்க கறுப்பும் இல்ல!

பெண்கள் மத்தியில் புழங்கும் நக்கல் பேச்சுகளில் அடிக்கடி சிக்குபவர் மாமியார்! எரிச்சல் - ஏளனம் என மாமியார் பற்றிய நக்கல் பேச்சுகள் இவை :

- *மாமியா வீடு நல்ல சவுக்கியமாம்!*
  நாலு நாளைக்குப் போனா நக்கலும் பிக்கலும்!
- *அவசரக் கொழுக்கட்டை அடுப்பில வேகுது!*
  மெல்ல வந்த மாமியாவ கொள்ளை கொண்டு போகுது!
- *மாமியா துணி அவுந்தா*
  வாயாலயும் சொல்லக் கூடாது!
  கையாலயும் காட்டக் கூடாது!

மாமியாரைச் சமாளிக்கும் உபாயமும் இந்த நக்கல் பேச்சுகளில் வெளிப்படுவது உண்டு.

கைத்துப்பைக் கொண்டு காரியம் இல்ல!
வாய்த் துப்பைக் கொண்டு வாழவந்தேன் மாமியாரே!

மருமகள் பற்றிய நக்கல் பேச்சுகளும் இருக்கத்தானே செய்யும்.

- *புதுப்பெண்ணே ! புதுப்பெண்ணே ! நெருப்பு எடுத்து வா!*
  உனக்குப் பின்னாடி இருக்கு செருப்படி !
- *புதுசா வந்த மருமக*
  எரவாணம் எல்லாம் தூத்துத் தெளிச்சாளாம்

(எரவாணம் - எரவாரம் - தாழ்வாரக் கூரை)

எல்லா நகைச்சுவையும் நல்ல ரசனை கொண்டதாகவும் இல்லை; குதூகலம் தரக்கூடியதாகவும் இல்லை; தேவையானதாகவும் இல்லை, நக்கல் பேச்சுகளில் பல ஜாடைப் பேச்சுகள்.

மழையுமில்ல தண்ணியுமில்ல அல்லி படந்திருக்கு!
அவருமில்ல இவருமில்ல புள்ள பொறந்திருக்கு!

இருந்தபோதும் நக்கல் பேச்சுகளில் வெளிப்படும் நூதனக் கற்பனைகள் நகர வாழ்க்கை பழகிய எந்திர மனிதர்களுக்குப் பெரும் வியப்பைத் தருவதும் உண்மையே.

வெளக்குமாத்தைக் கடிச்ச கழுதை
ஈக்கி ஈக்கியாப் பேண்டுச்சாம்!

4.4.2. வசைப் பேச்சு

வசைப் பேச்சு மொழியின் மற்றொரு பரிமாணம். கோபம் காரணமாய்ப் படபட என்று அர்த்தமற்றுக் கொட்டும் வார்த்தைகள், பல நேரங்களில் கொட்டப்பட்டதும் கோபத்தை அணைத்து விடுகின்றன. அர்த்தமற்ற வார்த்தைகளின் சக்தி இது. ஏனெனில் வசை வார்த்தைகளில் இசை நிறைந்திருக்கிறது. ஓசை - சொலவடைகளின ஆதார பலம்.[6]

- *சொறி பிடிச்ச குட்டை*
  சொங்கு சோளத் தட்டை!
- *அதிசயமான ரம்பை !*
  அரிசி கொட்டுற தொம்பை!

(தொம்பை - தொம்பைக் கூடு; தானியம் சேமிக்கும் கூடு)

- *தொட்டாச் சுருங்கி!*
  தொடையில புடுங்கி!
- *சோத்துக்கு வீங்குன நாயே!*
  மாட்டுப் பொங்கலுக்கு வாயே(ன்)!
- *பயித்தியக்காரப் பாங்கி!*
  மீன் கடையிலே தூங்கி!

- போடி போடி பொறுக்கி!
  உன் பொட்டணத்தக் கட்டுடி சிறுக்கி!
- வெறுங்குண்டி அம்மணம்! போட்டுக்கடி சம்மணம்!
- சீமைச் சித்ராங்கி! நாட்டு முள்வாங்கி!
- எங்க வந்துச்சு இரைநாய்?
  பங்குக்கு வந்துச்சு மரநாய்!
- சீசுக்க எருமை செனை எருமை!
  வைக்கலப் பாத்துத் தின்னு எருமை!

(சீசுக்க - சீக்க - காலால் தரையைப் பிறாண்டுதல்)

- கடுகு சீரகமே! கருங்காலக்குடி வெந்தயமே!
  நீ தாளிக்கமாட்டாம தண்டமானம் போடுறியா?...

(தண்டமானம் - சேட்டை; வாலாட்டுதல்)

- புட்டுக் கூடை முண்டத்தில்
  பொறுக்கி எடுத்த முண்டம்!
- மானங்கெட்ட மழுக்கு!
  உப்பைப் போட்டுக் குலுக்கு!
- உன் தாலி அந்து தண்ணிப் பானையில விழ!
- ஏகாதசி கள்ளி ஏறுடி பூந்தேரில!

(பூந்தேர் - பாடை)

- நீ பேசுற பேச்சி!
  என் பீச்சக்காலு தூசி!
- உன் வாக்கும் சரி!
  பீத்தச் சாக்கும் சரி!
- வெறுங் கழுதை வீராப்பு!
  போட்டுக்கடி மாராப்பு!
- எக்கேடும் கெட்டுப்போ!
  எருக்கு முளைச்சுப் போ!
- இஞ்சி தின்ன குரங்கு!
  இருந்த இடத்தில் ஒறங்கு!
- சவடால் பொடி மட்டை!
  தட்டிப் பாத்தா வெறுமட்டை!
- முண்டைக் கண்ணிப் பிள்ளை
  ரெண்டு கண்ணும் நொள்ளை!
- குத்தாலத்துக் குரங்கே! கொப்பை விட்டு இறங்கே!

- *போகையிலே போகையிலே போக்கழிஞ்ச கழுத!*
புளியங்கா புடுங்கையில வயிறெரிஞ்ச கழுத!
- *பட்டபாடு அறியாத பலவட்டை*
எடுத்தாடி பொடிமட்டை!
- *ஓசி நாயே! உறங்கு நாயே!*
விடிக்காலம் ஓடு நாயே!
- *அழகு நெறஞ்ச வடிவு!*
அய்யனார் வீட்டுக் கழுகு!
- *மானங்கெட்ட ஜெஞ்சனக்கு!*
மாட்டுக் கறிக்கு விழுந்து நக்கு!
- *அல்லக்காட்டு நரி*
பல்லக்காட்டுது பாரு!
- *நல்லகுடி நாணயம் தூத்துக்குடி வெங்கலம்!*
- *சாகமாட்டாத சங்கரா!*
ஒனக்கு ஒரு வாயி பொங்கலா?
- *ஏ! கழுதை வீராயி! பழைய சேலை மாராயி!*
- *வௌக்கி எடுத்த வெங்கலத் தவல*
ஒனக்கு என்னடி கவல?
- *ஆடிக்கு அடைபட்டவளே!*
அமாவாசைக்கு வெளிப்பட்டவளே!
- *பகுசுக்காரப் பச்சை!*
ஓம் முகத்தில முழிக்க எனக்கு லச்சை!
- *குட்டை ஏறிக் குரைத்த நாயே!*
சதை வீங்கிச் செத்த நாயே!
- *களி கிண்டும் துடுப்பே!*
உனக்கு என்ன வெறைப்பே!
- *ஊரெல்லாம் சுத்தி! உனக்கென்ன புத்தி!*

சண்டையைத் தூண்டும் வார்த்தைகளும், கோபத்தைக் கிளப்பும் விளிச்சொற்களும் சொலவடைகளில் நிரம்பிவழிகின்றன.

- *பொள்ளாச்சி சந்தையில் புல்லு வித்தவளே!*
புள்ள புள்ள தலைமுறைக்குப் புடுங்கு பெத்தவளே!
- *போடி! ஊமைப் பிள்ளை பெத்தவளே!*
அடி போடி! அது தானும் அத்தவளே!
- *ஊர் மேல போனவளுக்குத் தோள் மேல கொண்டையாம்!*
அதப் போய்க் கேக்கப் போனா லட்புடா சண்டையாம்!

- *மஞ்சள் குளிப்பியா மழுமட்டை!*
  நாந்தினம் குளிப்பேன்டி சிலுப்பட்டை!
- *ஒங்கம்மா மாங்கா தின்னு*
  உன்னை மறைவுல பெத்தாளா?
  எங்கம்மா தேங்கா தின்னு
  என்னைத் தெருவில பெத்தாளா?
- *காணாது கண்ட கம்மங்கஞ்சிய*
  சிந்தாமக் குடியடி சில்லுமூக்கி!
- *மானத்தை மந்தையிலே போட்டு*
  வெக்கத்தை வீதியிலே போட்டு நிக்கிறவளே!
- *எல்லாஞ் சுத்தி வருமாம் பச்சை மாங்கொட்டை!*
  என்னைக் கண்டா முகஞ் சுளிக்குமாம்
  எச்சி மாங்கொட்டை!
- *அடி செருப்பால ஆத்துக்கு அப்பால!*
- *ஏலே! ஏலே! சின்னப்பயலே!*
  ஏழு உருண்ட தின்னிப் பயலே!
  கோழி அடிக்கப் போயி நீ
  கொஞ்சமா திங்கப் போற?
- *திருப்பரங்குன்றம் தேவடியாளுக்குத்*
  திருப்புனாப்புல கொண்டை!
  நான் அழைச்சி வருமுன்னே
  அவளுக்கும் எனக்கும் சண்டை!
- *பூவாசனை அறியாத புனல்வண்டே!*
  எம் புருசனுக்குத் துணை போன கழுதை வண்டே!
- *பீத்தாதடி பீத்தாதடி பீரங்கி ஒதடி!*
  அடிபோடி நாதங்கி ஒதடி!
- *உன்னை அடிச்சுக் கெடத்துனா*
  பத்துக் காணிக்கு உரம் போடலாம்!

எப்படிப் பேசக்கூடாது என்பதற்கும் சொலவடைகளில் பாடம் உண்டு. விசாரிக்கிற லட்சணம் இது:

அக்கன்னா இக்கன்னா!
ஒனக்கு வந்த கேடு என்னா?

பிச்சை கேட்கும் லட்சணம் இது -

உள்ளதைச் சொல்லி மெலிஞ்சேன்!
நொள்ளைக் கண்ணாச்சி பிச்சை போடு!

உதவி கேட்கும் லட்சணம் இது -

சண்டையில்லா ஊருக்குச் சண்டைக்குப் போறேன்!
அடுத்த வீட்டு மூளி வீட்டப் பாத்துக்கடி!

வயிற்றெரிச்சலும் வசைகளாகப் புறப்படுவது உண்டு. இது தாயின் வயிற்றெரிச்சல் -

வெட்டும் புல்லுச் சோத்துக்கும்
விருசமலைக் கீரைக்கும் பெத்த மக்களே!
நா மட்டும் இல்லாட்டா ஒங்கள நாய் கூட மோளாதே!

கோரிக்கை வைத்துத் தோற்ற பக்தனின் வயிற்றெரிச்சல் இது :

- *மடப்பயல் கோவிலுக்குத்*
  தடிப்பயல் பூசாரி!
- *ஆக்கங்கெட்ட கோவிலுக்கு*
  அருள்கெட்ட பூசாரி!

தாய் பிள்ளை அரவணைத்துக் கிடக்கையில், காணப் பொறுக்காத சிலரின் வயிற்றெரிச்சல் இது:

ஊத்த நாரி மேல
ஒறங்குச்சாம் கருங்குரங்கு!

யாருக்கும் மிச்சம் வைக்காமல் தின்று தீர்ப்பவரைப் பார்க்கையில் வரும் வயிற்றெரிச்சல் இது -

திங்குமாம் ஒரு படப்பு!
திரும்பாதாம் ஒரு மடக்கு!

தின்று தீர்த்துவிட்டு, ஆட்டமும் போட்டால் தாங்குவது எப்படி?

- *மங்கு மங்குன்னு ஆடுற தெய்வமே!*
  ஒரு சட்டி மகிலிக்கீரை திண்ட தெய்வமே!
  தொங்கு தொங்குன்னு ஆடுற தெய்வமே!
  ஒரு சட்டி தொகிலிக் கீரை திண்ட தெய்வமே!
- *மானங்கெட்ட காவடி மத்தியானம் ஆடுச்சாம்!*
  எண்ணங்கெட்ட காவடி இருட்டில ஆடுச்சாம்!

சாதாரணமானவர்கள் வசதி பெற்றால் சிலருக்கு ஏற்படக்கூடிய புகைச்சல் இது -

- *வெங்க மூதிக்குத் தங்கப் பாம்படம்*
  போட்டுக் கழட்ட நொண்டித்தட்டான்!
- *வெங்கம் பயலுக்கு ஒருமாடு!*
  அதப் பிடிச்சுக்கட்ட ஒரு ஆளு!

சிறு வியாபாரிகளோடு பேரந் திகையாவிட்டால் உண்டாகும் காட்டம் இது -

ஓவியமான சரக்கு!
ஓடையில கொண்டு போய் எறக்கு!

இடம் - காலம் தெரியாமல் நடந்துகொள்ளும் அசடுகளும் கோப வார்த்தைகளுக்குக் காரணம் ஆகிறார்கள்.

- *ஊர் கெடக்கிற கெடப்பில*
  ஓவாயன் சீட்டி அடிச்சானாம்!
- *சாடை தெரியாத சக்களத்தி*
  கொய்யா மரத்துல ஏறி விய்யா விய்யான்னு
  கத்துனாளாம்!

வசை, சண்டையில் முடியும் போது, வார்த்தைகள் இன்னும் சூடு பிடிக்கின்றன.

- *என்னை ஏதாவது சொன்னா*
  பாத்து ரெண்டு அடி! பாக்காம ரெண்டு அடி!
  தூத்து ரெண்டு அடி! தூக்காம ரெண்டு அடி!

(தூத்து - விளக்குமாற்றால் கூட்டிய பிறகு)

- *அடிடா செருப்பாலே அறநூறு!*
  இந்தாடா நாயே தின்னூறு!

இந்தச் சண்டைகளுக்கு நிஜத்தில் அற்ப ஆயுள்தான். ஆனால், தூண்டிவிட்டால் காலாகாலம் தொடரும். இந்த ஆங்காரச் சண்டைகளைக் கேலிச் சிரிப்புகளாக மாற்றுகின்றன சொலவடைகள்.

- *சக்களத்திக்கும் சக்களத்திக்கும் சண்டை என்னாடி!*
  சாதி கெட்ட மாப்பிள்ளைக்குக் கொண்டை என்னாடி!
  குன்னிமுத்து வாசலிலே கூட்டம் என்னாடி!
  குதிரைக்காரன் வந்தவுடன் ஓட்டம் என்னாடி!

(குதிரைக்காரன் - சிப்பாய்)

- *கீரைக்குச் சக்களத்தி கிண்டி முளைச்சா!*
  வாதுக்குச் சக்களத்தி வந்து முளைச்சா!

சண்டைகள் கண்குளிரும் காட்சிகளாகவும் மாறுகின்றன.

- *சம்பந்தக்காரியும் சம்பந்தக்காரியும் சம்பா நெல்லுக்குள்ள!*
  குதிக்கிற குதியப்பாரு நெருஞ்சி முள்ளுக்குள்ள!
- *அக்கு புக்கு இல்லாதவ*
  தக்கு புக்குன்னு குதிக்கிறா!
- *கார் அரிசிச் சாதம் கருணைக் கிழங்கு துவையல்!*
  அத்தைய சமைக்கச் சொன்னாளாம்
  அவ அகப்பைய எடுத்துக் காட்டுனாளாம்!

சண்டைக்காரர்கள் என்பதையும் தோற்றத்தை வைத்துக் கண்டுபிடிக்க முடியாது என்கிறது சொலவடை. அது உண்மைதான்!

ஆளப்பாத்தா சில்லாரி!
வாயப் பாத்தா மல்லாரி!

(சில்லாரி - சிறியவள்; மல்லாரி - சண்டைக்காரி)

4.5. விடுதலைப் பேச்சு

நகைச்சுவை - பாரங்களை இறக்கி வைக்கும் சுமைதாங்கி ஆகிறது. இந்தச் சுமைதாங்கி இல்லாவிட்டால் சுமை கழுத்தை முறித்துவிடும்.

கசப்பை இனிப்பாக்கும் சொலவடையின் மொழி, கருத்துப் பரிமாற்றத்தில் ஒரு புதிய பாதை; திகைப்பின் இடத்தில் சுவாரஸ்யத்தை வைக்கிற மொழி!

- *ஒண்ணுக்கு ஒண்ணு குறையில்ல.*
  முன்னால கட்டத் துணியில்ல.
- *அங்கேன்டி மகளே கஞ்சிக்கு அழுகுறே*
  இங்கே வந்தா பஞ்சாப் பறக்கலாம்!
- *சேலை இல்லைன்னு சின்னாத்தா வீட்டுக்குப் போனா*
  அவ ஈச்சம்பாயக் கட்டிக்கிட்டு எதுக்க வந்தாளாம்!

- என்ற சொலவடைகளில் தன் சோகமும் பிறர் சோகமும் வருத்தத்தைத் தூண்டாமல் சிரிப்பை மலர வைக்கின்றன.

துயரத்தை வீட்டுக்கு விருந்துக்குக் கூப்பிடும் மனோபலமும் குறும்பு நெஞ்சுகளில் வந்து சேர்கிறது.

வீதியில போற சனியரே!
வீடு முட்ட வந்துட்டுப் போங்க!

சலிப்பு எவ்வளவு இருந்தாலும் இதுதான் வாழ்க்கை என்ற புரிதலும் கூட இருக்கிறது.

உப்பும் இல்ல புளியும் இல்ல உண்டக் கட்டியே!
உன்னை விட்டாக் கதியும் இல்ல உண்டக் கட்டியே!

பட்டினிக்குத் தீர்வு காணும் வீட்டுத் தலைவனின் பேச்சைக் கேளுங்கள்:

எத்துவாரை எத்தி நான் எலி பிடிச்சு வாரேன்!
கேப்பாரைக் கேட்டு நாழி கேப்பை வாங்கித்திரி!

விடுதலைப் பேச்சு கொண்ட சொலவடைகள் துன்பம் வந்தால் கசங்கி அழாதே; துடைச்சிப் போடு என்று பாடம் நடத்துகின்றன. கடன் பட்டார் நெஞ்சம் போலக் கலங்கினானாம்

சொலவடைகளும் சொன்னவர்களும் | 111

இலங்கை வேந்தன். சொலவடைகள் அவ்வாறு கலங்காமல் கூடுதல் கடனுக்குக் கோரிக்கை வைக்கின்றன.

- *கடனோட கடன் கந்தப்பொடி காப்பணம்!*
  (கந்தப் பொடி - மூக்குப் பொடி)
- *தொண்ணூறு கடனோட துவரம் பருப்பு காப்பணம்!*
- *கடனாச்சு உடனாச்சு வீட்டுமேல சீட்டு ஆச்சு!*
  அடிச்சு விடுடா தேவடியா தெருவுல பல்லக்கை!

கூடுதல் கடன் கேட்பதற்கான உளவியல் அடிப்படை என்ன?

- *ஆறுங்கடன்! நூறுங் கடன்!*
  பெருக்கச் சுட்டா பணியாரத்தை!
- *நூறோடு நூறு ஆகுது!*
  நெய்யில சுடுடி பணியாரம்!

கடன் கொடுத்தவனுக்குப் பதில் சொல்லும்போது மட்டும் திருட்டு முழியும் உளறல் மொழியும் வந்துவிடுவது உண்மைதான்.

ஆட்டுக் கறியும் நெல்லுச் சோறும் தம்மா கும்மா!
அந்தக் கடன் கேக்கப் போனா கிய்யா மிய்யா!

கடன் கொடுத்தவனின் கத்தலை எல்லாம் சிலர் பொருட்படுத்து வதில்லை. எந்தக் கத்தலுக்கும் அர்த்தம் இல்லை என்று அவர்கள் புரிந்து வைத்திருக்கிறார்கள். எனவே அலட்டல் இல்லாமல் கோரிக்கை பிறக்கிறது.

கத்து மட்டும் கத்திப் போட்டுச்
கதவச் சாத்திட்டுப் போ!

கடன்காரனைச் சமாளிப்பதற்கான யோசனையும் விடுதலைப் பேச்சில் கிடைக்கிறது:

கடன்பட்டு உடம்பட்டு உடம்பைத் தேத்து மகனே!
கடங்காரன் வந்தா தடியைத் தூக்கு மகனே!

கடன்காரர்களை மட்டுமல்ல விருந்தாளிகளைச் சமாளிக்கும் வழியிலும் ஒரு விடுதலை உணர்வு தெரிகிறது.

வவ்வால் வீட்டுக்கு வவ்வால் வந்தா
நீயுந் தொங்கு! நானுந் தொங்கு!

வறட்டு ரோசங்களால் பயனில்லை என்று புரிந்து கொண்டவர்கள், முடிவுகளில் மட்டுமே கவனமாக இருக்கிறார்கள்.

வெக்கங் கெட்டா கெடட்டும்
தொப்ப நொம்புனா போதும்!

தீர்வுகளிலும் அவர்கள் தெளிவாக இருக்கிறார்கள். கனக்கும் சுமைக்குத் தீர்வு - சுமக்கப் பழகுவதுதான் என்கிறது சொலவடை.

விறகு தலையனுக்கு நோய் வந்தா
விறகு சுமக்கப் போயிரும்!

சொலவடை மனிதர்களைப் பொறுத்தவரை வாழ்க்கையில் ஜெயிப்பது என்பது - துயரங்களில் இருந்து தப்பிப்பதுதான். உயர உயர ஏறுவதற்கு அல்ல - அகப்பட்ட பிடியில் இருந்து தப்பித்து ஓடத்தான் அவர்கள் இந்தப் பாடுபடுகிறார்கள். விடுதலைப் பேச்சுகள் - தப்பித்து அவர்கள் பெருமூச்சு வாங்கும் தருணங்கள்!

பேச்சின் இடையிலும், விளையாட்டின்போதும், செல்லச் சண்டைகளின் போதும் பயன்படுத்தக்கூடிய வேடிக்கைச் சொலவடைகள் தமிழில் ஏராளமாய் இருக்கின்றன. 1990களின் தொடக்கத்தில், அறிவொளி இயக்கத்தின் மூலமாகத் தமிழகம் முழுவதும் சேகரித்த போது வசைச் சொலவடைகளும், வேடிக்கைச் சொலவடைகளுமே மிகுதியாகக் கிடைத்தன. தலைமுறை தலைமுறையாக மறக்க முடியாதவை அவையே! வேடிக்கைச் சொலவடைகள் சில :

- *கடுக்கா புடுக்கா வாணமாம்!*
  ஒங்க வீட்டுக்காரனக் காணமாம்!
- *கத்தரிக்கா கூட்டு கழுகுமலை ரோட்டு*
  அந்நா வாரான் ஏட்டு அவனப் பிடிச்சு மாட்டு!
- *பம்மாத்துக் கடை எந்தக் கடை?*
  பலகாரக் கடைக்கு மேலக் கடை!
- *சாலையில் சாலையில சலப்ப கண்ணாடி!*
  சட்டை போட்ட அத்தானுக்கு ரெண்டு பொண்டாட்டி!
  ஓலப்பாய குறுக்க போட்டு ஓடிப் போனான்டி!
- *என்னாடியம்மா நீலி!*
  எருமைய முழுங்குதாம் கோழி!
- *நல்லா இருந்துச்சாம் நாயம்!*
  அது வெளுத்துப் போச்சாம் சாயம்!
- *ரெண்டரைப் பெட்டியாம் சோளம்!*
  எடுத்து அடிச்சிச்சாம் மேளம்!
- *நல்லாயிருக்கு ஷோக்கு! நெல்லு பிடிக்கிற சாக்கு!*
- *எங்க வீட்டுல விருந்து வைக்கிறேன் வாங்க!*
  இலை வாங்க மறந்துட்டேன் போங்க!
- *அழுத பிள்ள சிரிச்சுச்சாம்!*
  கழுதப் பாலக் குடிச்சுச்சாம்!
- *அமாவாசை இருட்டு! சோத்துப் பானைய உருட்டு!*

- அப்படிச் சொல்லு வழக்க!
  அவ கையில கொடு உழக்க!
  அவ போகட்டும் கிழக்க!
- கழுகு மலை வாழக்கா!
  அவ கதையக் கொஞ்சம் கேளக்கா!
- வேலக்கார சூரக்கா அருவாள எடுத்துட்டு ஓடக்கா!
  அரையணா மந்திரி அழைச்சதும் எந்திரி!
  முக்காத்துட்டு மந்திரி முக்கிக்கிட்டே எந்திரி!
- ஊரைச் சுத்திக் குப்பைக் கீரை
  உப்பில்லாம வேகுது! ஓடியாங்க! ஓடியாங்க!
- வெறும்புள்ள லாலா!
  கெழங்குப் பொட்டிய தூக்கிக்கிட்டு
  கெழக்க போறேன் வாலா!
- மரக்கா களவாணி மாவிடிக்கும் தொந்தாணி!
  சொரக்கா களவாணி சொல்லிவாடி ஓம் பாட்ட!

வேடிக்கை உரையாடல் பழமொழிகள் எல்லா நாட்டு மொழிகளிலும் இருக்கின்றன.

ஆங்கிலத்தில் உள்ள உரையாடல் பழமொழிகள் சில:

- "பழிச்சுப் பேசுன பெண்டாட்டியை
  பதிலுக்கு நீ என்ன பண்ணுனே?"
  "பதிலுக்கு நல்ல வார்த்தைகள்
  மூலம் அவளத் தண்டிச்சேன்!"
  "அப்படியா?..."
  "ஆமா! பைபிள் புத்தகத்தால்தான்
  நான் அவள அடிச்சேன்!"
- "நான் ஒரு கரடியப் பிடிச்சிருக்கேன்"
  "இங்க கொண்டு வா!"
  "அது வராது!"
  "சரி! நீயாவது வா!"
  "அது என்னை விடாது!"

4.6. உரையாடல்கள்... கதைகள்

உரையாடல்களாகவும், கதைகளாகவும் அமைந்த சொலவடைகள் தமிழில் ஏராளம் உள்ளன. தனியாக அவை தொகுக்கப்படவும், ஆய்வு செய்யப்படவும் வேண்டியது மிக அவசியம்.

உரையாடல், கதைச் சொலவடைகளின் ஆதாரமாக நகைச்சுவை இருப்பதை மட்டும் இச்சிறிய பகுதி சுட்டிக் காட்டுகிறது.

4.6.1. உரையாடல்கள்

பேச்சும் எதிர்ப்பேச்சுமாக உரையாடல் சொலவடைகள் அமைந்துள்ளன. எதிர்ப் பேச்சுகள் எல்லாம் குறும்புப் பேச்சுகளாக உள்ளன.

அதை ஏன் எடுத்தே? இதை ஏன் எடுத்தே? என்ற கண்காணிப்புப் பேச்சுகளுக்கும், எங்க போற? எப்படி இருக்கே? போன்ற அர்த்தமற்ற விசாரிப்புகளுக்கும், அது ஏன் அப்படி? இது ஏன் இப்படி? எனத் துளைக்கும் நச்சரிப்புக் கேள்விகளுக்கும் தரப்படும் இடக்குப் பதில்களாக உரையாடல் சொலவடைகள் உள்ளன.

- *ஒனக்கு யார்டா நாட்டாமை கொடுத்தான்னா*
நானும் எம் பொண்டாட்டியுமா
வச்சுக்கிட்டோம் ன்னானாம்!
- *ஏன்டா பட்டப் பகல்ல திருடினேன்னா*
என் அவசரம் ஒனக்குத் தெரியுமாங்கிறான்?
- *ஏன்டா தென்ன மரத்தில ஏறுனன்னா*
கன்னுக்குட்டிக்குப் புல்லு புடுங்கங்கிறான்!
தென்ன மரத்தில ஏதுடா புல்லுன்னா
அதான எறங்குறேங்கிறான்!
- *ஏய் திருடா திருடவா வந்தேன்னா*
உன் வீடு இருக்கிற அழகுக்கு
முழிச்சிக்கிட்டா இருக்கேங்கிறான்!
- *கருத்துள்ள செட்டிச்சி! உனக்குக்*
குளவி எப்படி கொட்டுச்சு?
சங்கஞ் செட்டிக்குள்ள இருந்து
சல்லு புல்லுன்னு கொட்டுச்சு!
- *மைலங்கி! மைலங்கி! பூ எங்கே வச்சே?*
வாடாம வதங்காம அடுப்பில வச்சேன்!
- *வாயாடி! வாயாடி! எங்க போற?*
கைகாரி வீட்டுக்குக் களவாங்கப் போறேன்!
- *கீவேட்டி மேவேட்டி ஏது கிழவான்னா*
நான் வீடு வித்த கதை தெரியாதான்னானாம்!
- *கூடைமேல் கூடை வச்சி குமரிப் பெண்ணே எங்கபோற?*
ஏழுமலை கழிச்சி நான் இளவட்டம் பாக்கப் போறேன்!
- *அரப்பி திருப்பி அகப்பை எங்க வச்சே?*
நிண்டு குலுக்கி நிலைமேல வச்சேன்!
- *வகுத்தில என்னடி பிள்ளை?*
வந்தவன் போனவன் தயவு!

- *ஏன் கொழுக்கட்டை சவுக்கிட்டே!*
ஒரு காசு வெல்லம் இல்லாம நான் சவுக்கிட்டேன்!

(சவுக்குதல் - ருசியில்லாமல் சப்பென்று இருத்தல்)

- *போக்கத்தா! போக்கத்தா! எங்க போன?*
பொழுது விழுந்த இடத்தில் தங்கப் போனேன்!

(போக்கத்தா - போக்கற்றவளே!)

- *எலியோ பூனையோ சரசரங்குது!*
என்னடி சிறுக்கி பயமுறுத்துறே!

- *கொணட்டாதே! கொணட்டாதே! மாலையம்மா!*
நான் சும்மா கொணட்டுதேன் சோலையம்மா!

- *புழுகா! புழுகா! ஒரு பொய் சொல்லு!*
எங்க ஊர்ல கல்லுபயித்தான் காய்
தொடைத்தண்டி காய்ச்சுச்சாம்!

- *அங்கிடு தொடுப்பி எங்கடி போன?*
சின்னண்ணன் செத்த எழவுக்குப் போனேன்!

- *ஏங் கொசுவே முழிக்கிறே?*
ஆமா நான் முழிக்கிறேன் மஞ்சப் பத்தாம!

- *எண்ணங்கெட்ட இதுல தென்னமரம் முளச்சிதாம்!*
என்னத்துக்குன்னு கேட்டானாம்!
அது எணலுக்குன்னானாம்!

- *சிறுசிறுத்தான் செம்பிறிக்குட்டி*
நீ ஏன் இப்படிக் கெடக்கிறே?
நாலாறு நரிய தின்னுபுட்டு
நடக்க மாட்டாம நொடக்குறேன்!

- *உரல் நக்கிச் சின்னாத்தா*
உன்ன நம்பி நான் வந்திருக்கேன்!
அப்பன்னா நீ தெக்க நக்கு! நான் வடக்க நக்குறேன்!

- *பொசுக்கு கெட்ட மத்தாளம் பொத்து பொத்துன்னுச்சாம்!*
அது என்ன கோளாறுன்னு கேட்டதுக்கு
நனைஞ்ச கோளாறுன்னுச்சாம்!

- *மானங்கெட்ட மல்லாரி மாலை எங்க போட்ட?*
மாரியப்பன் தெப்பத்துல ஊறல்ல போட்டேன்!

- *அரிசெரங்கும் சொறி செரங்கும் எங்கடா வாங்குன?*
குதிரைக்கார செட்டியாரு கூப்பிட்டுக் குடுத்தாரு!

- *கொசுவே! கொசுவே! தலை முழுகு!*
நான் மாட்டேன் சனிக்கிழமை!

■ *என்ன மாராயம்?*

குன்னத்தூர் கொசுவுக்கு மாராயம்!

(மாராயம் - பெண் பெரியவளாகும்போது ஊருக்குத் தகவல் தெரிவிப்பது)

4.6.2. கதைகள்

சம்பவங்களும் கதைகளும் நிறைந்த உலகம் சொலவடை உலகம். சம்பவங்களும் கதைகளும் வாழ்க்கை யதார்த்தங்களையும் படிப்பினைகளையும் உள்ளடக்கியவை. அதே நேரம் உபதேசச் சுமைகளாக மாறாதவை. நகைச்சுவை வருடலோடு காற்றுப் போல கனமில்லாமல் இதயத்தில் இறங்கக்கூடியவை.

நூற்றுக்கணக்கில் கதைகளும் சம்பவங்களும் இருக்கின்றன. உதாரணத்துக்குச் சில பார்க்கலாம்.

சாப்பிட அண்ணனும் தம்பியும் அமர்ந்திருக்கின்றனர். அண்ணனுக்கு ஊற்றுகையில் கரண்டி உள்ளிறங்கி காய்களை அள்ளுகிறது. தம்பிக்கு ஊற்றுகையில் கரண்டி குழம்பில் மிதந்து இயங்கித் தண்ணீராக எடுத்து ஊற்றுகிறது. தம்பி பொருமுகிற சம்பவம் இது -

அண்ணனுக்கு அமுக்கன்னா! திமுக்கன்னா!

தம்பிக்குத் தூவன்னா! வாவன்னா!

சொல்லப்போனா கோவன்னா!

(கோவன்னா - கோபம்)

நினைத்தது ஒன்று நடந்தது ஒன்றான கதை இது. பண்ணையார் பெரிய பக்திமான். வேலைக்காரச் சிறுவன் பெயர் பெருமாள். டேய்! பெருமாள்! என்று கூப்பிடச் சங்கடப்பட்டார்; தன் சங்கடத்தை வெளிப்படையாகச் சொல்லாமல், பேரை மாத்து என்றார். 'அது ஊர்ல போய்ப் பெரியவங்களைக் கூட்டி வச்சுத்தான் செய்யணும்யா' என்றான் பெருமாள். 'சரி! ஊருக்குப் போய் மாற்றிவிட்டு வா' என்று கைச் செலவுக்குப் பணம் கொடுத்துவிட்டார். பெருமாள் ஊருக்குப் போய்ச் சிலநாள் கழித்துத் திரும்பினான். பேர மாத்தீட்டயா? என்றார் பண்ணையார். 'மாத்தி வச்சுட்டாங்கய்யா! இனி என் பேரு பெருமாள் இல்லை. பெரிய பெருமாள்! இனிமே பெரிய பெருமாள்னு கூப்பிடுங்க!' என்றான். ஊர்ப் பெரியவர்களுக்குத் தெரிந்த மாற்றம் அதுதான். பண்ணையார் முகத்தில் ஈயாடவில்லை. இதோ சொலவடை :

பெருமாள்ங்கிற பேரை மாத்த

பெரிய பெருமாள் ஆச்சு!

மனதுக்குள் ஒன்றும் தோற்றத்தில் ஒன்றுமாக வாழும் மனிதர்களைப் பற்றிய சொலவடை இது.

இது என் குலாசாரம்!
இது என் வயித்தாசாரம்!

(குலாசாரம் - குல ஆசாரம்; வயித்தாசாரம் வயிற்று ஆசாரம்) சொலவடைக்குப் பின்னால் இருக்கும் கதை இது. வைணவர்கள் நிறைந்த சீரங்கத்தில் பானை வியாபாரம் செய்தவர் சிவபக்தர். திருநீற்றை நெற்றியில் அள்ளிப் பூசிவிட்டு வியாபாரத்துக்குப் போனால் யாரும் பானை வாங்குவதில்லை. யோசித்துப் பார்த்துத் தோற்றத்தில் அவர் மாற்றம் செய்துகொண்டார். நெற்றியில் பூசிய திருநீற்றுப் பூச்சோடு, வயிற்றில் ஒரு நாமத்தையும் போட்டுக் கொண்டார். இப்போது பானை விற்பனை சூடு பிடித்தது. ஒரு வைணவர் கேட்டாராம் - 'என்னய்யா? நெற்றியில் துன்னூறு! வயித்தில நாமம்?'. அப்போது சிவபக்தர் நெற்றியைக் காட்டிச் சொன்னாராம் 'இது என் குலாசாரம்', பிறகு வயிற்றைக் காட்டிச் சொன்னாராம் 'இது என் வயித்தாசாரம்!'. தவிர்க்க முடியாத இரட்டை வாழ்க்கையைக் குறும்போடு சொல்கிற கதை இது.

வல்லவனுக்கு வல்லவனைப் பற்றிப் பல கதைகள் உண்டு.

ஒனக்கும் பே! பே!
ஒங்கப்பனுக்கும் பே! பே!

என்பது அப்படிப்பட்ட கதை.

ஒரு கடனாளியைப் பற்றிய கதை. தன் நண்பனிடமும் கடன் வாங்கியிருந்தான். மற்றொருவனிடமும் கடன் வாங்கியிருந்தான். கடன் கொடுத்த நண்பன் ஒரு நாள் சொன்னான்: 'நான் ஒரு யோசனை சொல்றேன். இனிமே அந்தக் கடன்காரன் வந்தா வேற ஒண்ணும் சொல்லாதே. பே! பே! மட்டும் சொல்லு, விசயம் பஞ்சாயத்துக்கு வரும். நான் பாத்துக்கிறேன். ஆனா அந்தக் கடன் தள்ளுபடி ஆனதும் என் கடனக் கொடுத்திடணும். சரியா?' என்றான். கடன் வாங்கியவன் தலை ஆட்டினான். விசயம் பஞ்சாயத்துக்குப் போனது. எது கேட்டாலும் பே! பே! சொன்னான். 'கடன் சுமையால் இவன் பைத்தியம் ஆகிவிட்டான். கடனத் தள்ளுபடி பண்ணுங்கப்பா!' என்று பஞ்சாயத்தில் தீர்ப்பு ஆனது. மறுநாள் நண்பன் வந்து கதவைத் தட்டினான். இவன் கதவைத் திறந்தான். 'நான் சொன்னபடி நடந்துவிட்டது பார்! என் கடனைக் கொடு!' என்றான். உடனே இவன் அவனிடமும் பே! பே! என்றான். எது கேட்டாலும்

எப்படிக் கேட்டாலும் பே! பே! என்றான். நண்பன் விழித்தான். ஒனக்கும் பே! பே! ஒங்கப்பனுக்கும் பே! பே! கதை இது.

நகைச்சுவை வறட்சிகொண்ட அறிவாளிகள் அரங்குகளில் எல்லாம் இத்தகைய கதைகளை மேடைகளில் பகிர்ந்தால், அரங்குகள் சிரித்துக் குலுங்குவதைக் காணமுடிகிறது.

அடிக்குறிப்புகள்

1. *"A satirical tone and an appeal to fundamental emotions encourage the use of proverbs" Joseph Raymond, "Tensions in Proverbs" (article) 1994.*
2. *"Folklore is like a mirror of culture and one should not blame the mirror for the ugliness of the viewer". Alan Dundes, "Polish pope Jokes". The Journal of American Folklore vol. 92 No. 364*
3. *William A. Beardslee, Uses of the Proverb in the Synoptic Gospels, article, 1965."...hyperbole is associated with a kind of sardonic humor at the fate of the other fellow."*
4. *"... a way of asserting oneself against the inferiority forced upon one by the more satisfied member of society... a sense of his own importance, no body is really any better than he". A.A.Parker, 1994.*
5. *கி.ராஜநாராயணன், வட்டார வழக்குச் சொல்லகராதி, p 246*
6. *"Rhyme makes proverbs and keeps them alive". Archer Taylor, 1994 (P9)*

5
யதார்த்தம் எரிந்ததும் புரிந்ததும்...

5.1. யதார்த்தம் என்பது...

யதார்த்தம் என்பது கண் முன்னே தெரிவது; கண் முன்னே நிகழ்வது. ஆனாலும் இதுவல்ல உண்மை என்று மனம் நம்ப மறுப்பது.

உண்மைதான் என்று ஒப்புக்கொண்டாலும் இது நிலைக்காது! இது நிலைக்காது! என்று மனம் ஆற்றாமல் கூச்சலிடுவது.

மனம் விரும்புவது - மனம் நம்புவது - மனம் எதிர்பார்ப்பது ஒன்றாக இருக்கிறது. ஆனால் யதார்த்தத்தில் நடப்பது வேறாக இருக்கிறது.

தர்மம், ஒழுக்கம், சட்டம், நியாயம் என்று யோசித்து யோசித்துக் கிழித்த கோடுகளை எல்லாம் யதார்த்தம் அடிக்கடி தாண்டிப் போகிறது. தீயவர்களைத் தண்டித்து நல்லவர்களை வாழவைக்கும் கடவுள்களின் புராண வல்லமைகளும் யதார்த்தத்தில் மங்கித் தெரிகின்றன.

சில வேளைகளில் மனம் நம்புவதும் நடக்கிறது; விரும்புவதும் நிகழ்கிறது. எனவே முழுதாக யதார்த்தத்தின் பக்கம் சாய மனது மறுக்கிறது; மூளையும் துணைக்கு வந்து சில ஆராய்ச்சிகளைப் பண்ணுகிறது.

இதுபற்றிச் சிந்தித்துக் கதைத்த தத்துவ ஞானிகளுக்குப் பஞ்சமா? எழுதித் தள்ளிய எழுத்தாளர்களுக்குப் பஞ்சமா?

அவர்களும் இருக்கிறார்கள். யதார்த்தமும் இருக்கிறது. விருப்பத்துக்கும் யதார்த்தத்துக்குமான முரண்பாடுகள் எப்போதும் போல் நீடிக்கின்றன; விளங்காத புதிர்கள் நீடிக்கின்றன.

உண்மைகளின் கசப்பு ருசி இன்னும் மாறவே இல்லை. பசப்பு பிடிப்பதைப் போல உண்மை பிடிப்பதும் இல்லை.

- *உள்ளதைச் சொன்னா பொல்லாப்பு!*
  அதச் சொல்லாமப் போனா நொள்ளாப்பு!
- *யதார்த்தவாதி வெகுஜன விரோதி!*
  சுள்ளாப்பு எல்லாம் பொல்லாப்பு!

(சுள்ளாப்பு - உறைக்கும் வார்த்தை)

- *உள்ளது சொல்ல ஊருமல்ல!*
  நல்லது சொல்ல நாடுமல்ல!
- *சொல்லப் போனா குத்தம்!*
  சொறியப் போனா ரத்தம்!

சொலவடைப் பேச்சு - உடனடிப் பேச்சு! சமூக, இலக்கிய, வரலாற்று ஆராய்ச்சிகள் பல, நீண்ட நாள் உழைத்து - ஆர அமர யோசித்து - பகுத்தாய்ந்து - இறுதியில் ஆராய்ச்சியாளனின் மனது சாயும் அவசர முடிவுகளை எட்டுகின்றன.

சொலவடைகள் முதலிலேயே அவசரமாகப் பேசி விடுகின்றன; வெளிப்படையாகவும் பேசி விடுகின்றன.

யதார்த்தத்தை எதிர்கொள்ளும் சொலவடைகளில் வெளிப்படும் உணர்வுகளை வரையறுக்க முடியாது. அவை - கோபம், எரிச்சல், ஆச்சர்யம், திகைப்பு, அமைதி, சிரிப்பு எனக் கலவையாக இருக்கின்றன.

யதார்த்தத்தை எதிர்கொண்டு சொலவடைகள் வெளிப்படுத்தும் சிந்தனைப்போக்கு இரண்டு விதமாக இருக்கிறது.

யதார்த்தம் புலப்படுத்தும் உண்மையை ஒப்புக்கொண்டு கற்பனை லயிப்புகளைக் கலைக்கும் கூர்பார்வை சொலவடைகளின் மையமாக இருக்கிறது. அது கறாரப் பார்வை.

ஒரு நேரத்து யதார்த்தத்தை வாழ்வின் பொது யதார்த்தமாக்கி, மிரட்சியுடன் வாழ்வைப் பார்க்கும் தளர் பார்வையும் இருக்கிறது. அது கயிற்றைப் பாம்பாகப் பார்க்கும் பயந்த பார்வை.

5.2. பார்த்தது...

முரண்பாடும், நியாயமின்மையும், சமமின்மையும் இயக்கும் யதார்த்தக் காட்சிகளே தினசரி கண்ணில் படுகின்றன. தினசரி எதிர்ப்படுவதில் நல்லது கொஞ்சம்; மோசம் அதிகம்.

நல்லது நாற்கலம்
ஊத்தை ஒம்பது கலம்!

நல்லவர்கள், உண்மையானவர்கள், திறமை உள்ளவர்களின் வாழ்க்கை, போராட்டமாக இருக்கிறது. அனுபவிக்கிறவர்கள் எல்லாம் அதிர்ஷ்டசாலிகள்! இது சொலவடைகளின் வருத்தம்; விளங்கிக்கொள்ள முடியாத புதிர்!

அழகு கெடந்து அழும்!
அதிர்ஷ்டம் இருந்து உண்ணும்!

இந்த வருத்தம் உலகப் பழமொழிகள் எல்லாவற்றிலும் இருக்கிறது.

- அதிர்ஷ்டம் எப்போதும்
  முட்டாள்களின் பக்கமே இருக்கிறது.

(லத்தீன்)

- மோசமான பன்றிக்கே
  ஓக் மரப் பழம் கிடைக்கிறது.

(ஸ்பெயின்)

- நல்ல நாய்க்கு உருப்படியான
  எலும்பு கிடைப்பதில்லை

(பிரெஞ்ச்)

5.2.1. பலன்கள்

உழைப்பதும் அனுபவிப்பதும் சமமாக இல்லை என்பதுதான் கண்ணில் அடிக்கடி படும் உலக யதார்த்தம். இந்தச் சமமின்மையை வெளிப்படுத்தாத உலகப் பழமொழி எதுவும் இல்லை.[1]

உழைப்பவனும் சும்மா உட்கார்ந்திருப்பவனும் பலன்களைப் பகிர்ந்துகொள்ளும் விதத்தில் நிலவும் முறைகேட்டைத் தமிழ்ச் சொல வடைகள் விரிவாகப் பேசுகின்றன.

- எட்டி எட்டிப் பாத்தவளுக்கு எட்டுப் பணியாரம்!
  முட்டி தேயச் சுட்டவளுக்கு மூணு பணியாரம்!

- சும்மா கெடந்த நாய்க்குச்
  சுக்குப் போட்ட பணியாரம்!

- குதிச்சுக் குதிச்சு மாவிடிச்சாலும்
  புழுக்கைக்கு ஒரு கொழுக்கட்டை!

(புழுக்கை - வேலைக்காரப் பெண்)

- இடிச்சவ புடைச்சவ இங்க இருக்க!
  எட்டிப் பாத்தவ கொட்டிக்கிட்டுப் போக!

சும்மா இருப்பவன் மட்டுமல்ல உருப்படாத திருடனும் பலன்களை அள்ளிப்போவதைக் கண்கள் காணுகின்றன.

திருட்டுப் பயலுக்குத் திரட்டுப் பாலும் சோறும்!
விசுவாசக்காரனுக்கு வெண்ணியும் பருக்கையும்!

அநியாயக்காரனுக்கு எல்லாமே சாதகமாக இருக்கிறது.

அநியாயக்காரன் நாட்டுல
பணியார மழை பேஞ்சுச்சாம்!

உழைப்புக்கும் நாணயத்துக்கும் மரியாதை தராத யதார்த்தம் இது.

இறுப்பானுக்குப் பணமும் கெடையாது
உழைப்பானுக்குப் பெண்ணும் கெடையாது!

(இறுப்பான் - ஒழுங்காகக் கடன் கட்டுபவன்; பெண் - மணப்பெண்)

பிறரின் கரிசனம்கூட உழைப்பவரை விட அலங்காரமாய் உட்கார்ந்து இருப்பவர் பக்கமே சாய்வதாகச் சொலவடை அலுத்துக் கொள்கிறது.

ஏர் உழுகுற பிள்ளை எளைச்சுப் போனாப் போகுது!
பரிசம் போட்ட பெண்ணைப் பாத்து வளர்!

பரிவு கூட பாரபட்சத்துடன்தான் இருக்கிறது. தேவையானவர் களுக்குக் கிடைப்பதில்லை.

நொந்த கண் இருக்க
நோகாத கண்ணுக்கு மருந்து!

துயரங்களையும் பலன்களையும் பாகப்பிரிவினை செய்து வைத்திருக்கும் உலக யதார்த்தம் ஏறுக்கு மாறாக இருக்கிறது.

உம்பாளாம் திம்பாளாம் சீதாதேவி!
உடங்கட்டை ஏறுவாளாம் பெருமாதேவி!

உழைப்பவன் அசராமல் உழைத்துக்கொண்டிருக்க, அதை வேடிக்கை பார்ப்பவனுக்கு உடல் வலிக்கும் அதிசயமும் யதார்த்தத்தில் நிகழ்வதுண்டு.

- *உழுகுற மாடு உழுக*
  வரப்புல நிக்கிற மாட்டுக்கு நாக்கு தள்ளுச்சாம்!
- *உழைப்புக்கு ஊர்க்குருவி*
  இளைப்புக்கு வான்குருவி

(இளைப்பு - உடல் வருத்தம், ஓய்வு)

உழைப்பு ஓரிடமும் அலுப்பு மற்றோரிடமுமாக இருப்பதைப் போலத்தான், அடி ஓரிடத்திலும் வலி ஓரிடத்திலுமாக இருக்கிறது.

- *குட்டிச் சுவருக்குத் தேளு கொட்ட*
  கட்டுத் தறிக்கு நெறி கட்டுச்சாம்!
- *தென்னை மரத்துல தேளு கொட்ட*
  பனை மரத்துல பதவள கட்டுச்சாம்!

(பதவள - நெறி)

5.2.2. மதிப்பு

பலன்களில் தெரியும் நியாயமின்மை சமூகம் தரும் மதிப்பிலும் உள்ளது. மரியாதையும் வரவேற்பும் யாருக்கு?....

- *போக்கிரிக்கு*
  முதல் தாம்பூலம்!
- *பகுசு கெட்ட பாக்கட்டிக்கு*
  ரெண்டு பக்கம் தீவட்டியாம்!

(பாக்கட்டி - கெட்டுப்போன சர்க்கரை)

போக்கிரிகள் கூடிப் போக்கிரியைக் கொண்டாடும் போக்கு வெகு சகஜமாகக் கண்ணில் படுகிறது.

திருட்டுப் பய கல்யாணத்தில
முடிச்சு அவுக்கிறவன் பெரியதனம்!

(பெரியதனம் - மரியாதை)

குற்றம் ஒன்றாக இருந்தபோதும் மரியாதை வேறு வேறாக இருக்கிறது.

பணக்கார அவுசாரி பந்தியிலே
ஏழை அவுசாரி சந்தியிலே!

(அவுசாரி, அவிசாரி - பாலியல் குற்றம் சுமத்தப்படும் பெண்)

எதிர்வினைகளும் வேறு வேறுதான்.

கல்வீட்டுக்காரி போனா கமுக்கம்!
கூரை வீட்டுக்காரி போனா கூச்சம்!

(கல்வீட்டுக்காரி - பணக்காரி; கூச்சம் - கூச்சல்)

நியாயமற்ற மதிப்பு மனிதர்கள் மீது மட்டுமல்ல; முயற்சிகளின் மீதும்தான்!

பகிடிக்குப் பத்துக்காசு!
திருப்பாட்டுக்கு ஒரு காசு!

(பகிடி - வேடிக்கைப்பாட்டு; திருப்பாட்டு பக்திப்பாட்டு)

பல நேரங்களில் - பொருள்களின் மீதும் இந்த - நியாயமற்ற மதிப்பு!

- *புழுத்த சரக்குக்குக்*
  கொழுத்த பணம்!
- *துண்டும் துணியும் சீக்கிரம் விலைபோகும்!*
  பட்டும் பணியும் பையத்தான் விலைபோகும்!

(பணி - ஆபரணம்)

- *கத்தரிக்கா வித்த பெட்டி கனத்த பெட்டி!*
  வெள்ளரிக்கா வித்த பெட்டி வெறும் பெட்டி!

புழுத்த பொருளை வைத்திருக்கிறவர்களிடம் வாய் வலுவாக இருக்கிறது. விற்பனைக்கு வாய் முக்கியம்.

பெட்டி பீத்தல்
வாய்க்கட்டு திறம்!

(திறம் - வலு)

நல்ல பொருளை விரும்பிக் கொடுத்தாலும் இவ்வளவு சுலபமாய்க் கிடைக்கிறதே இந்தப் பொருளுக்குள் என்ன ஓட்டையோ என்ற சந்தேகந் தலைதூக்குகிறது.

- *வலிய பெண் கொடுக்கிறோம்னா*
  குலம் என்ன கோத்திரம் என்னம்பாங்க!
- *வலிய வந்தா கிழவி*
  வாங்கப் போனா குமரி!

நல்ல பொருளும் மற்ற பொருளும் இருக்க வேண்டிய இடத்தில் இருக்கவில்லை. இடம் மாறி இருக்கின்றன.

- *பங்கங் கெடக்கு பாதையிலே!*
  பதக்கு நெல்லு கெடக்கு மூலையிலே!

(பங்கம்-தீங்கு; பதக்கு நெல் - இரு குறுணி நெல்)

- *தங்கமும் பொன்னும் தரையிலே*
  ஒரு காசு நார்த்தங்கா உறியிலே!

மாறான மதிப்பு காரணமாகவும், கிடைத்த இடம் காரணமாகவும் நடக்கும் ஆர்ப்பாட்டங்கள் பொறுமையைச் சோதிப்பவை.

- *பட்டும் பட்டாடையும் பெட்டியில் இருக்கும்*
  கால்காசுக் கந்தை ஓடி உலாவும்!
- *பணம் பெத்த கருவாடு பானைக்குள்ள கெடக்கு!*
  சாவட்ட கருவாடு மேவட்டம் போடுது!

தகுதியற்றதுக்கு மதிப்பு மிக்க இடத்தைக் கொடுத்தாலும் அதன் மனமும் கண்ணும் பழைய இடத்தின் மீதுதான்!

    செத்தைக்குள் கெடந்ததை மெத்தைமேல் வச்சாலும்
    அது செத்தையைச் செத்தையைத்தான் நாடும்!

    (செத்தை - குப்பை)

5.2.3. உள்ளும் புறமும்

உள்ளே ஒன்றாகவும், வெளியே மற்றொன்றாகவும் காட்சி தரும் உலக யதார்த்தத்தைச் சொலவடைகள் மயக்கமின்றிப் புரிந்து கொள்கின்றன.

வாய் ஒன்றாகவும் உள்ளம் வேறாகவும் இருக்கும் யதார்த்தம் இது:

- உதடு பழஞ்சொரியும்
  உள்ளே நெஞ்செரியும்!

- உதடு வெல்லம்
  உள்ளம் கள்ளம்!

- பேச்சில செந்தாமரை
  மனசில காரக்கத்திரிக்கா!

- மெத்தப் பரிவாம்!
  உள்ளே எரிவாம்!

வாயும் கையும் வேறு வேறாக இருக்கும் யதார்த்தம் இது:

- வாய் வாழைப்பழம்
  கை கருணைக்கிழங்கு!

- வாய் சக்கரை
  கை கொக்கரை!

    (கொக்கரை - வைக்கோல் பிடுங்கும் வளைந்த இரும்புக் கருவி)

கண்ணும் நெஞ்சும் கூட வேறுபடுவதுண்டு.

    கரிசனம் எல்லாம் கண்ணுக்குள்ளே!
    வஞ்சனை எல்லாம் நெஞ்சுக்குள்ளே!

வெளியே தடபுடலாகவும் உள்ளே தடவலாகவும் இருக்கும் யதார்த்தம் இது:

- ஆட்டில ஆயிரம்! மாட்டில ஆயிரம்!
  வீட்டில கரண்டி பால் இல்ல!

- கூத்தரிசி குத்துற வீட்டுல
  வாக்கரிசிக்கு வழி இருக்காது!

(கூத்தரிசி - குத்தரிசி - விற்பனைக்காக அரிசி குத்துவது)
உழைப்பாளி வீட்டு முரண் யதார்த்தம் பரிதாபத்துக்கு இடமானது.

> விக்கப் பாய் முடைந்தவங்க வீட்டுல
> படுக்கப் பாய் இருக்காது!

5.2.4. ஒன்று - மற்றொன்று

ஒருவரின் திண்டாட்டம் மற்றவருக்குக் கொண்டாட்டம் ஆவது யதார்த்தத்தின் மற்றொரு முகம்

- எலிக்கு ரணம்
  பூனைக்குக் கொண்டாட்டம்!
- எருமைக்குப் புண்ணுவலி
  காக்கைக்குக் கொண்டாட்டம்!

எலியின் ரணம்தான் பூனையின் வெற்றி. தோற்றவரின் ரணத்தைக் கண்டால்தான் வென்றவரின் கண்கள் மின்னுகின்றன. ஓடுகிறவரைக் கண்டால் துரத்துகிறவர் உற்சாகம் பெறுகிறார்.

> ஓடுற நாயக் கண்டா
> துரத்துற நாய்க்குத் தொக்கு!

(தொக்கு - இளக்காரம்)

குழந்தையின் மரணம் ஒருவர்க்கு இழப்பு; இன்னொருவருக்கு வரவு! இது சுயநலம் அல்ல; இது பிழைப்பு.

> பிள்ளைக்காரன் பிள்ளைக்கு அழுகிறான்!
> பணிச்சன் காசுக்கு அழுகிறான்!

(பணிச்சன் - சங்கு ஊதுபவன்)

ஒருவரின் சிதைவு நிச்சயம் இன்னொருவர்க்குக் கொண்டாட்டம்

> நெய்க்குடம் ஒடைஞ்சா
> நாய்க்கு விருந்து!

கொள்ளை நோயால் ஊர் அழிகையில், மூட நம்பிக்கை ஒருவனுக்கு முதல் ஆகிறது.

> ஊழிக் காச்சல் அதிகம் ஆனா
> சூனியக்காரன் கொள்ளை!

குழந்தை செத்துப் பிறந்தது என்பதற்காக மருத்துவர்கள் கூலியை மறுப்பதில்லை. இழந்தவர் துயரம் இழந்தவரோடு!

> சாப்பிள்ளை பெத்தாலும்
> மருத்துவச்சி கூலி தப்பாது!

பிழைப்பு கறாராக நடக்கிறது - ஒன்றின் நஷ்டத்தில் மற்றொன்று ஆழ்ந்து போகாமல்!

- *சின்னப் பெணம் ஆனாலும் பெரிய பெணம் ஆனாலும்*
  சங்கூதிக்குக் காப்பணம்!
- *களிகிண்டிக் கல்யாணம் செஞ்சாலும்*
  காளியண்ணப் புலவனுக்குப் பத்துப் பணம்

ஒன்றின் வீழ்ச்சியில் மற்றொன்று பிழைப்பது தினசரி யதார்த்தம்.

தான் தளம்பல்
பிறருக்கு ஊன்றுகோல்!

ஒருவருக்கு எரிச்சலானது வேறு ஒருவருக்குக் கொண்டாட்டமாக அமைந்துவிடுவதுண்டு.

நாறத் தூத்தல்
நரிக்குக் கொண்டாட்டம்!

ஒருவரின் கொண்டாட்டம் இன்னொருவருக்கு இம்சை ஆகிறது.

ஊருக்கு வருமாம் சிவன் ராத்திரி
உரலுக்கு வருமாம் இடியும் பொடையும்!

(பொடை - புடை - அடி, குத்து)

ஒருவர் தவறு செய்ய இன்னொருவர் வதைபடும் யதார்த்தமும் உண்டு !

- *கோவூரான் அவிசாரி போக*
  குன்னத்தூரான் தெண்டங் கட்டுனானாம்!
- *கீழைத் தெருக் கிழவி அவிசாரி போனாள்னு*
  மேலைத் தெருக் கிழவன்
  கோவணத்தில் கிட்டியக்கட்டி அடிச்சானாம்!

பாடுபட்டு உருவாக்குபவன் ஒருவனாகவும் பயன்படுத்துபவன் மற்றொருவனாகவும் இருக்கக்கூடிய உலக யதார்த்தம் நமக்குப் பரிச்சயமானதுதான்.

அகப்பைக்கு உருவங் கொடுத்தவன் ஆசாரி
அள்ளிப் போட்டுக் குழம்பு ஊத்தினவன் பூசாரி!

ஒருவன் உருவாக்கியதை மற்றவன் அழிக்கிற குரூரமும் யதார்த்தத்தின் தொடர் நிகழ்வுதான்.

குசவனுக்குப் பலநாள் வேலை!
தடிகாரனுக்கு ஒருநாள் வேலை!

ஆண்டுக்கணக்காய்க் கூடவே இருந்து இன்ப துன்பங்களில் பங்கேற்ற உறவை விடப் புதிதாய் இன்று வந்த உறவு

நெருக்கமும் முக்கியத்துவமும் பெறும் யதார்த்தமும் ஒருபக்கம் தெரிகிறது.

- *வளமைக் கொத்தமல்லி வறுக்கப் போயிருக்கு*
  சீமைக் கொத்தமல்லி சிமிட்ட வந்திருக்கு
- *ஒண்ட வந்த எலி உரம் பெத்துப் போச்சு*
  அண்டியிருந்த பூனை ஆலாப் பறக்குது!
- *ஊர்க் காக்கா கரையிலே!*
  வந்தட்டி காக்கா வரப்பிலே!
- *ஒழக்கு உள்ளூருக்கு!*
  பதக்கு பரதேசிக்கு!
- *முந்தி வந்த காதப்*
  பிந்தி வந்த கொம்பு மறைச்சுச்சாம்!
- *ஆடு வெளியே!*
  ஓநாய் உள்ளே!
- *அடுத்த வீட்டு நாய் உளுக்கையிலே!*
  அய்யா வீட்டு நாய் சவுக்கையிலே!

(உளுக்கை - உள்வீடு; சவுக்கை - திண்ணை)

- *வந்தது வலுத்துக்கிச்சு!*
  இருந்தது இளச்சிப் போச்சு!
- *முந்தி வந்த வெள்ளத்தைக் கெடுத்துச்சாம்!*
  பிந்தி வந்த பீவாரி வெள்ளம்!

இருந்ததை விட வந்தது வலிமை பெறும் யதார்த்தம் குடும்ப உறவுகளில் பளிச்செனத் தெரிகிறது.

- *வரவர மாமியா கழுதை போல ஆனா!*
  வந்த மருமக குதிரை போல ஆனா!
- *ஆக்கி அரைச்சுப் போட்டவ கெட்டவ*
  வழிகூட்டி அனுப்புனவ நல்லவ!
- *இட்டவங்க தொட்டவங்க கெட்டவங்க!*
  இப்ப வந்தவங்க நல்லவங்க!

தாய் உறவைப் பின்னுக்குத் தள்ளி மனைவி உறவு முன்னுக்கு வரும் யதார்த்தம் இது

முலை குடுத்தவ மூதேவி
முந்தானை போட்டவ சீதேவி!

மனைவி உறவைப் பின்னுக்குத் தள்ளிவிட்டு மாற்றாள் உறவு முன்னுக்கு வரும் யதார்த்தம் இது -

வீட்டுப் பெஞ்சாதி வேம்பு
காட்டுப் பெஞ்சாதி கரும்பு!

அனுசரிப்பு வெளியே; அவமதிப்பு உள்ளே - என்பது குடும்ப உறவுகளின் பொதுவிதியாக இருக்கிறது. பெண்ணும் இந்த விதிக்குத் தப்பவில்லை.

வீட்டுப் புருசனை வெளக்குமாத்தால் அடிச்சு
காட்டுப் புருசனைக் கையெடுத்துக் கும்பிட்டாளாம்!

பிறந்த நாள் தொட்டு நேசம் ஒரு சக்கரமாகவும் குரோதம் ஒரு சக்கரமாகவும் குடும்ப உறவு உருளும் யதார்த்தம் இது -

தொட்டில் பிள்ளைக்கு
நடக்கிற பிள்ளை எமன்!

இயற்கையில் கூட, இருப்பதைத் துரத்தித்தான் வருவது நிலைக்கிறது.

புது வெள்ளம் வந்து
பழைய வெள்ளத்தை அடிச்சிட்டுப் போச்சாம்!

5.2.5. பொருத்தமின்மை

அவிக்கிற சட்டிய விட
மூடுற சட்டி பெரிசா இருக்கு!

ஆம்! பொருத்தமற்ற இணைப்புக்களுக்கும், பொருத்தமற்ற வாய்ப்புக்களுக்கும் யதார்த்தத்தில் பஞ்சமில்லை.

காலம் பூராவும் சேர்ந்து வாழ்வதற்காகச் சேர்த்து வைக்கப்பட்ட கணவன் மனைவியர் சிலரைக் காணும்போது இந்தச் சேர்க்கை நியாயமா என்று மனது கேட்கிறது.

- *ஆனதுக்கு ஒரு ஆகாதது*
  ஆகாததுக்கு ஒரு ஆனது!
- *நல்லதுக்கு ஒரு பொல்லாதது*
  பொல்லாததுக்கு ஒரு நல்லது!
- *துப்புக் கெட்டவனுக்குத்*
  துருதுருத்த பெண்டாட்டி!
- *அய்யா கதிர் போலே!*
  அம்மா குதிர் போலே!

(கதிர்- மிக மெலிவு; குதிர் - மிகப்பருமன்)

- *காமாட்டிப் பயலுக்கு*
  ஒரு சீமாட்டி வாச்சாளாம்!

வாய்ப்புகளும் பொருத்தம் பார்க்காமல் போய்ச்சேர்கின்றன.

- *நடக்க மாட்டாத லவாடிக்கு*
  நாலு பக்கமும் சவாரி!

(லவாடி - குதிரை: கணிகை)

- *ஒண்ணுந் தெரியாத தெம்மாடிப் பயலுக்கு*
  ஒக்காந்து பாக்குற சர்க்கார் வேலை!

ஆர அமரக் கொஞ்சிப் பேசும் வாய்ப்பு சிலருக்கு அறுபது தாண்டித்தான் கிடைக்கிறது.

அஞ்சில பிஞ்சில கொஞ்சாம
அறுபதில கொஞ்சினான்!

வாய்ப்பு இருந்தும் ஏற்கும் வலு இல்லை சிலருக்கு

பல்லக்கு ஏற யோகம் இருக்கு
உன்னி ஏறச் சீவன் இல்ல!

மற்றொருபுறம் உண்மையான பலசாலிக்கு வாய்ப்பு வந்து சேர்வதில்லை.

எறியுறவன் கையில
கல் கெடைக்காது!

சில நேரங்களில் கிடைக்கும் வாய்ப்புகள் பூர்த்தி அடையாதவையாக உள்ளன.

- *பால் இருக்கு; பாக்கியம் இருக்கு!*
  பால்ல போட்டுக் குடிக்க
  பத்துப் பருக்கைக்கு வழி இல்ல!
- *ஆனை நிக்க நிழல் இருக்கு*
  மிளகு உருட்ட இலை இல்லை!

வாய்ப்பு மட்டுமா? வசதிகளும் பொருத்தம் பார்க்காமல்தான் போய்ச் சேர்கின்றன.

அட்டைக்குத் தெரியுமா
மெத்தையின் சுகம் ?...

பொருத்தங்களே இல்லையா? இருக்கத்தான் செய்கின்றன. ஆனால் - பயனற்ற பொருத்தங்கள்!

- *ஆக்கமாட்டாத அழுகநாரிக்குத்*
  தேடமாட்டாத திருட்டுச் சாவான்!
- *வயித்தெரிச்சக்காரனுக்கு*
  மாலைக்கண் பெண்டாட்டி!
- *சப்பாணி மாப்பிள்ளைக்குச்*
  சந்து ஒடிஞ்ச பெஞ்சாதி!

(சந்து - இடுப்பு)

- *ஆடு தூக்கும் கள்ளனுக்கு*
  ஆக்கி வைக்கும் கள்ளி!

5.2.6. பொருள்

அன்பு, உறவு, பாசம் எல்லாவற்றையும் ஓரந்தள்ளிவிட்டு, யதார்த் தத்தில் முன்னுக்கு நிற்கிறது பொருள்.

- *அண்ணந் தம்பி அண்ணந்தம்பிதான்!*
  அக்கானி குடிச்சா காசு தரணும்!

  (அக்கானி - பதநீர்)

- *உறவுக்கு ஒம்பது படி!*
  பணத்துக்குப் பத்துப்படி!

- *அறிஞ்ச பாப்பான் சிநேகிதன்னா*
  ஆறு காசுக்கு மூணு தோசையா?

ஞாபகம் வைத்து ஒருவரைத் தேடிப்போனாலும், அவருக்கு நினைவுக்கு வருவது நம் முகமல்ல; நம் பொருள்தான்!

அறிஞ்ச ஆண்டைன்னு கும்பிடப் போனா
ஒங்கப்பன் பத்துப்பணம் குடுக்கணும் அதக்குடுன்னானாம்!

(ஆண்டை - நிலப்பிரபு)

சண்டைகள், மனஸ்தாபங்களுக்குக் காரணமாகவும் பொருளே இருக்கிறது.

உறிப்பணம் போய்த்
தெருச்சண்டை இழுக்குது!

பொருளின் சக்தி மலைப்பை உண்டுபண்ணுகிறது.

எட்டி எட்டுன மட்டும் பாயும்
பணம் பாதாளம் வரை பாயும்!

இனம் இனத்தோடு சேர்வதைப் போலப் பணம் பணத்தோடு சேர்கிறது. முதலில் ஊறுகிறது; பிறகு ஆறாய்ப் பெருகுகிறது.

நூத்துக்கு மேல ஊத்து!
ஆயிரத்துக்கு மேல ஆத்துப் பெருக்கு!

பணத்துக்குப் பேசும் சக்தியும் இருக்கிறது. கொழுத்த வாய்கள் மட்டு மல்ல அடங்கிய வாய்களும் கூட பணத்தைப் பார்த்ததும் பேசுகின்றன.

- *கையில் அகப்பட்ட துட்டு கணக்குப் பேசும்*

- *இடுப்பில காசிருந்தா*
  சுருக்குன்னு ரெண்டு வார்த்தை வரும்!

முழுப்பணத்தை விட அரைப்பணம் அதிகம் பேசுமாம்!

> அரைப்பணத்துக்கு வாய் அதிகம்
> அஞ்சாறு அரிசிக்குக் கொதி அதிகம்!

சில நேரங்களில் பணம் பாடவும் செய்கிறது.

> கோவணத்தில ரெண்டு காசிருந்தா
> கோழி கூப்பிட பாட்டு வரும்.

பணத்தின் பாட்டு ரசிக்கக் கூடிய பாட்டாக இல்லை. எரிச்சலூட்டும் பாட்டாக இருக்கிறது.

- நாய்க்குப் பகுசு வந்தா
  நடுராத்திரியில பாட்டுப் படிக்கும்

  (பகுசு - பவிசு - வசதி)

- பணத்துக்கு ஆகாதது கணக்கு.
  கணக்கைப் பாத்தா பிணக்கு வரும்!

- கணக்கு அறிஞ்ச பிள்ள
  வீட்ல இருந்தா வழக்கு அறாது!

சொந்த வீடும், ஜவுளிக்கடையும் பண நிர்வாகத்துக்கான சவால்கள்!

- அசைஞ்சு திங்குது மாடு!
  அசையாமத் திங்குது வீடு!

- ஜவுளிக் கடைக்குப் பணம் பத்தல!
  சுடுகாட்டுக்குப் பிணம் பத்தல!

பணத்தைப் போலச் சாதிக்கும் ஆற்றல் பெற்றது மிடுக்கான தோற்றம்.

> ஆளை ஆள் குத்தும்
> ஆள்மிடுக்கு பத்துப் பேரைக் குத்தும்!

வல்லவர்கள் ஆடும் ஆட்டம்தான் யதார்த்த உலகில் நிற்காத ஆட்டம்.

> வல்லவன் பம்பரம்
> மணல்லயும் ஆடும்.

5.2.7. வன்முறை

பணம், அதிகாரம், மதம், சாதி, நிறம், தோற்றம், கூட்டம் - இவை எல்லாம் வலுத்த சக்திகள்.
வாய்ப்பு கிடைக்கும் போது வலுத்தது வன்முறையில் இறங்குகிறது; இளைத்தது இலக்காகிறது.

எவரும் அறிந்த யதார்த்தம் இது:

எளியவன அடிச்சுப்
புளியங்கா பறிப்பாங்க!

அடிக்கவும் முடியும்; அதிகாரம் செய்யவும் முடியும்.

உழுகப் போனவன
ஒட்டுத் திண்ணையில் கெடந்தவன் கோவிச்சானாம்!

எளியவனை விரட்டி இடத்தை ஆக்கிரமிப்பது மிக எளிது.

எருமைக் கடா ஏரியில் விழுந்தா
தவளை தானே குதிச்சு ஓடும்!

எளியவன் மீது நிகழ்த்தும் வன்முறைக்கு இடம் காலம் கிடையாது!

திருவிழா பாக்க வந்தவன் கழுத்தில
தவிலக் கட்டி அடிச்சாங்களாம்!

எளியதன் எதிர்ப்பு ஒரு பொருட்டாக மதிக்கப்படுவதில்லை.

ஆண்டி குண்டியத் தட்டுனா
பறக்குறது சாம்பல்!

எளியவனோடு பிறருக்கு உள்ள உறவு எப்படிப்பட்டது?

- *உழுகிறவன் தெம்மாடின்னா*
  மாடு மாமன் மச்சான் முறை கொண்டாடுமாம்!
- *கொல்லன் எளிமை பாத்து*
  குரங்கு தன் காலுக்குப் பூண்கட்டச் சொல்லுச்சாம்!

ஏனெனில், பணிவும் அடக்கமும் யதார்த்தத்தில் மரியாதை பெறுபவை அல்ல.

புலி சைவமாயிட்டா
எலி கூட ஏறி விளையாடுமாம்

தனக்கும் பணிவாக ஒன்று கிடைத்துவிட்டால், இளைத்தது வலுத்தது ஆகும் யதார்த்தமும் உண்டு.

சப்பாணிக்கு நொண்டி
சண்டப் பிரசண்டம்!

தொட்டுக்கோ, தொடைச்சுக்கோ என்று வருமானம் தள்ளாடிக் கொண்டிருக்கும் ஒரு மத்திய வர்க்கக் குடும்பத்தில் கூட, வீட்டு வேலை பார்க்கும் பெண் மீது வன்முறை நிகழ்த்த கைகள் அகங்காரத்துடன் முளைக்கின்றன.

வெள்ளாட்டிய அடிக்க
தலையாரி கிட்ட சீட்டு வாங்கணுமா?

(வெள்ளாட்டி - வேலைக்காரப் பெண்; சீட்டு - அனுமதிச் சீட்டு)

5.3. நிகழ்ந்தது...

5.3.1. புதிர்கள்... முரண்கள்

வாழ்க்கையைச் சுவாரஸ்யப்படுத்துகின்றன புதிய நிகழ்வுகள். நிகழ்வு திரும்பத் திரும்ப வரும் யதார்த்தமாகவும், சிறு சிறு புதிர்களை உள்ளடக்கிய முரண்களாகவும் இருக்கையில் சொலவடைகள் பிறப்பதற்குக் கேட்க வேண்டுமா?

கஞ்சத்தனமா அல்லது தரித்திரமா என்று விளங்கிக்கொள்ள முடியாத யதார்த்தம் இது.

பத்து எருமைக்காரி
ஒத்த எருமைக்காரியிடம் ஒறமோர் கேட்டாளாம்!

செய்து காட்டுபவளின் ஆர்வமா அல்லது கேட்பவளின் பொறுமையா என்பது புரிபடாத யதார்த்தம் இது.

பத்துப்பிள்ளை பெத்தவளுக்கு
ஒத்தப்பிள்ளை பெத்தவ முக்கிக் காட்டுனாளாம்!

விருப்பமா அல்லது வயிற்றெரிச்சலா என்று கேட்க வைக்கும் யதார்த்தம் இது.

பஞ்சநாரி பணிகாரம் சுட்டாளாம்!
வீங்கிநாரி விசாரப்பட்டாளாம்!

(பஞ்சநாரி - ஏழைப்பெண்; வீங்கிநாரி - பேராசைக்காரி; விசாரம் - கவலை)

பொறுமையா அல்லது பொருமலா என்பது மனதுக்குள் பூட்டப் பட்ட ரகசியம் இது.

சனிக்கிழமை விரதம்னு சமைக்கிறாளாம் பொம்பள!
நமக்கொரு வாய் கெடைக்கும்னு இருக்கானாம் ஆம்பள!

பொறாமையா அல்லது உபதேசமா என்பது அடிக்கடி விளங்குவ தில்லை.

ஆத்தமாட்டாதவனுக்கு அஞ்சு பெண்டாட்டியாம்!
அவனக் கொண்டு போகுதாம் சூறாவளிக் காத்து!

வாய்ப்பா அல்லது அலைச்சலா என்பது வாழ்க்கை பூராவும் விளங்காத யதார்த்தம் இது:

- *ரெண்டு வீட்ல கல்யாணம்*
  இடையில் செத்துச்சாம் நாய்க்குட்டி!
- *நாலு வீட்ல கல்யாணம்*
  நாய்க்கு அங்குட்டு ஓட்டம்! இங்குட்டு ஓட்டம்!

அலட்சியமா அல்லது தாரளமா என்று அளவிட முடியாத யதார்த்தம் இது.

திருடுன நெல்லுக்கு
மத்தளம் மரக்கால்!

(மத்தளத்தையே அளக்கும் கருவியாகப் பயன்படுத்தி அள்ளிக் கொடுக்கும் தாராளம்)

இயல்புக்கு மாறாக நடக்கும் ஒவ்வொரு யதார்த்தமும் ஒரு புதிர்தான்.

இது மாறி அமைந்த பொருத்தம் -

ஆனைக்காரன் பொண்ணு
அடப்பக்காரனுக்கு வாக்கப்பட்டாளாம்!

(அடைப்பக்காரன் - வெற்றிலைப் பையைக் கையில் வைத்துக்கொண்டு கேட்கும்போது எசமானர்களுக்கு எடுத்துக் கொடுக்கும் வேலையாள்)

ஏமாற்றும் ஆள் மாறி அமைந்த யதார்த்தம் இது -

பட்டணத்து நரிய
பனங்காட்டு நரி ஏச்சுச்சாம்!

குரங்கு சிணுங்க, பிழைப்புக்காகக் குரங்காட்டி ஆடும் ஆட்டம்

குரங்கு ஆடுனாலும் ஆடாட்டியும்
குரங்காட்டி ஆடுவான்!

எப்படித்தான் இது நிகழ்கிறதோ? தேவையான இடத்துக்கு வருவதில்லை. தேவையில்லாத இடத்துக்கு - தேவையில்லாத நேரத்தில் அவசியம் வந்து தொலைக்கிறது.

காளவாசலுக்கு மழையும் கம்மனாட்டிக்குப் புள்ளையும்
எங்கேன்னு இருக்கும்!

(கம்மனாட்டி - கைம்பெண்; கணவனை இழந்தவள்)

பணம் கைக்குக் கிடைப்பதும் இப்படிச் சில தேவையற்ற தருணங்களில்தான்.

- *தெண்டத்துக்கு அகப்படும்*
  பிண்டத்துக்கு அகப்படாது!

(பிண்டம் - உணவு)

- *தெண்டத்துக்குப் பணமும்*
  திவசத்துக்குக் கறியும் அகப்படும்!
- *தேங்கா வாங்கப் பணம் இருக்காது!*
  தெண்டங் கொடுக்கப் பணம் இருக்கும்!

தேவைப்படும் நேரத்தில் இல்லாமல் போவதும் தேவையற்ற போது முன்னால் வந்து நிற்பதும் யதார்த்தத்தின் குறும்புகளில் ஒன்று.

காலையில சோறு செல்லல!
மதியம் சோறு பத்தல!

தேவைகளோடு தேடுகிறவர்கள் தடைகள் இடறித் தடுமாறுகிறார்கள்.

கொத்திப் பெறக்கிற கோழிக்கு
மூக்கில காயம்!

வதைபடுகிறவர்கள் சிரித்த முகத்தோடு இருப்பது அவிழ்க்க முடியாத மற்றொரு புதிர். இதன் மறுதலையாக வசதியுள்ளவர்கள் சுருங்கிய மூஞ்சிகளோடு இருக்கிறார்கள்.

புடுங்கு பெத்த நாய்க்கு
முகக்களை அதிகம்!

யதார்த்தத்தின் பிடுங்கல்களைத் தாண்டி மனிதர்கள் கனவுகளோடு இருப்பதும் புதிர்தான்!

- *கெடக்கிறது குட்டிச் சுவர்*
  கனாக் காங்கிறது மச்சு வீடு!
- *கடல் தாண்ட ஆசை இருக்கு*
  கால்வாய் தாண்டக் கால் இல்ல!
- *ஆசை இருக்கு ஐகோர்ட்டு போக*
  கெரகம் இருக்கு மாடு மேய்க்க!

புதிர்களோடு முரண்களும் யதார்த்தத்தில் பின்னிக் கிடக்கின்றன. பல் தேய்க்கவும் நேரமின்றிப் பொருள் சேர்த்தவன் இதை எதிர்பார்த்திருக்க முடியாது.

நாறவாயன் தேட
நல்லவாயன் திம்பான்!

வம்பு வழக்கு பண்ணிப் பொருள் சேர்த்தவனும் இதை எதிர் பார்த்திருக்க மாட்டான்.

வம்பன் சொத்து
வீணன் கையில்!

தண்டனை கிடைத்தவனும் கிரீடம் பெற்றவனும் செய்த காரியங்கள் இவை:

ஒருவனைக் கொன்னவன் உடனே சாவான்!
பலரைக் கொன்னவன் பட்டம் ஆளுவான்!

மதிப்புமிக்க பொருள்கள் பத்திரமாய் இருக்க சிறுசிறு பொருள்கள் அடிக்கடி பறிபோவதும் ஒரு முரண்தான்! ஊசிகளுக்கு லாக்கர் ஏது?...

ஊசிக்குக் கள்ளன்
உடனே இருப்பான்!

5.3.2. மாற்றம்

மாற்றம் - நம்பிக்கையின் அடையாளம்! வாழ்க்கை சகிக்கக் கூடியதாக இருப்பது வரப்போகும் மாற்றம் குறித்த நம்பிக்கையில்தான்! மாற்றம் - சில நேரங்களில்- ஏமாற்றமாகவும் போய்விடுகிறது.

நாளைக்கு நல்லாயிருப்போம் என்று
நம்பியிருந்த ஓநாய்க்கு வயோதிகம் வந்தாச்சு!

- என்கிறது பிரெஞ்சுப் பழமொழி.

பழசே தேவலை என்று ஆகிப்போகிறது.

இருந்தவனுக்குப் போனவன் குணம்!

மாற்றம் குறித்த அவநம்பிக்கை சொலவடைகளில் ஊறிக் கிடக்கிறது.

கழுவிக் குளிச்சாலும் காக்கா நெறம் மாறாது!
உருவிக் குளிச்சாலும் ஊத்தை மணம் போகாது!

தெரியும் மாற்றங்கள் எல்லாம் தேயும் மாற்றங்களாகவே உள்ளன. விரும்பிய பொருளின் மீது மரியாதை தேயும் மாற்றம் இது -

ஆசை அறுபது நா மோகம் முப்பது நா
தொண்ணூறு நாளும் போனா தொடைப்பக் கட்டை!

விருந்தின் மரியாதையும் இப்படித்தான் படிப்படியாகத் தேய்கிறது.

வந்தன்னைக்கி வாழை இலை! மறுநா தைய இலை!
மூணாநா கையிலே! நாலாநா ஓடுலே!

செல்வம் தேயும் போதும் மரியாதை தேய்கிறது. அவர் கையிலிருந்து சிறுபொருள் தவறி விழுந்தாலும் எடுத்துத் தர கூட்டம் முன்னாளில் ஓடி வரும். இப்போது அவரே விழுந்தாலும் தூக்கிவிட ஆள் இல்லை.

எள்ளு விழுந்தா எடுக்க மகாசேனை!
எட்றி விழுந்தா எடுக்க ஆள் இல்ல!

நிமிர்ந்து நிற்கையில் தேடிக் கும்பிடுவதும், விழுந்துவிட்டால் பாராமல் போவதும் யதார்த்தத்தில் சகஜம்தான்!

> நின்னவரைக்கும் நெடுஞ்சுவர்!
> விழுந்தன்னைக்குக் குட்டிச்சுவர்!

செல்வம் கைவிட்டுப் போனதும் நிகழும் மாற்றத்தை மேலும் பல சொலவடைகள் பேசுகின்றன.

- கப்பல்காரன் பெண்டாட்டி தொப்பைக்காரி!
  கப்பல் ஒடைஞ்சா பிச்சைக்காரி!

- முன்னொரு நேரம் கப்பல்காரன்
  பின்னொரு நேரம் பிச்சைக்காரன்!

- தோட்டக்காரன் வாழ்வு
  காத்தடிச்சாப் போச்சு!

- வாணியக்கட்டை வயிரக்கட்டை
  தேயத் தேயத் துடைப்பக்கட்டை!

(வாணியக்கட்டை - வியாபாரி)

- கெட்டு நொந்தவுகள கிளையில சேக்கமாட்டாக!
  வாழ்ந்து கெட்டவுகள வகையில சேக்கமாட்டாக!

புதிய நாகரிகங்கள் வரும்போது பலரும் கண் விரியப் பார்க்கிறார்கள். அவர்கள் பார்க்காதது - புதியதன் காலில் மிதிபட்டுப் போன சில வயிறுகளையும், வாழ்க்கைகளையும்!

> செம்பு நடமாடக்
> குயவன் குடிபோறான்!

மனித இயல்புகளில் ஏற்படும் பச்சோந்தி மாற்றங்களையும் சொலவடைகள் நுட்பமாய்க் கவனிக்கின்றன. கடன் வாங்கும்போது இருக்கும் வாயும் முகமும் கொடுக்கும் போது இருப்பதில்லை.

- கேக்கிறப்ப பசப்பு!
  கொடுக்கிறப்ப கசப்பு!

- வாங்குறப்ப ஒரு பிள்ளை பெத்தது போல!
  கொடுக்கிறப்ப ஒரு பிள்ளை செத்தது போல!

நல்லவர்களிடத்தில் விறைப்பு; பொல்லாதவர்களைக் கண்டால் பணிவு!

> நல்லவுங்களக் கண்டா நாய்போல!
> பொல்லாதவங்களக் கண்டா பூனை போல!

சொலவடைகளும் சொன்னவர்களும் | 139

அப்பாவிகளிடத்தில் சவடால் பேச்சு! வலுத்தவனைக் கண்டால் உளறலும் குளறலும்!

> பேச்சுப் பேச்சுன்னு பேசும் கிளி!
> பெரும்பூனை வந்தா
> கீச்சுக் கீச்சுன்னு அலறும் கிளி!

மரியாதையான பேச்சை அலட்சியப்படுத்துபவர்கள் அடித்தால் வழிக்கு வருகிறார்கள்.

> வாயால கேட்டா வாழைப் பிஞ்சும் கொடுக்க மாட்டான்!
> தண்டிச்சுக் கேட்டா தாரோட கொடுப்பான்!

அன்புக்காக ஒரு காரியமும் செய்யாதவர்கள், அதிகாரத்தின் முன்னால் எதையும் செய்பவராக மாறுகிறார்கள்.

> தாய்க்குத் தவிடு இடிக்காதவன்
> தம்பிரானுக்கு இரும்பு இடிப்பான்!

சிலர் காரியம் ஆகும் வரை ஒரு விதமாய் இருக்கிறார்கள்; காரியம் ஆனபிறகு வேறு தோரணைக்கு மாறுகிறார்கள்.

> - ஆத்தைக் கடந்ததும்
>   ஓடக்காரனுக்கு ஒரு குட்டு!
> - காரியம் ஆகுற வரைக்கும் காலைப் பிடிக்கிறது!
>   காரியம் ஆன பிறகு குடுமியப் பிடிக்கிறது!

உடனே உடனே நிறம் மாறும் இயல்புகளும் உண்டு. பலர் பார்க்க பொதுவிடத்தில் பெண்ணிடம் ஒரு நடத்தை; தனித்திருக்கையில் வேறு மாதிரி!

> பள்ளத்தில் இருந்தா பெஞ்சாதி!
> மேட்டுல போறப்ப அக்கா!

கண்முன்னே ஒரு மரியாதை! காணாதபோது ஒரு கிண்டல்!

> - கண்டா முறை சொல்றது!
>   காணாட்டி பேர் சொல்றது!
> - கண்டா காமாச்சி நாயக்கர்
>   காணாட்டி காமாட்டி நாயக்கர்!

ஒரு சிறிய காலமாற்றம் - ஒரு சிறிய தடுமாற்றம் கூட மரியாதையைப் பறித்துவிடுகிறது.

> சித்திரைக்குச் சித்தப்பா!
> வைகாசிக்கு வாங்காணும்! போங்காணும்!

சபலங்கள் எந்த நேரத்தில் யாருக்கு வரும் என்பதையும் உறுதியாகச் சொல்ல முடியவில்லை.

தாரம் இல்லாதவனைப் பொண்ணு பாக்க அனுப்புனா
தனக்குன்னு இருக்கட்டும்னானாம்!

வயது காரணமாக மனிதனிடம் உண்டாகும் மாற்றங்களையும் சொலவடைகள் தம் போக்கில் கணிக்கின்றன.

- *பத்திலே பசலை!*
  இருபதிலே இரும்பு!
  முப்பதிலே மூர்க்கம்!
- *நாப்பது செண்டா நாய்க்குச் சரி!*
- *அறுபதுக்கு மேலே கிறுகிறுப்பு!*

தேய்வு, பெருக்கம் என வாழ்வில் இருவிதமான மாற்றங்கள் இருக்கின்றன. இரண்டுமே அசல் வாழ்க்கையோடு பொருந்தாதவையாக இருக்கின்றன.

- *உலக்கை தேஞ்சு உளிப்பிடி ஆச்சு!*
- *உலக்கை பெருத்து உத்திரம் ஆச்சு!*

ஆதரவே உபத்திரவமாக மாறும் யதார்த்தமும் வாழ்க்கையில் நிகழ்கிறது.

ஊண்டக் கொடுத்த தடி
மண்டையப் பொளந்துச்சு!

அதுபோல, பேச்சு ஏச்சாக மாறுவதும் உண்டு.

ஒரு ஊருக்குப் பேச்சு!
மத்த ஊருக்கு ஏச்சு!

யதார்த்தத்தில் சொலவடை காணும் மாற்றம் ஒவ்வொன்றும் உண்மைதானா அல்லது பயந்த மனத்தின் பிரதிபலிப்பா என்பதை ஆம், இல்லை விடைகளில் உறுதிப்படுத்த முடியாது. அவரவர் அனுபவத்தின் வழி உரசிப் பார்க்க வேண்டிய உண்மை இது.

ஆனால் தனது பயம் எதிரே வரும் எலியையும் புலியாக்கும் என்பது சொலவடைகள் ஒப்புக்கொள்ளும் உண்மை.

புலியூருக்குப் பயந்துகிட்டு
எலியூருக்குப் போனா
எலியூரும் புலியூராப் போச்சு!

மனித உறவுகளில் உண்டாகும் நல்ல மாற்றங்களையும் சொல வடைகள் கவனித்துச் சொல்லாமல் இல்லை.

பழகப் பழகப் பக்கன்னா!
பழகுனாப் பிறகு சிக்கன்னா!

(பக்கன்னா - பக் பக் என்ற பயம்; சிக்கன்னா - சிக்கென்ற பிடிப்பு)

5.3.3. விளைவு

செயல்களை விட விளைவுகள்தான் அதிக கவனிப்பைப் பெறுகின்றன.

விளைவுகள் மதில் மேல் பூனைகளாக இருக்கும்வரை அவரவர் மனத்துக்குள் பலப்பல அனுமானங்கள்! முடிவுகள் தெரிந்ததும் மூளைகளைத் துளைத்துக் காரணங்களை அறியும் ஏற்பாடுகள்!

சொலவடைகள் கண்டுபிடிக்கும் காரணங்கள் தைக்கும் ஊசிமுனைகளாக இருக்கின்றன; கொஞ்சம் வேடிக்கையாகவும் இருக்கின்றன.

வெற்றி பெற்றவர்கள் - வெற்றி பெற்றதற்கான காரணம் எது?

- சொரணை கெட்டவன் சொந்தக்காரன்!

 (சொந்தக்காரன் - பொருளுக்கு உரிமையாளன்).

- மானங்கெட்டவன் ஊருக்குப் பெரிய மனுசன்!
- உதுத்த கழுதை ஊருக்கு மூத்த கழுதை!

சூடு சொரணை உள்ளவர்கள் சிறு சிறு அவமதிப்புகள் தென்பட்டதுமே விலகிக்கொள்ள, உதிர்த்தவர்கள் ஊருக்குப் பெரியவர்களா கிறார்கள்.

தோற்றவர்களுக்கும் லாபம் உண்டு. அது அவர்களுக்குக் கிடைத்த கூர்பார்வை!

 ஆடு தப்ப விட்டவனுக்குச்
 செடியெல்லாங் கண்ணு!

வெற்றி பெற்றவர்களைப் போலத் தோற்றவர்கள் திருப்தியுற்று அமர்ந்துவிடுவதில்லை. தொடர்ந்து தேடுகிறார்கள் - தங்களுக்குத் தோன்றிய வழிகளில்.

 ஆடு தொலைச்சவன் ஆடித் திரிவான்!
 கோழி தொலைச்சவன் கூவித் திரிவான்!

விளைவுக்கான காரணங்களை அறிய, சொலவடைகளுக்குத் துணையாக நிற்பது அனுபவ அறிவு. பொறுமையின் விளைவு சுமை -

 கோணி கொண்டது
 எருது சுமந்தது!

அதிகாரத்தின் விளைவு இரைச்சல் -

அண்டை வீட்டுக்காரனுக்கு அதிகாரம் வந்தா
அடுத்த வீட்டுக்காரனுக்கும் இரைச்சல்!

மிகுதியின் விளைவு ஆட்டம்

- *பானையில் பதக்கு நெல் இருந்தா*
  மூலையிலே முக்குறுணிப் பேய் ஆடும்!

(குறுணி - எட்டுப்படி; பதக்கு - இருகுறுணி; முக்குறுணிப் பேய் - பெரும் பேய்)

- *அறுப்புக் காலத்தில*
  எலிக்கும் அஞ்சு கூத்தியா!

இரக்கத்தின் விளைவு அலைச்சல் -

இருந்து பணங்கொடுத்து
நடந்து வாங்கவேண்டியது!

வளர்ச்சியின் விளைவு அலட்சியம்

கொழுத்த குதிரை கொள்ளு தின்னாது!

உத்தரவாதத்தின் விளைவு நிம்மதி -

- *படிக்கு ஆசான் இருந்தா*
  குடிக்குச் சேதம் இல்லை!

(படி - தினசரிக் கூலி; ஆசான் - முதலாளி)

- *நடபடி உண்டானா*
  மிதியடி பொன்னால!

(நடபடி - தினசரிக் கூலி)

தனிமைப்படுதலின் விளைவு தொல்லை -

ஊர் ஓரத்தில் கொல்லை
உழுதவனுக்குப் பயிர் இல்லை!

தனிமைப்பட்டவள் பெண்ணானால் உடனடித் துணை!

ஆருமில்லாப் பெண்ணுக்கு
அண்டை வீட்டுக்காரன் மாப்பிள்ளை

மறுப்பின் விளைவு மதிப்பு. பொருள் நெருங்கி வருகிறது.

மாட்டேன்னானாம் கிழவன்
வலிய வந்தாளாம் குமரி!

கோபத்தின் விளைவு இழப்பு -

- *வஞ்சா வட்டி போச்சி!*
  அடிச்சா அசல் போச்சி!

- *மல்லுக்கு நின்னா*
  மாகாணிப் பங்கு!

  (மாகாணி - சிறிய அளவு)

பகை உண்டாவது எதிரியோடுதான் என்பதில்லை. பழகிய பழக்கத்துக்குள், கொடுப்பதை நிறுத்தினாலும் கொடுத்ததைக் கேட்டாலும் விளைவு பகைதான்.

- *இட்டவன் இடாட்டி வெட்டுப் பகை!*
- *கொடுத்தது கேட்டா அடுத்தது பகை!*

கொடுக்கவே கொடுக்காதவன் ஒரு நாள் நல்லவன் ஆகிறான்.

என்னைக்கும் போடாத மகராசி இன்னைக்கும் போடல!
தெனம் போடுற தேவடியாளுக்கு
இன்னைக்கி என்ன கேடு?...

வீழ்ச்சியின் உடனடி விளைவு அவமதிப்பு.

ஆனை குப்புற விழுந்தா
தவள கூட ஒதச்சுப் பாக்கும்!

வித்தை சரியும்போது கர்வமும் சரிந்துவிடுகிறது.

அய்யாவுக்கு வித்தை இல்ல!
அம்மாவுக்குக் கர்வம் இல்ல!

வீழ்ச்சியும் சிதைவும் கரிமூட்டைகளைத் திரட்டி வந்து கதவைத் தட்டுகின்றன.

தீப்பட்ட வீட்டில்
கரிக்கட்டைக்குப் பஞ்சமா?

மதிப்பு போன நிலையைப் பூட்டி வைத்துக் காப்பாற்றவும் முடியாது; பிறர் பார்வையில் இருந்து மறைக்கவும் முடியாது; எல்லாம் ஒரு நாள் வீதிக்கு வரும். வரும்போது அவரவர் கைத்தராசு எடுத்து எடைபோடும்.

- *மலிஞ்ச சரக்கு கடைத் தெருவுக்கு வரும்*
- *கத்தரிக்கா முத்துனா*
  சந்தைக்கு வந்துதான் தீரும்!
- *கிழிஞ்ச சேலை காசுக்கு ரெண்டு!*

தோற்றவர்களின் வருத்தமும் சலிப்பும் சகமனிதர்களிடம் பெரிய சலனத்தை உண்டுபண்ணுவதில்லை. சலித்துக்கொண்டு இவர்கள் எங்கேதான் போய்விடுவார்கள் என்ற தெளிவுதான் அதற்குக் காரணம்!

- *கோழி சடைச்சா குப்பையிலே!*
  மாடு சடைச்சா மந்தையிலே!

- *எருது கோவிச்சுக்கிட்டுப் பரதேசம் போச்சாம்!*

ஒருவரின் கோபம் சம்பந்தமேயற்ற இன்னொருவருக்கு ஆபத்தைத் தரும் விளைவும் யதார்த்தத்தில் உண்டு,

ஆனையும் ஆனையும் உரசிக்கிட
கொசுவுக்குப் பிடிச்சுச்சாம் அனர்த்தம்!

மதச்சண்டைகளில் பலியாகும் சின்னஞ்சிறு குழந்தைகளை இச்சொலவடை ஞாபகப்படுத்தவில்லையா?

ஒருவர் கூச்சலிட்டுப் போக இன்னொருவர் அடிவாங்கும் நிகழ்வும் யதார்த்தத்தில் உண்டு. நான் ஒண்ணுமே செய்யல! என்ற கெஞ்சலும், இது என்ன அநியாயம்! என்ற புலம்பலும் பலனளிப்பதில்லை.

குட்டி நாய் கத்த
கெழ நாய்க்கு வந்துச்சாம் ஆபத்து!

ஒருவர் கதை முடியும்போது இன்னொருவர் கதையும் சேர்ந்து முடிகிறது.

கூழு கொதிக்குது
சுண்டைக்காய்க்குக் கேடு!

ஒவ்வொரு விளைவுக்குப் பின்னாலும் வலுவான காரணத்தைத் தேடுகிறது ஆராய்ச்சி. அப்படியெல்லாம் ஒன்றும் இல்லை என்கிறது சொலவடை.

நாட்டில் எத்தனை கூட்டங்கள்! சில கூட்டங்களுக்குப் பின்னால் நல்ல காரணங்கள் இருக்கின்றன. சில கூட்டங்களுக்குப் பின்னால்...?

- *தாயக் கொன்னவனுக்கும்*
  ஊர்ல பாதி!
- *பணக்காரன் பின்னாலயும் பத்துபேர்!*
  பைத்தியக்காரன் பின்னாலயும் பத்துபேர்!

கூட்டம் மந்தையாவதும், மந்தைக்குள் அகங்காரம் புகுவதும், அகங்காரத்தில் இருந்து மெத்தனம் உண்டாவதும் தொடர் விளைவுகள்.

- *பத்தில் விழுந்த பாம்பும் சாகாது!*

(பத்தில் - பத்துப் பேர் மத்தியில்)

- *ஆயிரம் பாம்பில்*
  ஒரு தேரை பிழைக்கும்!

5.4. உணர்ந்தது...

5.4.1. திகைத்தது

யதார்த்தத்தை எதிர்கொள்ளும் சொலவடைகளில் பல்வேறு உணர்ச்சிகள்! அடிக்கடி தலைதூக்குவது திகைப்பு.

ஒரே தராசு, ஒரே விதமான மதிப்பீடு, ஒரே மாதிரி கணக்கு, பிரச்சினைகளைத் தீர்ப்பதில்லை. மாறாகக் கடினப்படுத்துகின்றன.

பஸ்ஸில் 30 மைல் தூரம் பயணம் செய்யப் பத்து ரூபாய் செலவழித்து, ஊரில் இறங்கியதும் 1 மைல் தூரத்தில் உள்ள வீட்டுக்கு முப்பது ரூபாய் ஆட்டோவுக்குக் கொடுக்கும்போது ஒரே கணக்கு திகைப்பை உண்டாக்குகிறது. துணியின் விலையை நெருக்கித் தையற்காரர் கூலி சில நேரங்களில் இருக்கும்போதும், ஒரே கணக்கு விடை தருவதில்லை.

சொலவடைத் திகைப்புகளில் சில இத்தன்மையன!

- *சுண்டைக்கா காப்பணம்*
  சுமை கூலி முக்காப்பணம்!

- *அரிசி அரைக்கா ரூவா*
  ஆனச் சட்டி முக்கா ரூவா!

- *செத்த ஆடு காப்பணம்*
  சுமைகூலி முக்காப்பணம்!

- *தோண்டக் குறுணி தூர்க்க முக்குறுணி!*

  (தூர்க்க - நிரப்ப, மூட)

யதார்த்தத்தில் நடக்கும் பட்டப்பகல் கொள்ளை கண்டு பதறிய திகைப்புகளும் உள்ளன.

- *ஆயக்காரன் அஞ்சு பணம் கேப்பான்!*
  அதாவெட்டுக்காரன் அம்பது பணம் கேப்பான்!

  (ஆயக்காரன் - விவசாயப் பொருள்களுக்கு வரி வசூலிப்பவன்; அதாவெட்டுக்காரன் - ஆயக்காரனின் அடியாள்)

- *ஆயத்துக்குக் குதிரை*
  கீயத்துக்குக் குட்டி!

  (ஆயம்-வரி; கீயம் - லஞ்சம்)

அத்துமீறல் உருவாக்கும் திகைப்பு இது -
  கறையான் கூடுகட்டி வைக்க அதுல
  கருநாகம் குடி புகுந்துச்சாம்!

பரிதாபம் தரும் அதிர்ச்சி இது -

>பன்னக்காரன் பெண்டாட்டி
>பணியக் கெடந்து செத்தாளாம்!

>(பன்னக்காரன் - பாய் முடைபவன்; பணியக் கிடந்து - வெறுந்தரையில்)

புரியாமை உண்டாக்கிய திகைப்பு இது -

>அண்டையில் வான்னா
>சண்டைக்கு வருது!

அதிகாரம் ஒரு சிறு எட்டு வைத்தாலும் அதிர்ச்சிதான். ஹோமர் கதைகளில் திரியும் ஒற்றைக்கண் பூதத்தைப் போலத் தடதட என்று நடக்கிறது அதிகாரம்.

- அதிகாரி வீட்டுக் கோழிமுட்டை
 குடியானவன் வீட்டு
 அம்மிய ஒடைச்சாலும் ஒடைக்கும்
 திருகைய ஒடைச்சாலும் ஒடைக்கும்!

- அக்கிரமமான ஊர்ல
 கொதிக்கிற மீனும் சிரிக்குமாம்!

அதிகாரத்துக்குக் கூசாமல் ஜால்ரா போடுபவர்களைக் கண்டால் அதிர்ச்சி வேகம் அதிகரிக்கிறது.

>ராசா கல்லுமேல கத்தரி காய்க்கும்னா
>கொத்து ஆயிரம் குலை ஆயிரம்பாங்க!

எந்தக் கட்டத்தின் மகிழ்ச்சியையும், குறுக்கே புகுந்து கெடுக்க, ஒரு தொல்லை வந்து சேர்கிறது.

>நல்ல எழுத்து நடுவே இருக்க
>கோண எழுத்து குறுக்கே வந்துச்சு!

எழுத்து இங்கே மனிதர்களின் அடையாளம்!

வாழ்வின் நிச்சயமின்மை - முடிவுகளில் நிச்சயமின்மை - உண்டாக்கும் திகைப்பு எப்போதும் இருக்கிறது.

>கல் விழுந்தாலும் விழும்!
>காய் விழுந்தாலும் விழும்!

பொருளாதாரத்துக்கும் புரியாத திகைப்பு இது:

>எத்தனை பிரியமோ அத்தனை சவுக்கை!

>(பிரியம் - பொருள் தட்டுப்பாடு; சவுக்கை - சவதம் - விலை மலிவு)

வரலாற்றுக்குப் புரியாத திகைப்பு இது:

> குண்டுபட்டுச் சாகாதவன்
> வண்டு கடிச்சுச் செத்தானாம்!

அறம் எதிர்கொள்ளும் திகைப்பு இது:

> எட்டியோட சேந்து இலவம் பஞ்சும் தீப்படுது!

திகைப்பின் கைப்பிடித்தே வருவது சலிப்பு. கிடைத்தும் கைக்குத் தங்காமல் போன பொருள் உண்டாக்கிய சலிப்பு இது.

> ஆறு நெறையத் தண்ணி போனாலும்
> பாயுறது கொஞ்சம் சாயுறது கொஞ்சம்!

கைக்குக் கிடைத்தும் அனுபவிக்க முடியாமல் போன வருத்தம் கொணர்ந்த சலிப்பு இது:

> கடன் வாங்கியும் பட்டினி
> கல்யாணம் பண்ணியும் பிரம்மச்சாரி!

உழைப்பின் பலனைத் தன்னைத் தவிர மற்றவர் எல்லாம் தின்று தீர்க்கையில் உண்டாகும் சலிப்பு இது:

> கரும்பு லாபம்
> எறும்பு கொண்டுகிட்டுப் போகும்!

இது அண்மை தரும் சலிப்பு:

> உள்ளூர்க் குளம் தீர்த்தக்குளம் இல்ல!
> (தீர்த்தக் குளம் - புனித நீர்)

இது சார்பு உண்டாக்கும் சலிப்பு:

> - பெண்டாட்டி கால்கட்டு! பிள்ளை வாய்க்கட்டு!
> - பெஞ்சாதி கால்விலங்கு! பிள்ளை சுள்ளாணி!

மனத்துக்குப் பிடித்த ஒரு பொறுப்பை எடுக்கும்போது, கொசம்கூடப் பிடிக்காத காரியத்தையும் சேர்த்துச் செய்ய வேண்டிய நிர்ப்பந்தத்தால் வாழ்க்கை பூராவும் தொடரும் சலிப்பு இது.

> ஆட்டு மந்தையைக் காக்கும் நாய்
> அதன் புழுக்கையையும் சேத்துத்தான் காக்கணும்!

5.4.2. எரிந்தது

யதார்த்தத்தில் உண்டாகும் திகைப்பு, வருத்தம் எல்லாமே - ஒரு விதத்தில் பலன்களின் பகிர்வு குறித்துத்தான்!

தட்டிக் கேட்க இயலாத அநியாயங்கள் மறக்கப்படுவதும் இல்லை; மன்னிக்கப்படுவதும் இல்லை.

உள்ளுக்குள்ளேயே பொருமல்களாய்க் குமுறுகின்றன; அநியாயத்தின் முதுகுக்குப் பின்னால் எரிச்சல் பட்ட வார்த்தைகளைக் கொட்டித் தீர்க்கின்றன.

- *கோளாறுக்காரனுக்குக் கோடிப்பணம்*
  கோடாலி வச்சு வெட்டுனவனுக்கு ஒரு பணம்!

(கோளாறுக்காரன் - தந்திரக்காரன்)

- *கையாலாகாதவனுக்குக் கரம்பில பங்கு!*
  உழுகாதவனுக்கு ஊர்ல பங்கு!

(கரம்பு - சாகுபடி செய்யாத நிலம்)

- *திருவுக்கு ஒரு ஒழக்கு!*
  திருந்தினவுங்களுக்கு ரெண்டு ஒழக்கு!
  அறிவும் திருவும் கெட்டவுங்களுக்கு அஞ்சு ஒழக்கு!

(திரு - நற்பண்பு; ஒழக்கு - உழக்கு தானியம்)

- *துட்டுப் போடாதவுங்களுக்கு ரெட்டைப் பங்கு!*
- *கூறுகெட்ட மாட்டுக்கு ஆறு கட்டுப் புல்லு!*
- *அச்சி கெட்ட கழுதைக்கு*
  மொச்சக் கொட்டை துவையல்!
  அழகு பெத்த கழுதைக்கு
  மொளகா வத்தல் துவையல்!

(அச்சி கெட்ட கழுதை - ஊர்பேர் இல்லாத கழுதை)

- *பேப்பய வெள்ளரி போட்டானாம்!*
  பேயநரி சொடக்குப் போட்டுத் தின்னுச்சாம்!

(பேப்பய - ஏமாளி)

- *செம்மங்குழி முக்காப் பணம்!*
  செமக்கப் போனவனுக்குப் பத்துப் பணம்!
  அத வாங்கப் போனவனுக்கு அறவே இல்ல!

(செம்மங்குழி - செம்மண்குழி, குமி)

உழைத்தவர்கள் கெட்டபெயர் வாங்குவதும் உடல் அலுக்காமல் வாழ்பவர்கள் கெட்டிக்காரத் தங்கங்கள் ஆவதும் இன்னொரு வித எரிச்சல்.

ஆக்குனவ கள்ளி!
அள்ளி உங்கிறவன் சமத்தன்!

ஒப்பிட்டுப் பார்க்கும்போதுதான், வயிற்றெரிச்சல் அதிகமாகிறது.

- *நோக்காடு வந்த நாயி பல்லாக்குல ஏற*
  யோகக்கார நாயி வெள்ளாவியில ஏறுச்சாம்!

- *நா் பெத்த ரட்டினக் கிளி கூழுக்கு அழுகுது!*
  ஊரா வீட்டுப் பயபுள்ள தோசைக்கு அழுகுது!

(ரட்டினக் கிளி - ரத்தினக்கிளி)

- *தாம் பிள்ள தவிட்டுக்கு அழுகுது!*
  வப்பாட்டி பிள்ள வாழைப்பழத்துக்கு அழுகுது!

- *மணக்கிற பூ கொல்லையிலே!*
  வீசுற பூ பூசையிலே!

- *வித்தக்காரனுக்கு ஒரு பொண்டாட்டி!*
  வேசக்காரனுக்கு முந்நூறு பொண்டாட்டி!

(வித்தக்காரன் - திறமை உள்ளவன்)

நிலைமை அறியாமல் வெளிப்பட்ட மிகை விருப்பங்களும் கூட எரிச்சலைக் கிளப்புகின்றன.

- *குடல் கூழுக்கு அழுகுது*
  கொண்டை பூவுக்கு அழுகுது!

- *தகப்பனுக்கு ஒட்டுக் கோவணமாம்!*
  மகன் எழுத்துப் போட்டது வேணுங்கிறான்!

(எழுத்துப் போட்டது - கோடு, கட்டம், பூ என அச்சடிக்கப்பட்ட துணி)

- *அப்பச்சி குதம்பையச் சூப்புது*
  புள்ள முத்தின தேங்காய்க்கு அழுகுது!

(குதம்பை - தேங்காய் ஓடு; அப்பச்சி - அப்பன்)

- *அப்பச்சி கோவணத்த பருந்து எடுத்துட்டுப் போகுது!*
  புள்ள வீரவாளிப் பட்டுக்கு அழுகுது!

(வீரவாளிப் பட்டு - சித்திரப்பட்டுச் சேலை)

- *ஒல்லி நாய்க்கு*
  ஒட்டியாணம் வேணுமாம்!

- *தாய் தவிட்டுக்கு அழுகுறா!*
  புள்ள இஞ்சிபச்சடி கேக்குது!

- *ஆத்தா கூழுக்கு அழுதாளாம்*
  புள்ள நெய்ப்பணியாரம் கேட்டுச்சாம்!

- *ஏழாயிரம் பொன் பெத்த குதிரை இரப்பைத் திங்குது!*
  குருட்டுக் குதிரை கோதுமை ரொட்டிக்கு வீங்குச்சாம்!

(இரப்பை - இரை)

- *ஆளான ஆளுக்கே அவிழ் அகப்படல*
  குருட்டுப் பய கழுத கோதுமை ரொட்டி கேட்டுச்சாம்!

(அவிழ் - சோறு)

- வண்ணக் குதிரை மண்ணைத் திங்குதாம்!
  தட்டுவாணிக் குதிரை கொள்ளுக்கு அழுகுதாம்!

- கண்ணுபடுற குதிரை கண்டதைத் திங்கையில
  கொழுப்பெடுத்த கழுதை கோதுமை கேட்டுச்சாம்!

- ஓடையவருக்கே ஒண்ணுமில்ல
  லிங்கம் பஞ்சாமிர்தம் கேட்டுச்சாம்!

தகுதியற்ற கொண்டாட்டங்களும் எரிச்சல் உண்டாக்கத் தவறுவதில்லை.

- ஆன தெய்வத்தை ஆறு கொண்டு போகையில
  காவக்காரனுக்குத் தெப்பத் திருவிழாவாம்!

- ஆயிரம் உடையவங்க அமந்திருப்பாங்க!
  துணி பொறுக்கி தொந்தோம் தொந்தோம்னு கூத்தாடுவான்!

- ஆயிரம் இருக்கிறவன் சும்மா இருப்பான்!
  அரைப்பணம் வச்சிருக்கிறவன் ஆடிப் பார்ப்பான்!

- தும்பு மணிக்குக் கதிகெட்டவ துந்தி கட்டிக்கிட்டு ஆடுறா!
  கடமணிக்குக் கதிகெட்டவ கச்சை கட்டிக்கிட்டு ஆடுறா!

(தும்பு - நார்; கடம் - கயிறு; துந்தி - பூ அலங்காரம்)

காலம் தெரியாமல் நிலைமை புரியாமல் சிலர் ஆடும் ஆட்டங்களும் இப்படித்தான்!

- காடு வாவாங்குது! வீடு போபோங்குது!
  கட்டை எனக்கு உனக்குன்னு அடிச்சுக்கிட்டுக் கெடக்கு!

- கட்ட கெடக்குது கழுத குதிக்குது!

- அம்மியும் குழவியும் ஆகாசத்தில் பறக்குது!
  எச்சிக்கல எனக்கொரு வழி சொல்லுன்னுச்சாம்!

தகுதியற்ற தலையீடுகளும் எரிச்சலைக் கிளப்புகின்றன.

- தோட்டக்காரன் சும்மா இருந்தாலும்
  பூட்டை புடுங்கி சும்மா இருக்கமாட்டான்!

(பூட்டை புடுங்கி - தானியம் அறுப்பவன்)

- காட்டுக்காரன் சும்மா இருந்தாலும்
  கணக்குப் பிள்ளை சும்மா இருக்கமாட்டான்!

தன் கட்டுப்பாட்டில் இருந்தவர், தலைக்கு மேல் வளர்ந்து அதிகாரம் பண்ணும்போதும் பொருமல் புறப்படுகிறது.

குத்தின ஒரல்ல குருணை வாங்கித் தின்ன புள்ள
ஆளாகிப் போனதும் அதிகாரம் பண்ணுச்சாம்!

சொலவடைகளும் சொன்னவர்களும் | 151

தலைமை காலியான இடங்களில் கற்றுக்குட்டிகள் போடும் ஆட்டமும் எரிச்சலைத் தூண்டுகிறது.

- *ஆனை இருந்து அரசாண்ட இடத்தில*
  பூனை கிடந்து புரண்டு ஆடுது!
- *வெராயில்லாத கம்மாயில*
  தத்துக் குறத்தை மணியம் பண்ணுச்சாம்!

(வெரா - விரால் மீன்; குறத்தை - குறவை மீன்; மணியம் - அதிகாரம்)

- *குடியில்லா ஊருக்கு நரி ராஜா!*

மதிமயங்கிய ரசனைகளும் எரிச்சலைத் தருகின்றன.

- *காச்சுறவ காச்சினா*
  கழுத மூத்திரமும் ருசியாத்தான் இருக்கும்!
- *காஞ்சு போனவனுக்குக்*
  கழுதை கூட அழகாத்தான் தெரியும்!
- *கோடாலி கொண்டை போட்டவ கோபப்பட்டாலும்*
  சிரிக்கிற மாதிரித்தான் தெரியும்!

தேயும் வாழ்க்கை உருவாக்கும் தீராத வயிற்றெரிச்சல் இது:

ஆடாகி கோழியாகி
வல்லக் கீரை ஆச்சு!

(வல்லக்கீரை - சுடுகாட்டுக் கீரை; வல்லைக் கீரை -காட்டு முருங்கைக் கீரை)

வல்லக் கீரையாகிப் போன வாழ்க்கையில் பிறரின் சிரிப்பு கூட எரிச்சல் ஊட்டுகிறது.

வீடு கெடக்கிற கெடையில
எட்டுக் கோட்டை சிரிப்பாணியாம்!

தான் உருவாக்கிய மேடையில் இன்னொருவர் வந்து ஆட்டம் போடும்போது உண்டாகும் பொருமல் இது:

- *கடன்பட்டு உடன்பட்டு அம்மை கும்பிட*
  நீ யார் கூத்தி விழுந்து கும்பிட?
- *நான் தேடிப் பச்சை போட*
  நாரிகள் எல்லாம் வந்தாக தெய்வம் ஆட!

(பச்சை - மரம், செடி, கொடி)

தான் அனுபவிக்கும் மகிழ்ச்சி ஊர் மொத்தத்துக்கும் கிடைத்தால், வக்கிரமமான எரிச்சலும் வருவதுண்டு.

வாழை இல்லாத ஊருக்கு வாழை மரம் வந்தா

வகைகெட்ட கழுதையும்
இலை போட்டுச் சாப்பிடுமாம்!

5.4.3. அடங்கியது....

ஏறுக்கு மாறான யதார்த்தம் கண்டு திகைக்கும் மனதுக்கு ஆறுதல் தேவை.

உள்ளீடும் ஆதாரமும் அற்ற நம்பிக்கைதான் தற்காலிக ஆதரவு.

அநியாயமாக வந்தது அநியாயமாகப் போகும் என்று உள்மனம் நம்புகிறது. இப்படியே இருக்காது; இயற்கை அடிக்கடி சமப்படுத்தும் என்று அறிவும் துணைக்கு வந்து பேசுகிறது.

பிசாசுக்குக் கிடைச்ச சாப்பாட்டுல பாதி
கொல்லையில போயிரும்!

- என்கிறது பிரெஞ்சுப் பழமொழி.

தமிழ்ச் சொலவடைகளிலும் இத்தகைய ஆறுதல் மனப்பேச்சுகள் உண்டு.

- *அஞ்சனக்காரன் முதுகில்*
  வஞ்சனக்காரன் ஏறுவான்

(அஞ்சனக்காரன் - மை போட்டு ஏமாற்றுபவன்)

- *சூதன் கொல்லையில் மாடு மேயும்!*

(சூதன் - சூது செய்பவன்)

- *வல்லார் கொள்ளை வாழைப்பழம் ஆகும்!*

(வாழைப்பழம் ஆகும் - சீக்கிரம் அழுகிப்போகும்)

- *அவுசாரியில் வந்தது பெருவாரியில் போகும்!*

(பெருவாரி - பெருவெள்ளம்; காலரா பிளேக் போன்ற கொள்ளை நோய்)

காத்திருக்கும் பொறுமையையும் இந்த மனப்பேச்சு தருகிறது.

ஒதைச்ச கால் புழுக்கிற போதல்லவா புழுக்கும்!...

நம்பிக்கை முறிந்து, விட்ட இடத்தில் இருந்து மீண்டும் புலம்பல் கிளம்புவதும் உண்டு.

ஒதைச்ச கால் புழுக்கிறதுக்குள்ள
அடிவயிறு சீழ் கட்டுது!

இது இப்படித்தான் என்று யதார்த்தத்தை ஒப்புக்கொண்டு கைகட்டும் வகுப்பறைக் குழந்தையின் பரிதாபப் பணிவும் வந்து சேர்கிறது.

அகதிக்கு ஆகாயம் துணை!

- என்று பாரம் இறக்குவதும்,
    கண்ணைக் கெடுத்த தெய்வம்
    கோலைக் கொடுத்துச்சு
- என்று ஆறுதல் பெறுவதும்
    வண்ணானுக்கு நோவு வந்தா கல்லோட!
- என்று தீர்வு காண்பதும்
    கொட்டு முழக்கத்தோட கட்டுன தாலி
    கட்டையிலதான் தீரும்
- என்று புலம்பி ஒடுங்குவதும்
    இல்லாத பிள்ளைக்கு இலுப்பைப்பூ சக்கரை!
- என்று மாற்று தேடுவதும்
    ஏழைக்குத் தக்க எள்ளுருண்டை
    பணக்காரனுக்குத் தக்க பருப்புருண்டை
- என்று சமாதானம் கொள்வதும்
    ஊர் ஆளுறவன் பெண்டு பிடிச்சா
    ஆருகிட்ட சொல்லி முறையிட?
- என்று கையை விரிப்பதும்
    அளகாபுரியிலும் விறகு தலையன் உண்டு
    (அளகாபுரி - குபேரன் பட்டணம்)
- என்று தத்துவம் பேசுவதும் யதார்த்தத்தின் எதிர்வினைகள் ஆகின்றன.

மீண்டும் தன் பழைய சிறுமூலையைத்தான் மனது தேடுகிறது; அங்குதான் பாதுகாப்பு உணர்வு பெறுகிறது; எங்கெங்கே ஓடினாலும், உயர்ந்தாலும் கடைசியில் சிறு மூலையைத் தேடி ஐக்கியமாவதுதான் சரி என்று மனதுக்குப் படுகிறது.

- மலையில வெளைஞ்சாலும்
    ஒரல்லதான வந்து மசியணும்!
- வனத்தில மேஞ்சாலும்
    இனத்தில் வந்து அடையணும்!
- இனம் இனத்தோட வெள்ளாடு தன்னோட!

தன் சிறு மூலையில் கிடைக்கும் மகிழ்ச்சி பெருமாளிகையிலும் கிடைப்பதில்லை.

கானல்ல கருகி வேனல்ல வெம்புனாலும்
என் வீடு அரமண மாதிரி நான் அதில ராணி மாதிரி!

எத்தனை சலிப்பு, கோபம் வந்தாலும் இந்த மூலையை விட்டுப் போவது அத்தனை எளிதல்ல.

- பொங்கியும் பால் புறம் போகல!

(கோபம் கொண்டவர் வீட்டை விட்டு வெளியேறவில்லை என்பது பொருள்)

- வீட்டை விட்டுக் கோவிச்சுட்டுப் போறவன்
கொல்லையில் மாடு அவுத்துட்டு நிக்குதுன்னானாம்!

- சாகுறேன் சாகுறேன்னு சொல்ற பெஞ்சாதி
சாகவும் மாட்டா
போகுறேன் போகுறேன்னு சொல்ற புருசன்
போகவும் மாட்டான்!

எல்லாவற்றையும் விட்டுவிட்டதாகச் சொல்லும் சன்னியாசிகளைக் கூட இச்சிறு மூலைகள் பிடித்து வைத்திருக்கின்றன.

சன்னியாசிக்கும் சாதிமானம் போகாது!

சுயமுயற்சியை விடச் சார்புதான் தூக்கி நிறுத்துகிறது என மனம் நம்புகிறது.

இருக்கிற இடத்தில இருந்தா
எல்லாம் நல்லாத்தான் இருக்கும்!

மூலைகள், சார்புகளில் இருந்து விடுபட்ட சுதந்திரம் - வெளிக் காற்று - இடையிடையே வந்து வருடுகின்றன. ஆனால் - அது கட்டுப்பட்ட சுதந்திரம்!

ஆடு மலை மேல மேஞ்சாலும்
குட்டி கோனாரு கிட்டே!

யதார்த்தம் உண்டாக்கும் கோபம், படிப்படியாக முனை மழுங்குகிறது. தழும்புகள் போதும் என்றாகிறது.

இலை அசைஞ்சாலும் முள் அசைஞ்சாலும்
இலைக்குத்தான் கேடு!

நொறுங்கிய தானியம் போலான வாழ்க்கை இனியும் சூடு தாங்காது.

நொய்யரிசி கொதி பொறுக்காது!

(நொய்யரிசி - நொறுங்கல் அரிசி)

பாதகங்களோடு மோதாமல், அவற்றைப் பக்குவமாகவும் லாவகமாகவும் எதிர்கொண்டு வாழ்க்கை மடங்குகிறது.

உரக்கக் கூதல் அடிச்சா
உக்காந்து நாத்துப் புடுங்கு!

பிடிவாதம் தளர்கிறது. காலத்துக்கேற்ற முடிவுக்கு மனது வளைகிறது.

வெளைஞ்சா வள்ளி திருமணம்
வெளையாட்டா அரிச்சந்திர நாடகம்!

மிகுதியாகப் பெற்றவர்களின் கண்ணை உறுத்தும் ஆட்டத்தையும் அலட்டலையும் கூடச் சகிக்கவும் ரசிக்கவும் கொண்டாடவும் மனம் இப்போது பழகிக்கொள்கிறது.

- *அநேகம் தலைமுடி இருக்கவ*
  அவுத்தும் போட்டுக்குவா!
  கொண்டையும் போட்டுக்குவா!
- *கரு உள்ள மகராசி*
  கட்டை வரை பிள்ளை பெறுவா!
- *முடி உள்ள மகராசி தட்டியும் முடிவா!*
  அள்ளியும் முடிவா!

5.4.4. சிரித்தது

வாழ்க்கையில் சிரித்த தருணங்கள் போகுமா? இருக்கின்றன. பிறர் சந்தித்த யதார்த்தங்களையும் - பிறர்க்கு நேர்ந்த திக்கு முக்காடல்களையும் பார்க்கையில் மனம் நிரம்பிப் பொங்குகிறது; தன் கவலையும் மறந்துபோகிறது.

கும்பிட்டவர்களைக் கும்பிட நேர்ந்த தருணம் கண்டு சிரித்த சிரிப்பு இது;

- *புழுக்கைச்சி மேல சன்னதம் வந்தா*
  பூ இட்டுக் கும்பிடணும்!

(புழுக்கைச்சி - ஏவிய வேலைகளைச் செய்யும் பெண்: சன்னதம் - அருள்)

- *வெள்ளாட்டிக்குச் சன்னதம் வந்தா*
  விழுந்துதான் கும்பிடணும்!

(வெள்ளாட்டி - வேலைக்காரப் பெண்)

சோற்று ஆசைக்கு முன்னால் பக்திப் பரவசங்கள் மணல் வீடுகளாகிச் சரிவதைப் பார்த்துச் சிரித்த சிரிப்பு இது:

- *அரகர சிவசிவ மகாதேவா!*
  ஆறேழு சுண்டலுக்கு லவலவா!
- *ஆத்துக்குள்ள இருந்து அரகரா போட்டாலும்*
  சோத்துக்குள்ள இருக்கான் சொக்கப்பன்!

முரண்பாடான ஆசைகள் - முரண்பாடான உண்மைகள் கண்டு சிரித்த சிரிப்பு இது:

- *லச்சப் பிரபு வீட்டுப் பிள்ளை*
  மொச்சைப் பயத்துக்கு ஆசைப்பட்டுச்சாம்!
- *வாத்தியார் வீட்டுப் பிள்ளை மக்கு!*
  வைத்தியர் வீட்டுப் பிள்ளை சீக்கு!

ஆசையும் அன்பும் பரஸ்பரமாக இருக்கும் என்ற நம்பிக்கை பொய்யானபோது உண்டான சிரிப்பு இது:

புருசனுக்குப் பொண்டாட்டி மேல ஆசை!
பொண்டாட்டிக்குச் சேலை மேல ஆசை!

போட்டி இல்லா இடத்தில் உருவாகும் கதாநாயகர்களைப் பார்க்கையிலும் சிரிப்புதான்:

பிள்ளை இல்லா வீட்டுல
கெழவன் துள்ளி வெளையாடுறான்!

தவறு செய்யாமலும், பிடிபடா நிலையிலும் கூட சிலர் பயந்து ஓடும் ஓட்டமும் நகைச்சுவைக் காட்சிதான்!

ஆப்டுக்கிட்ட நாய அடிக்கிறப்ப
அதப்பாத்த நாய் காதவழி ஓடுமாம்!

காசு செலவழிக்கப் பயந்தவர்கள் செய்யும் காரியத்தில் எல்லாம் சிரிப்புக்கு இடமிருக்கிறது.

பரிசம் போடப் பயந்து
குருட்டுக் கன்னியைக் கொண்டானாம்!

அரை மனதாக இரவல் கொடுத்தவர்கள் படுத்தும் பாடும் அப்படித்தான்! கொடுத்த சேலையைத் திரும்ப வாங்க இழவு வீடு வரை தேடி வருவார்கள்.

இரவல் கொடுத்தவ இருந்து அழவிட மாட்டா!

நிற்காத பேச்சுகளும் ஏளனச் சிரிப்பை ஏற்படுத்துகின்றன.

பிஞ்சசேலையும் பேச்சுப் பிடிச்ச வாயும் சும்மா இருக்காது

ஏளனச் சிரிப்புகளுக்கு அப்பால் - உண்மையான - தீங்கற்ற - மகிழ்ச்சி சொலவடைகளில் அபூர்வம். ஆனால் இல்லாமல் இல்லை.

புதியதை வரவேற்கும் இந்தச் சொலவடை மகிழ்ச்சியின் அர்த்தத்தைப் புரியவைக்கிறது. முயற்சிதான் மகிழ்ச்சி; பலனல்ல என்கிறது சொலவடை.

கலப் பயறு வெதைச்சு
ஒழக்குப் பயறு வெளைஞ்சாலும்
புதுப்பயறு புதுப்பயறுதான்!

சில வேளைகளில், யதார்த்தத்தில் எதிர்பாராத மகிழ்ச்சி வருகையில், சொலவடை மனம் மகிழ்ச்சியைக் கொண்டாடிப் பேசுகிறது.

பருத்தி புடவையாக் காச்சுச்சு!

5.5 புரிந்தது...

நல்ல வாழ்க்கை - பயனுள்ள வாழ்க்கை வாழ அறிவு தேவை என்பது பிளேட்டோ காலத்தில் இருந்து தோன்றிய சிந்தனைப் போக்கு.

அறிவு என்பது வெறும் புத்தக அறிவு அல்ல. அது - புரிந்து கொள்ளுந்திறன். பிரமைகள் விலக்கி உண்மையைப் புரிந்து கொள்ளுந்திறன்.

இது அறிவு சார்ந்த விசயம் மட்டுமல்ல; மனம் சார்ந்த விசயமும் கூட தைரியம் சார்ந்த விசயம். உண்மையைக் கலக்கமின்றி எதிர் கொள்ளும் தைரியம்.

பெரு வெள்ளம் பாயும் கடலில்
பீ வாய்க்காலும் பாயும்!

என்ற உண்மையை ஏற்கும் தைரியம்.

5.5.1. பிரமையை உதறி...

பிரமை எது? புரிதல் எது? பின்வரும் சொலவடை விளக்குகிறது.

சன்னியாசியக் கடிச்ச நாய்க்குப் பின்னால நரகமாம்!
சன்னியாசிக்கு முன்னால மரணமாம்!

நல்ல மனிதனைக் கடித்த நாய் நிச்சயம் நரகத்துக்குத்தான் போகும் என்பது மனம் ஆறுதல் கொள்ளக்கூடிய பிரமை. கடிபட்ட நல்ல மனிதன் இன்னும் சற்று நேரத்தில் சாகப்போகிறான் என்பது தைரியமாய் எதிர்கொள்ள வேண்டிய புரிதல்.

சாபமிடுவதால் மட்டுமல்ல - கலங்கி அழுவதாலும் மனம் விரும்புகிற எதுவும் நடந்துவிடப்போவதில்லை.

- *எலி அழுதா பூனை விடுமா?*
- *தூண்டில்ல சிக்குன மீன்*
  துள்ளிக் குதிச்சா விட்ருவாங்களா?

பிறரின் அனுதாபத்தால் சுமை தீரும் என நம்புவதும் பிரமைதான்.

கூனி ஆனாலும் கூடை சுமந்துதான் கூலி வாங்கணும்

- என்பதுதான் உண்மை!

- *வேலை செஞ்சா கூலி! வேசம் போட்டா காசு!*
- *செரைச்சா கூலி! சேவிச்சா சம்பளம்*

- என்பதுதான் யதார்த்தம்.

சுயநலமற்ற அனுதாபத்தை யதார்த்தத்தில் அரிதாகவே காண முடியும். பிறர் துயரத்தில் லாபம் எடுக்கும் ஏற்பாடுகளே இயல்பாக நடந்துகொண்டிருக்கின்றன.

கெட்டது கெட்டுப் போனா
கிட்ட வந்து படுத்துக்க!

- என்று கோரிக்கை வைக்கிறது அனுதாபம்.

உதவிக்கு வந்த கை மெதுவாக உரசப் பார்க்கிறது.

- *அடிச்சுப் போட்டவன் பெண்டாட்டிய*
  நான் அடியாம வச்சுக் காப்பாத்துறேன்னு சொன்னானாம்!
- *கெட்ட குடி கெட்டா என்ன?*
  வட்டி நட்டம் இல்லாம வாங்கீரு!

- என்று கறாராகப் பேசுகிறது வியாபாரம்.

கெட்ட குடி கெடட்டும்
நீ குடி மிளகுச் சாறு

என்று கதைக்கிறது சாமர்த்தியம்.

தாசி வீட்டுக்குப் போன பெறகு
தாயில்லாப் பிள்ளைன்னா விடுவாளா?...

- என்று எச்சரிக்கிறது அனுபவம்

வேகுற வீட்டில் பிடுங்குறது லாபம்!

- என்று கண்ணுக்குத் தெரியாத உள்மனம் கணக்குப் போடுகிறது.

மரம் கீழே விழுந்துச்சுன்னா
அவனவன் கோடாலிய எடுத்துட்டு வருவான்

- என்கிறது ஆங்கிலப் பழமொழி.

உறவுகள் கூடப் பயன்பாடுகளின் அடிப்படையில் கொண்டாடப் படுவதை யதார்த்தம் உணர்த்துகிறது.

- *தம்பி தலையெடுத்தான்*
  வெள்ளாட்டுக்கு ஆள் தேவையில்ல!
- *அறுபது சென்டா வீட்டுக்கு நாய் தேவையில்ல!*

வாழ்க்கைக்குத் துணையாக நற்குணங்களை மட்டும் உபதேசிக் காமல் நடைமுறை ஞானத்துடனும் பேசுகிறது சொலவடை:

- *வாயிருந்தா வாழு மகளே!*
  வாயில்லாட்டி வந்துரு மகளே!
- *பிள்ளை பெறக்குறதுக்கு முன்னே தின்னுபார்!*
  மருமக வர்றதுக்கு முன்னே கட்டிப்பார்!
- *பச்சடி கண்டா ஒட்டடி மகளே!*

வழியனுப்பும்போது கூட போயிட்டு வா! என்று சொல்லாமல், கசக்கிற உண்மையைக் கையில் கொடுத்து அனுப்புகிறது.

தண்டில போனா ரெண்டில ஒண்ணு!

(தண்டு - படை, ராணுவம்)

இயற்கையைக் கவனித்துக் கவனித்துச் சொலவடைகள் கொடுக்கும் எச்சரிக்கைகளும் தற்காலிகமாய்க் கிடைத்த குட்டித் தூக்கங்களுக்கு இடையூறானவை.

- *ஆறு வடியும் போது கொல்லும்*
  கரிப்பு தெளியும் போது கொல்லும்

(கரிப்பு - பஞ்சம்)

- *சித்திரை மாசம் செனந்து மழை பெய்யாட்டி*
  விக்காதத வித்து வெள்ளாட்ட வாங்கணும்!
- *மாசி வரைக்கும் மத்தளக் கொட்டு*
  சித்திரை பொறந்தா குப்புறக் கொட்டு!
- *அய்ப்பசி அறக் காஞ்சா*
  ஆடு ஒரு மாடு! மாடு ஒரு மலை!

மூடி மறைக்காமலும், முகத்தில் அடிக்கிற மாதிரியும் உண்மைகளைப் பேசுவதில் சொலவடைக்கு நிகரான இலக்கியம் வேறேது? இது தவிர்க்க முடியாத இயற்கை நியதி பற்றி -

வக்கணை வக்கணையாச் சாப்பிட்டாலும்
கிழக்கு வெளுக்க கீழே போயிடும்!

இது தவிர்க்க முடியாத எதிர்வினை பற்றி -

நனைச்சு அடிச்சா நாலுபேர் மேல படத்தான் செய்யும்!

இது தூக்கி நிறுத்த முடியாத மதிப்பு பற்றி -

பாலாத்து நதிக்கரையில் இருந்தாலும்
பட்டமரம் பட்டமரந்தான்!

இது உருவாக்க முடியாத மதிப்பு பற்றி -

திருப்பதிக்குப் போனாலும்
அகப்பை அரைக்காசு!

ஒருமுறை வந்து ஒட்டிக்கொண்டால், பிறகு கழுவித் துடைத்தாலும் நீக்க முடியாத அவமதிப்பு பற்றி இது -

நாழிப் பணம் கொடுத்தாலும்
மூளிப்பட்டம் போகாது!

தேவையா, ஒழுக்கமா என்ற பட்டிமன்றக் குழப்பத்தில் சொலவடை எடுத்த வெளிப்படையான முடிவு இது -

ஒஞ்ச நேரத்தில அவுசாரி ஆடுனா
உப்பு புளிக்காவது ஆகும்!

ஆம்! தேவையின் பக்கம் நிற்கிறது சொலவடை. தேவைகள் கூட சந்தர்ப்பத்துக்குத் தக மாறுபடுகின்றன.

ஆத்துக்கு நெட்டையா இருக்கணும்
சோத்துக்குக் குட்டையா இருக்கணும்!

மனிதனுக்கு மனிதன் மாறுபடுகின்றன.

பரந்து மேயிற மாட்டுக்குப்
பறிச்சுப் போட்டா ஆத்தாது!

(ஆத்தாது - போதாது)

தேவைகளைப் போல மதிப்பிடும் தராசுகளும் மாறுபடுகின்றன. கண்களும், மனமும் தராசின் இரு தட்டுகளாக இருக்கின்றன. கண்கள் நிராகரிப்பதை மனதும் நிராகரிக்கிறது.

அவலச்சணம் பிடிச்ச குதிரைக்குச்
சுழி சுத்தம் பாக்கிறதில்ல!

கண்களில் இருந்து விலகி மனம் எடை போடும் சந்தர்ப்பங்களும் வாய்க்கின்றன. அப்போது மதிப்பீடுகள் துல்லியமாக இருக்கின்றன.

- *கல்வீட்டுக் கடனும் தெரியாது*
  கறுப்புப்புடவை அழுக்கும் தெரியாது!

(கல்வீடு - பணக்கார வீடு)

- *பார்த்தா அநேகம் பகுந்தா கொஞ்சம்!*

முழுமையானது எதுவுமில்லை என்பது சொலவடை மதிப்பீடுகளில் ஒன்று.

பாறையற எடுத்தவனும் கெடையாது
கோரையற உழுதவனும் கெடையாது!

5.5.2. அவரவர்...

தனக்கும் பிறருக்குமான உறவுகளைப் பிரமை நீக்கிப் புரிந்து கொள்ளும்போது அழுத்தும் மனப்பாரங்கள், உராய்வுகள் நீங்குகின்றன.

நெருக்கம், விலகல் இரண்டுமே யதார்த்தத்தின் இரண்டு பக்கங்கள் ஆகின்றன. அதுபோல சார்பு, தனித்திருத்தல் இரண்டுமே இயற்கையின் அவசியங்கள் ஆகின்றன.

சார்ந்திருக்கும்போது உள்ள இயல்பு தனித்திருக்கும்போது மாறுவது வெகு இயற்கை. அது வஞ்சகமும் அல்ல; சாமர்த்தியமும் அல்ல. அது - யதார்த்தம்!

- *தனக்குன்னா வெட்டாத பிள்ளையும் களை வெட்டும்!*
- *தன் காரியம்னா தன் சீலையும் பதைக்கும்!*
- *தனக்குன்னா நாய் வெடுக்குன்னு பாயும்!*
- *தனக்குன்னு சொன்னா*
குளவி கூட்டப் பிச்சுக்கிட்டுப் போகும்!
- *றெக்கை முத்திப் பறவையான*
எல்லாம் தன் வயித்தைத் தான் பாக்கும்!
- *ஆறு கடக்கும் வரை அண்ணந் தம்பி!*
ஆறு கடந்த பிறகு நீ யாரோ? நான் யாரோ?
- *தனக்குன்னு அடுப்பு மூட்டித்*
தான் வாழும் காலத்தில்
வயிறும் சிறுக்கும் மதியும் பெருக்கும்!
- *இறகும் சிறகும் முளைச்சிட்டா*
ஏத்தார்க்கு ஏத்தபடி!
பறக்க முடிஞ்சிட்டா நீ யாரோ? நான் யாரோ?

வேதாந்திகளைப் போல, சுற்றம் பொய் சொந்தம் பொய் என்று ஒரு மாயாவாத முடிவுக்குப் போக முடியாது. உறவுகள் உண்மை; உறவுகளின் நேசம் உண்மை. ஆனால் உண்மைக்குள் ஓர் உண்மையாக உறவுகளுக்கப்பால் அவரவர் தனி என்ற இயற்கையும் இருக்கிறது.

- *அஞ்சு வயசில அண்ணந்தம்பி*
பத்து வயசில பங்காளி!
- *அக்காளா இருந்தாலும் சக்களத்தி!*
அண்ணனா இருந்தாலும் பங்காளி!
- *தாயும் பிள்ளையும் ஆனாலும்*
வாயும் வயிறும் வேற வேற!
- *காத்திக மாதக் கீரையக்*
கணவனுக்கும் கொடுக்காமத் திம்பா!
- *தாய்க்கு வெளைஞ்சாலும்*
தனக்கும் வெளையணும்!

இந்த யதார்த்தத்தை வலியுறுத்த பறவைகள், விலங்குகள் உதாரணங்களாய் வருகின்றன.

- *கன்றும் பசுவும் காடேறி மேஞ்சா*
  கன்று கன்று வழியே! பசு பசு வழியே!
- *எருது நோயை நினைக்கும்*
  காக்கை பசியை நினைக்கும்
- *பாம்பு தன் பசியை நினைக்கும்*
  தேரை தன் விதியை நினைக்கும்!

கூடச் சேர்ந்து பயணம் செய்கிறவர்களிலேயே ஒருவர் அழ ஒருவர் சிரிக்கிறார். ஏனெனில் வழியில் வந்த மழையால் ஒருவர் பொருள் கரைகிறது; மற்றொருவர் பொருள் கழுவிச் சுத்தமாகிறது.

உப்புப் பொதிக்காரன் உருண்டு உருண்டு அழுதான்!
வெத்திலைப் பொதிக்காரன் விழுந்து விழுந்து சிரித்தான்!
(பொதி - கட்டு; சுமை)

5.5.3. உறவும் பிரிவும்

கல்லானாலும் கணவன் என்பதில் தொடங்கி உறவு குறித்துக் கட்டமைக்கப்பட்ட பிரமைகள், பொய்மைகள், மயக்கங்கள் ஏராளம்.

பிள்ளை இல்லாதவன், ஊரார் பிள்ளையை இது என் பிள்ளை என்று சொன்னால் பிறகு ஏன் சொந்தப் பிள்ளைக்கு ஏங்க வேண்டும் என்ற தர்மசங்கடமான கேள்வியைச் சொலவடை எழுப்புகிறது.

தங்கச்சி பிள்ளை தன் பிள்ளைன்னா
தவத்துக்கு ஏன் போகணும் ?

எங்க அண்ணன் மாதிரி அண்ணி இல்லை என்று வெளிப்படுத்தும் எதிர்பார்ப்பிலும் நியாயம் இல்லை.

அண்ணந்தான் கூடப் பிறந்தான்
அண்ணியுமா கூடப் பிறந்தா?....

ஒன்றைச் சார்ந்து மற்றோர் உறவு வருகிறது. வரும் புதிய உறவின் மீது எத்தனை எதிர்பார்ப்புகள்? எத்தனை நிர்ப்பந்தங்கள்? சொலவடை பட்டென்று பேசுகிறது. வெட்டு ஒன்று துண்டு ரெண்டு!

- *அக்கா இருக்கிறவரைக்கும் மச்சான் உறவு.*
- *அரிசி உண்டானால் வரிசையும் உண்டு.*
  அக்கா உண்டானால் மச்சானும் உண்டு.

- *அக்கா உறவு*
  மச்சான் பகையா?

நெருங்குவதும் விலகுவதுமாக எப்போதும் சலனப்பட்டுக் கொண்டிருக்கின்றன உறவுகள், ஒட்டுதல்கள். இவை நெருங்குந் தருணங்கள் -

- *ஆலமரம் பழுத்துச்சுன்னு*
  பறவைக்கு ஆரு சீட்டு அனுப்புனது?
- *கரும்புக் கட்டுக்கு எறும்பு தானே வரும்!*
- *குளம் தோண்டித் தவளயக் கூப்பிடணுமா?*

இவை உறவு வலுப்படும் நேரங்கள் -

உண்ணாத் தின்னா உறவு
கொண்டா கொடுத்தா உறவு.

உறவு விலகுதலுக்கும் காரணங்கள் உண்டு; மிக முக்கியமான காரணம் - வளர்ச்சி.

- *கொழுத்த மறி*
  கூட்டுக்குள்ள நிக்காது!
- *பழம் பழுத்தா கொம்பில தங்காது!*

வசதி குறையும்போதும் பிரிவு நேர்கிறது.

- *அய்ப்பசிக்கும் கார்த்திகைக்கும் மழை இல்லாட்டி*
  அண்ணனுக்குஞ் சரி! தம்பிக்குஞ் சரி!
- *கைப்பொருள் அத்தா*
  கட்டுக் கழுத்தியும் பாக்கமாட்டா!

  (கட்டுக் கழுத்தி - தாலி கட்டிய மனைவி)
- *நெருக்கம் திகட்டிப் போயும் விலக நேர்கிறது.*
  இணக்கத்தை இப்பவே பார்!
  புணக்கத்தைப் பின்னால பார்

  (புணக்கம் - பிணக்கம் - சண்டை)

எத்தனை நெருங்கி வந்தாலும் ஒட்டத் தயங்கும் உறவு உண்டு.

அருகப் பழுத்தாலும்
விளாமரத்தில் வவ்வால் சேராது!

எத்தனை பிரியம் காட்டினாலும் விலகிப்போகும் உறவும் உண்டு.

ஊரான் வீட்டு நாய்க்குச் சோறு போட்டாலும்
உடையான் வீட்டுலதான் குலைக்கும்.

பிரியாமலும் அதே நேரம் ஒட்டாமலும் சேர்ந்திருக்கும் உறவும் உண்டு. அது பெரும்பாலும் கணவன் மனைவி உறவு.

- *அரிசிப் பகையும்*
  ஆம்படையான் பகையும் கெடையாது!
- *உழவும் தரிசும் ஒரு இடத்தில!*
  ஊமையும் செவிடும் ஒரு மடத்தில!

சேர்வதும், விலகுவதும் உறவின் இயல்பு என்பது புரியாமல் இடையில் புகுந்து எண்ணெய் ஊற்றப் பார்ப்பவர் அவமானப்பட்டுத் தான் வெளியேற வேண்டி இருக்கும்.

- *கொண்டவனும் கொடுத்தவனும்*
  ஒண்ணாப் போயிருவாங்க!
  கொட்டு மேளக்காரனுக்குத்தான்
  கோணக் கோண இழுக்கும்!

சொலவடைக்காரர்களின் அனுபவத்தில், அன்பு ஒன்றும் அமுத சுரபியில்லை; எடுக்க எடுக்கக் காலியாகும் பாத்திரம்தான்; இட நெருக்கடியுள்ள பாத்திரமும் கூட. ஒன்று இணைந்தால் இன்னொன்று வெளியேற வேண்டியுள்ளது.

- *கொண்டானும் குடும்பமும் கூடக் கூடப்*
  பெத்தாரும் பிறந்தாரும் வேற வேற!
- *அண்ணனுக்குப் பெண் பிறந்தா*
  அத்தை அசல் நாட்டாள்!

ஒன்றைக் கொண்டாடி, இன்னொன்றை நிராகரிப்பதும் உறவின் இயல்பு.

- *குத்து வட்டி குறவைத் துண்டு இருக்க மகளுக்கு.*
  எத்து வட்டி வெள்ளிக் கெண்டை வந்த மருமகளுக்கு.

  (குத்து வட்டி - குத்துப்பட்ட வட்டில்; எத்துவட்டி - பார்க்க அழகான வட்டில்)
- *வாழ்ந்தமக வந்தா வர்ணத் தடுக்கு இடு!*
  கெட்ட மக வந்தா கிழிஞ்ச தடுக்கு இடு!
- *முன்னால பிறந்தது முத்துப்பிள்ளை*
  பின்னால பிறந்தது பீப் பிள்ளை!

பாரபட்சம் உறவுகளின் இயற்கைக்குணம் எனக் கருதுகிறது சொலவடை. பந்தியில் குழம்பு ஊற்றும்போது கூட பாரபட்சம் வந்துவிடுகிறது.

தன்னாளைக் கண்டா தணிஞ்சு வரும் அகப்பை!
வேத்தாளைக் கண்டா மிதந்து வரும் அகப்பை!

பாரபட்சம் மட்டுமல்ல - அவமதிப்பின் முதல் பாடத்தைக் கற்றுக் கொடுப்பதும் வீடும் உறவும்தான். பிறர் தொடர்கிறார்கள்.

- வீட்டில இருக்கவன் அடிமுண்டைன்னானாம்!
  வீதியில போறவன் பீமுண்டைன்னானாம்!
- கொண்டவன் தூத்துனா கூரையும் தூத்தும்!
- தாய் தூத்துனா ஊர் தூத்தும்
  கொண்டவன் தூத்துனா கண்டவன் தூத்துவான்!

உருகி உருகிக் கரையும் உறவு கூட ஆபத்தான நேரத்தில் விலகி நடையைக் கட்டும் யதார்த்தமும் காணக்கூடியதுதான்.

அச்சிவீடு தீப்பிடிச்சா
பட்டர் முண்டு தோளில!

(அச்சிவீடு - கோவில்; பட்டர் - அர்ச்சகர்; முண்டு - துண்டு)

வளர்கிற இடம் ஒன்றாகவும் விரும்புகிற இடம் வேறொன்றாகவும் யதார்த்தத்தில் இருக்கிறது.

கலக்கம்பு போட்டு வளர்த்தாலும்
காடை காட்டுலதான்!

5.5.4. சமூகம்

நெருங்கிய உறவுகளைத் தாண்டி ஒரு வட்டம் உள்ளது. பெரிய வட்டம். அது சமூகம்.

சமூகத்துக்கும் மனிதனுக்கும் இடையே பின்னப்பட்ட உறவு இருக்கிறது. பின்னலுக்குள் ஒரு விலகலும் இருக்கிறது.

சமூகம் நஷ்டப்படுகையில் தனி மனிதர் பலரின் எதிர்வினை என்ன?

ஊர் நஷ்டம் ஊரிலே!
தேர் நஷ்டம் தெருவிலே!

தனிமனிதர் சிலர் வாடுகையில் சமூகத்தின் போக்கு எப்படி இருக்கிறது?

- ஒரு ஆண்டிக்குப் பசிச்சா
  உலகத்துக்கெல்லாம் கிறு கிறுன்னு தலை சுத்துமா?
- கரும்பு முழுங்குற யானைக்கு
  அதில இருக்கிற எறும்பப் பத்தியா கவலை?

தனிமனிதன் பசியும், சமூகத்தின் பசியும் வேறு வேறாக இருப்பது கவலைக்குரிய முரண்பாடு!

சமூகத்தில் வசிப்போர் - பிறர். பிறரை நொதுமலாளர் என்கிறது சங்கத்தமிழ். பிறர் தரும் அழுத்தத்தை மீறி வாழ்க்கையைத் தொடர்வது கடினம்; பெரிய மன உறுதி வேண்டும்.

எப்போதும் யோசனைகள், ஆலோசனைகள் சொல்லிப் பிறர் நம்மைத் துன்புறுத்துகிறார்கள்.

- *குதிகுதி ம்பாங்க!*
  கூடக் குதிக்கிறவங்க இல்ல!
- *கட்டுன வீட்டுக்கு*
  எட்டு வக்கணை!
- *கட்டாத வீட்டுக்கு ஆயிரம் யோசனை!*
  கட்டுன வீட்டுக்கு ஆயிரம் குத்தம்!

பிறரின் மதிப்பீடு... பார்வை... எத்தகையது?...

- *பேசுனா வாயாடி!*
  பேசாம இருந்தா ஊமைப்பய!
- *பல்லிருந்தா பல்லுப்பையன்!*
  பல்லு இல்லாட்டி ஓவாப் பையன்!
- *மகராசன் மண்ணத் தின்னா மருந்துக்கும்பாங்க!*
  பிச்சைக்காரன் தின்னா வயித்துக்கில்லாமத் தின்னாம்பாங்க!

நம்முடைய ரகசியங்களை அறிந்துகொள்வதில் பிறருக்கு ஆர்வம் இருக்கிறது. கிடைத்த ரகசியங்களை ஒலிபரப்புவதில் இன்னும் அதிக ஆர்வம்!

- *ஊர் எளக்காரம் வண்ணானுக்குத் தெரியும்*
  வீட்டு எளக்காரம் மாப்பிள்ளைக்குத் தெரியும்.
- *கடலில துரும்பு கெடந்தாலும் கெடக்கும்*
  மனசில ஒரு சொல் கெடக்காது!

ரகசியங்கள் மட்டுமல்ல; நேசங்களும் பிறர் கண்ணுக்கு உறுத்தல்தான்!

கடுஞ்சினேகம் கண்ணுக்குப் பகை!

கூடவே சிலர் இருப்பார்கள். ஆனாலும் பிறராகவே செயல்படுவார்கள்.

குத்துன ஒரலுக்குப் பஞ்சம் தெரியாது!
அளக்கிற நாழிக்கு அகவிலை தெரியாது!

(அகவிலை - தானியத்தின் விலை)

சமூகத்தின் மைய சக்தியாக அதிகாரம் இருக்கிறது. நாம் எப்படி நடக்க வேண்டும் என்று அதிகாரம்தான் விதி வகுக்கிறது. ஆனால் அந்த விதிகள் அதிகாரத்தைக் கட்டுப்படுத்தா.

அதிகாரி பெண்டாட்டி
எவனோட போனாலும் குத்தமில்ல!

அதிகாரத்தின் நண்பன் யார் என்று பார்த்தால் அதிர்ச்சி அடையாமல் இருக்க முடியாது.

கள்ளனும் காவக்காரனும் ஒண்ணு கூடுனா
விடியிற மட்டும் திருடலாம்!

பிடிபடாமல் இருக்கும் வரை அதிகாரத்தைப் பற்றியும் கவலையில்லை; தண்டனையைப் பற்றியும் கவலையில்லை.

ஓடிப் போனவளுக்கு ஒண்ணுமில்ல!
ஆப்பட்டவளுக்கு அட்டமத்துல சனியன்!

அதிகாரத்தின் தயவு இருந்தால், தப்பு செய்யத் தயங்க வேண்டியதில்லை.

அண்ணாமலையார் அருள் இருந்தா
மன்னார்சாமி மயித்தப் பிடுங்குமா?

ஒழுக்க வதைகளுக்குள் சிக்கவேண்டியதில்லை.

தம்பிரான் தயவு இருந்தா
சன்னியாசம் என்னத்துக்கு?....

எந்தத் தகுதியுமற்ற அதிகாரம்தான் நம் அருமை பெருமைகளைத் தீர்மானிக்கிறது.

- *ராஜன் மெச்சினது ரம்பை!*
- *ஆறு போறதே போக்கு!*
  அரசன் சொல்வதே தீர்ப்பு!

சமூகத்தில் சிலர் பெறும் திடீர் மதிப்பு குறித்துப் பொருமிப் பயனில்லை. மதிப்பு உண்டாகும் சூழலைப் புரிந்துகொள்ள வேண்டும்.

- *கறக்கிற மாட்டைக் கள்ளன் கொண்டு போனா*
  இருக்கிற மாடு மகாலச்சுமி ஆகும்!
- *நின்ன மரத்தில நெடுமரம் போனா*
  நின்ன மரமே நெடுமரம்!
- *கட்டுக் கட்டு வெளக்குமாறு கப்பல்ல வருதுன்னா*
  ஒரு காசு வெளக்குமாறு ரெண்டு காசு!
- *ஊருக்குப் போனான் வண்ணான்*
  ஒசந்து போச்சாம் கழுதை!
- *அம்மணக்குண்டி ஊர்ல*
  கோவணங் கட்டுனவன் முதலாளி!

சில நேரங்களில் காலம் மதிப்பை உண்டுபண்ணுகிறது.

- *பருவத்தில் பன்னிக்குட்டியும்*
  பத்துப்பணம் பெறும்!
- *பசிச்ச நேரத்தில் பனங்கா கூட*
  ருசிச்சுக் கெடக்கும்!

மதிப்பைக் கொடுப்பதிலும் பறிப்பதிலும் இடத்துக்கும் பங்கு உண்டு.

- *ஊருக்கு ஓமல்!*
  வீட்டுக்கு வயித்தெரிச்சல்!
- *நாட்டுக்கு நல்ல துடைப்பம்*
  வீட்டுக்குப் பீத்த துடைப்பம்!

சொலவடை யதார்த்தத்தில் விரக்தியும் அவநம்பிக்கையும் கூடுதலாய்த் தெரிகின்றன - சில நேரங்களில் இயக்கத்தை முடக்கும் அளவுக்கு!

நல்லவையே இல்லை; எல்லாம் மோசம் என்ற முடிவுக்குச் சொலவடைகள் போகவில்லை. நல்லவை அபூர்வம் என்று சொலவடைகள் கருதுகின்றன.

- *ஆயிரங் காக்கைக்குள் ஒரு அன்னப்பச்சி!*
- *ஆயிரத்தில் ஒருத்தனே அலங்கார புருசன்.*
- *குறையில்லாமப் படிச்சவன் கோடியில ஒருத்தன்!*

இந்தக் கருத்தைத்தான் முன்வைக்கிறது ஆப்பிரிக்க பழமொழியும்.

புல்லு மாதிரி பல பேரு!
கண்ணு மாதிரி சில பேரு!
(ஆப்பிரிக்க பழமொழி)

அடிக்குறிப்புகள்

1. *"Other rules may vary, but this is the only one you will find without exception – that in this world the salary or reward is always in the inverse ratio of the duties performed*
   Sydney Smiths (preface) in Walter K.Kelley
   The collection of the proverbs of all nations, P.49

6
விமர்சனம்

6.0 எதிர்ப்புணர்வு - விமர்சனத்தின் அடிப்படை

இயங்குதலுக்குத் தேவையான எரிசக்தியாக இருப்பது - எதிர்ப்புணர்வு.

கோபத்தைக் கூடவே கூட்டி வந்தாலும், சில நேரங்களில் குரோதத்தை உள்ளடக்கி இருந்தாலும், எதிர்ப்புணர்வு இயக்கத்தின் ஆதாரமாக இருக்கிறது.

அனுசரித்துப் பழகியவர்களை விட, எதிர்ப்புணர்வு உள்ளவர்கள் தான் அசைவுகள் - நகர்வுகள் - இயக்கங்கள் - மாற்றங்களின் கர்த்தாக்களாக இருக்கிறார்கள்.

விமர்சனம் இல்லாமல் ஒரு மாற்றமும் நடந்துவிடுவதில்லை. விமர்சனம் இல்லாத உறவே கூடாது என்கிறது சொலவடை.

> கண்ணோட பிறந்த காவேரி ஆனாலும்
> உதட்டைச் சுட்டு உறவாடு.

எல்லா நேரத்துக்கும் பொருந்தாது என்றாலும் - ஒரு நோக்கில் சொலவடைகளை வாழ்க்கை குறித்த விமர்சனம் எனலாம்.[1]

விமர்சனத்துக்கு அடிப்படையான நம்ப மறுக்கும் மனமும், ஒப்புதல் பெற்றவைகளை நிராகரிக்கும் எதிர்ப்புணர்வும், தோற்றத்தைத் தாண்டி ஊடுருவும் பார்வையும் சொலவடைகளில் தெரிகின்றன. மிக முக்கியமாக, முகத்தாட்சண்யத்துக்காகப் பேசாத ஒரு கறார்த்தன்மை சொலவடைகளில் நிலைபெற்றிருக்கிறது. மீன் பொரித்த வாசனை போல மறைப்பின்றி வெளிப்படுகிறது சொலவடை விமர்சனம்.

நிலை பெற்றவை, புகழ் பெற்றவை, கொண்டாடப்படுபவை எல்லாவற்றையும் சொலவடை சந்தேகத்துடன்தான் பார்க்கிறது.

எல்லாத் தத்துவங்களுக்கும் அடிப்படையான ஐயவாதம் (Skepticism) சொலவடையின் இயல்பான குணமாக இருக்கிறது.[2]

பழமொழிகளுக்குள் பொதிந்து கிடக்கும் எதிர்ப்புணர்வை நுட்பமாக ஆராய்ந்தவர்களில் ஒருவர் பார்க்கர் (A.A. Parker). ஸ்பெயின் நாட்டுப் பழமொழிகள் அவர் ஆய்வுத்தளம்.

மதப்பழமை மக்களின் அங்கீகாரத்தோடு கொடிகட்டிப் பறந்த நாடு ஸ்பெயின். அங்குத்தான் மதத்தையும் மதம் வலியுறுத்தும் ஒழுக்கங்களையும் கிண்டல் செய்யும் பழமொழிகளும் நிரம்பிக் கிடக்கின்றன. இது ஏற்றுக்கொண்டே மறுக்கும் போக்கு,

- *பிரார்த்தனை பண்றவன் முன்னால*
 தானியத்தைக் காயப் போடாதே!

 (*களவாண்டு போயிருவான்*)

- *ஆணுக்கும் பெண்ணுக்கும் நடுவுல மண்சுவர் போதும்!*
 சன்னியாசிக்கும் சன்னியாசினிக்கும்
 நடுவுல கல்சுவர் வேணும்!

- என்று ஸ்பெயின் பழமொழிகள் மனம் திறக்கின்றன.

- *பூனை வயிறு முட்டக் கறி சாப்பிட்டுச்சாம்!*
 அப்புறம் சன்னியாசியாப் போயிடுச்சாம்!

- *வறுத்த கறிய வாணாங்கிறது ஒரு நேரம்!*
 பிறகு அதன் வாசனைக்காக ஏங்குறது மறு நேரம்!

- என்று மதம் வலியுறுத்தும் ஒழுக்கம், மனக் கட்டுப்பாடுகளையும் ஸ்பெயின் பழமொழிகள் ஏளனம் செய்கின்றன.

 ஞாயித்துக் கிழமை!
 நண்டு வேணாம்! சாறு மட்டும் விடு!

என்று விரதங்கள், வைராக்கியங்களைக் கேலி செய்யும் தமிழ்ச் சொலவடை ஞாபகத்துக்கு வருகிறதா?....

மௌனமாக இருப்பதால், ஒப்புக்கொண்டுவிட்டார்கள் என்று மக்களைப் பற்றி நினைக்கிறோம். மறுப்பற்ற ஏற்பு ஒருபோதும் இல்லை என்பதையே சொலவடைகள், பழமொழிகளின் உள் உலகங்கள் காட்டுகின்றன.

 வெளியே சாந்தம்
 உள்ளே பெருங்குமுறல்

என்பது ஆப்பிரிக்கப் பழமொழியின் உள் உலகப்பேச்சு.

- முழுமனசோடு ஏற்றுக்கொள்வதாகச் சொல்வதெல்லாம், சில நேரங்களில் ஏற்றுக்கொள்வோரின் சமாளிப்பு! பல நேரங்களில் ஏற்றுக்கொள்ள வைப்போரின் விருப்பம்! செரிக்காத உணவு

போல, எப்போதும் கொஞ்சம் எதிர்ப்புணர்வு நெஞ்சுக்குள் மிச்சப்பட்டுக் கிடக்கிறது.

வெற்றி பெற்றுச் சௌகர்யங்களில் திளைப்பவர்கள் தன்மீது வலியத் திணித்த தாழ்வு மனப்பான்மையை உதறிச் சுயமரியாதையை நிலைநாட்ட - நான் ஒன்றும் யாருக்கும் குறைந்தவன் அல்ல என்று நெஞ்சை நிமிர்த்த - யாராலும் எதனாலும் நான் கவரப்படவில்லை என்று பிரகடனப்படுத்த - இந்த எதிர்ப்பு கிளம்புவதாகக் கூறுகிறார் பார்க்கர்.[3]

உற்சாகம் கொண்டோ, விரக்தியுற்றோ யார் காலிலும், எதன் காலிலும் விழுந்து விடாத முதுகெலும்பு சொலவடை, பழமொழிகளுக்கு இருக்கிறது.[4]

ஜோசப் ரேமண்ட் என்ற பழமொழி ஆய்வாளர் இந்த எதிர்ப் புணர்வை, பழமொழிக் கலகம் என்று அழுத்தம் கொடுத்துச் சொல்கிறார்.[5]

வாழ்க்கை ஒடுங்கினாலும் வார்த்தைகள் ஒடுங்குவதில்லை. சில நேரங்களில் முகத்துக்கு முன்னால், பல நேரங்களில் முதுகுக்குப் பின்னால் வார்த்தைகள் விமர்சனங்களாக வெடிக்கின்றன.

ஒவ்வொரு சொலவடைக்குள்ளும், பிரிக்க முடியாத ஒரு பகுதியாக விமர்சனம் இருக்கிறது. கசப்போ, குறும்போ, தொனி எதுவாக இருந்தாலும் சாராம்சத்தில் விமர்சனம் குடியிருக்கிறது.

எதிர்ப்புணர்வின் காரணமாகச் சொலவடைகள் பல கேள்வி வடிவில் இருக்கின்றன. கேள்வி எழுப்ப வேண்டிய வகுப்பறை மௌனங் காக்கையில், சொலவடைகள் ஏன்? என்று ஆயிரம் கேள்விகளை எழுப்புகின்றன.

- *பேச்சைக் கொடுத்து ஏச்சை வாங்கணுமா?*
- *பேலச் சொன்னது ஆரு*
  பெறகு வாரச் சொன்னது ஆரு?
- *நெல்லுட்டு எறிவானேன்!*
  கல்லெறி விழுவானேன்!
- *எலும்பைக் கடிப்பானேன்?*
  சொந்தப் பல்லு போவானேன்?
- *பிய்ப்பானேன் தைப்பானேன்!*
- *அரிசி கொண்டுகிட்டு*
  அக்கா வீட்டுக்கு ஏன் போகணும்?
- *அடுத்தவன் தலையில நரை என்பானேன்!*
  அதை அவன் சிரை என்பானேன்!

- தன் சோறு தின்னு தன் புடவை கட்டி
  வீண்சொல் கேக்க விதியா?

6.1. மறுப்பு

மறுப்பதில் இருந்துதான் விமர்சனம் தொடங்குகிறது.

வெற்றி பெற்றோர் தங்கள் சௌகர்யங்களுக்காக உருவாக்கிய நம்பிக்கைகள், கருத்தாக்கங்களைச் சொலவடை உலகம் ஏற்க மறுக்கிறது.

நம்ப மறுப்பதும், ஒப்புக்கொள்ள மறுப்பதும் சொலவடைப் பேச்சுகளின் தொடக்கமும் முடிவுமாக இருக்கின்றன. உரையாடலின் முதல் எதிர்வினையாக மறுப்புதான் வெளிப்படுகிறது.

அண்ணாந்து பார்க்கக்கூடிய உயரத்தில் நின்றாலும், வேறு வேறு வேடங்களைப் புனைந்து நின்றாலும் சொலவடைகளில் மறுப்பு தணிந்து போவதில்லை. மாறாக உரத்துக் கிளம்புகிறது மறுப்பு.

- *உறியில கட்டித் தூக்கினாலும்*
  அழுகப் பூசணிக்கா அழுகதான்!

(அழுக - அழுகல்)

- *நாமம் போட்டுக்கிட்டாலும்*
  குரங்கு நடுத்தெருவுல போக முடியாது!

ஒரு நேரம் கூர்மையான விமர்சனமாகவும், மற்றொரு நேரம் கெட்டிதட்டிப் போன விரக்தியாகவும், இரு முகங்களோடு சொலவடைகளில் மறுப்பு மாறிமாறிக் காட்சி தருகிறது.

தாழ்வு மனப்பான்மையால் - சக மனிதனிடம் ஏற்பட்ட நம்பிக்கை இழப்பால் சில நேரங்களில் தலை தொங்கிக் கிடக்கிறது. அந்த நேரத்து மறுப்பு இது:

- *அயிரைக்கு எதுக்கு*
  விலாங்குச் சேட்டை
- *ஆண்டிக்கு எதுக்கு அம்பாரக் கணக்கு?*
- *சொறித் தவளை வேட்டை ஆடுதாம்!*
- *கிணத்துத் தவளைக்கு*
  நாட்டு வளப்பம் ஏன்?
- *எலிப்புழுக்கை எறப்பில் இருந்து என்ன?*
  வரப்பில் கெடந்து என்ன?

(எறப்பு - கூரையின் அடிப்பக்கம்)

- *கடக்கரைத் தாழங்கா*
  மேல தொங்கி என்ன? கீழ தொங்கி என்ன?

- *எச்சிக் கஞ்சி மச்சேறுமா?*
- *ஒலப்பருக்கை ஒசர ஒசரக் குதிச்சாலும்*
  பானைய ஓட்டை போட முடியாது!
- *எல்லாரும் பல்லாக்குல ஏறுனா*
  பல்லாக்கை யாரு தூக்குறது?...

யாரும் எதிர்பாராத தருணத்தில், தாழ்வு மனப்பான்மை விலகி தன்மானம் விழித்துக்கொள்கிறது. அந்த நேரத்து மறுப்பு இது.

- *மெச்சிக்கொள்ள எச்சிலை எடுக்கிறதா?*
- *தின்னு துப்பின தாம்பூலத்தைத்*
  திங்க நெனப்பாங்களா?

விழித்துக்கொண்ட மனம் எச்சரிக்கையும் வழங்குகிறது.

பணம் பெத்த மாடுன்னு
படப்போட மேயவிடலாமா?

வசதி படைத்தோருக்கு எல்லா இடங்களிலும் வழங்கப்படும் தாராள அனுமதிக்கெதிரான எச்சரிக்கை இது.

பகல் கனவுகள், சுகக் கற்பனைகள், வீறாப்புகள், வறட்டுத் தியாகங்கள், கண்ணை மறைக்கையில் சொலவடை மறுப்பு கண்ணைத் திறக்கும் பகுத்தறிவு ஆகிறது. இவை கனவுகள், கற்பனைகள் குறித்து -

- *பருத்திக்காடு உழுகுறதுக்கு முன்னே*
  பொம்மனுக்கு ஏழு முழம்! திம்மனுக்கு ஏழு முழம்!
- *நெய்யுறத விட்டுட்டு*
  நெனச்சுட்டானாம் கைக்கோளன்!
- *கனவுல கண்ட பணம்*
  செலவுக்கு ஆகுமா?
- *அச்சின்னா உச்சி குளிருமா?*
  அழுவணம்னா கை செவக்குமா?
  (அச்சி-காசி; அழுவணம் - மருதாணி)
- *வெறுங்கை முழம் போடுமா?*
- *எருமை வாங்குறதுக்கு முன்னால*
  நெய் விலை சொல்றான்!

வறட்டுக் கற்பனை வருத்தத்தில் முடியும் ஒரு காட்சி -

அக்காடு வெட்டிப் பருத்தி வெதைக்கலாம்னதும்
அப்பா! எனக்கொரு சித்தாடைன்னாளாம் பொண்ணு!
வேலியில மாட்டிக் கிழிக்கவான்னு
அன்னைக்கே அடிச்சானாம் அப்பன்!

நிகழ்காலம் மறந்த விசாரிப்புகளைக் கூடச் சொலவடைகள் முகம் சுளித்துப் பார்க்கின்றன.

அடீன்னு கூப்பிட பொண்டாட்டி இல்ல!
பிள்ளை எத்தன பொண்ணு எத்தனங்கிறான்!

பயனற்ற வறட்டுத் தியாகங்களைச் சொலவடைகள் மறுக்கின்றன. தியாகம் வெல்லும் என்ற நம்பிக்கை சொலவடைக்கு இல்லை.

- *ராசா கடன்பட*
  புழுக்கை காடித்தண்ணி குடிச்சானாம்!

(புழுக்கை - வேலையாள்; காடித்தண்ணி - புளித்த தண்ணீர்)

- *நாயன் கடன்பட்டான்ங்கிறதுக்கா*
  நாச்சியா கழனிமண்டியக் காச்சிக் குடிச்சாளாம்!

(கழனி - கழுநீர் - அரிசி கழுவிய நீர்)

- *ஒருத்தர் துணிய ரெண்டு பேர் உடுத்துனா*
  ரெண்டு பேரும் அம்மணம்!
- *எள் எண்ணெய்க்குக் காயுது!*
  எலிப்புழுக்கை எதுக்குக் காயுது?
  கூடச் சேந்த குத்தத்துக்கா?

வறட்டு உணர்ச்சிகள், வறட்டுக் கோபங்கள், வறட்டு வைராக்கியங்கள் - இவற்றுக்கு எதிரான சூடு பறக்கும் கேள்விகளுக்குச் சொலவடைகளில் பஞ்சமில்லை.

- *ஏகாதசி விரதம்னு நாக்கப் பிடுங்கிக்கிட்டுச் சாகுறதா?*
- *தகப்பன் வெட்டுன கெணறுன்னு*
  தலைகீழா விழுவாங்களா?
- *தன்வீட்டு விளக்குன்னு முத்தம் குடுக்கிறதா?*
- *தங்க ஊசின்னு வயித்தில குத்திக்கிறதா?*

மாற்றத்தை ஒப்புக்கொள்ளாத பிடிவாதமும் சொலவடை மறுப்பின் பிரிக்க முடியாத பகுதி. அது அதுதான்; இது இதுதான் என்று சொலவடை அடித்துப் பேசும் பேச்சில் ஒரு சமயம் நுட்பம் தெரிகிறது; மற்றொரு சமயம் அப்பேச்சு தடாலடியான பெரும் போடாக இருக்கிறது.

- *கழுதை குதிரை ஆகுமா?*
  காரியாபட்டி மதுரை ஆகுமா?
- *முக்காலம் காகம் முழுகிக் குளிச்சாலும் கொக்கு ஆகாது!*

- கழுத்து வெளுத்தாலும் காக்கா கருடன் ஆகுமா?
- அங்காடிக்காரிய சங்கீதம் பாடச் சொன்னா வெங்காயம் கருவேப்பிலைன்னுதான் பாடுவா!

ஒரே மாதிரியான காரியத்தில் ஈடுபட்டிருக்கும் இருவரை, இரு வேறு தராசுகளில் நிறுப்பதையும் சொலவடை மறுக்கிறது.

கழுதை விட்டையில
முன்விட்டை வேற பின்விட்டை வேறயா?

ஒன்றைப் போல மற்றொன்றை ஆக்கும் முயற்சியையும் சொலவடை ஏற்கவில்லை

திருடனை ராஜமுழி முழிக்கச் சொன்னா முழிப்பானா?

ஒன்றிடம் அதற்குத் தெரிந்ததை எதிர்பார்க்காமல் வேறொன்றை எதிர்பார்ப்பதையும் சொலவடை கேள்விக்குள்ளாக்குகிறது.

- கொட்டிக்கிழங்கு வெட்றவ
  கோயில்ல வந்து ஆடுவாளா?
- கூலிக்குக் குத்துறவள
  கேளிக்கைக்கு ஆடச் சொல்றதா?
- தவிடு திங்கிற கழுதைக்கு
  உழக்குப் பிடிக்க ஏலாது!

ஒன்றைப் போல மற்றொன்று செய்யும் பாவனைகளையும் சொலவடை மறுக்கிறது.

- காட்டுல மயில் ஆடுதுன்னு
  எருக்கலஞ் செடியும் பூத்து ஆடுச்சாம்!
- கண்ட பாவனையா
  கொண்டை முடிக்க முடியுமா?

நீ எத்தனை முயன்றாலும் இன்னொன்று ஆவது சாத்தியமா? என்கிறது சொலவடை. இது பிடிவாதத்தின் உச்சகட்டம்.

ஊரார் பிள்ளைக்குத் தாயாக முடியுமா?

ஒன்று மற்றொன்று ஆவது கூடாது என மறுக்கும் சொலவடை, அதன் பொருட்டு முன்வைக்கும் தர்க்கம் இது.

கிடாரம் ஒடைஞ்சா கிண்ணிக்கு ஆகும்!
கிண்ணி ஒடைஞ்சா என்னத்துக்கு ஆகும்?

(கிடாரம் - பெரிய பானை; கிண்ணி - கிண்ணம்)

சில நேரங்களில் சொலவடை மறுப்பு தத்துவ அடிப்படையைப் பெறுவதும் உண்டு. ஒருவர் துயரத்துக்கு இன்னொருவரைப் பழித்துப் பயனென்ன என்கிறது சொலவடை.

தன்னால தான் கெட்டா
அண்ணாவி என்ன செய்வான்?

(அண்ணாவி - ஆசிரியர்)

தன்னுடைய துயரம் அடுத்த வீட்டுக்குள்ளும் நுழையாதா என்று ஆதங்கப்பட்டும் பயனில்லை.

ஆகாத நாளையில பிள்ளை பிறந்தா
அண்டை வீட்டுக்காரனை என்ன செய்யும்?

சொலவடைப் பிடிவாதம் நெடுந்தூரப் பிடிவாதமாக இருப்பதில்லை. உடனடியாக நெகிழ்ந்து உண்மையைத் தேடும் பயணம் சொலவடையில் தொடங்குகிறது. உதாரணமாக வெளிப்படைதான் சொலவடைகளின் இயல்பு. ஆனால், வெளிப்படை தம்பட்டம் ஆகும்போது சொலவடை மறுக்கிறது.

- *ஏழை பாக்குத் திங்குறது*
  எட்டு வீட்டுக்குத் தெரியணுமா?
- *இறைச்சி தின்னேன்னு காட்றதுக்கு*
  எலும்பக் கோத்துப் போட்டுக்கிறதா?
- *தொடையில் புண்ணை நடையில் காட்டுறதா?*
- *தாய்க்குச் சோறு போடுறது ஊருக்குப் பாராட்டா?*

தம்பட்டங்கள் அலங்காரத்துக்காகவும், ஆர்ப்பாட்டத்துக்காகவும் புறப்படும்போது சொலவடை மறுப்பு வேகம் பெறுகிறது.

- *சோத்துக்கு இல்லாத பூசனிக்கா*
  பந்தல்ல கட்டி ஆட்டவா?
- *வெளக்கு மாத்துக்குப் பட்டுக் குஞ்சமா?*
- *கீரைத்தண்டு பிடுங்க ஏலேலப் பாட்டா?*
  எலி வேட்டைக்குத் தவிலடிப்பா?
- *சொந்த மாப்பிள்ளைய வீட்டுக்குக் கூப்பிட*
  பறை அடிக்கணுமா?
- *பெத்ததாய் கிட்டவா*
  கத்தவித்தை காட்டுறது?

மறைத்து, அடங்கிக் காரியம் செய்வதைச் சொலவடைகள் வரவேற்கின்றன என்றொரு தீர்ப்பும் எழுதிவிட முடியாது. மறைத்தல் - தயக்கம், பயம், பாசாங்குகளைக் கைப்பிடித்து வந்தால், மறைப்பது ஏன் என்ற கேள்வி சொலவடைகளில் கிளம்புகிறது.

- *கூத்துப் பாக்குறதுண்டு*
  அதிலென்ன மறைவு?

- *மோருக்குப் போறப்ப மொந்தைய ஏன் ஒளிக்கணும்?*

(மோருக்கு - ஓசி மோர் வாங்க)

- *நடுத்தெருப் பிச்சைக்கு நாணயம் பாக்குறதா?*
- *பணத்தைக் கொடுத்துப் பணியாரத்தை வாங்கி பத்தைக்குள் இருந்து திங்கணுமா?*

(பத்தை - மூங்கில் கூடை)

சொலவடை மறுப்பின் கறார்த்தன்மை, முடிவெடுத்தலுக்குத் துணையாகக்கூடிய தகுதி பெற்றிருக்கிறது. உதவி என்ற பெயரில் வருவதை எல்லாம் ஏற்கமுடியாது. சில உதவிகளுக்குள் தப்பாமல் உபத்திரவங்களும் இருக்கின்றன.

- *குடப்பால் கறந்தாலும்*
  கூரை பிடுங்குற மாடு ஆகாது!
- *நனைஞ்ச கிழவி அடுப்பு மூட்ட வந்தா*
  காஞ்ச வெறகுக்குச் சேதம்!

தெளிவற்ற உதவி கொண்டு வரும் ஆபத்தும் தெரிந்ததுதான்.

குருடனுக்குக் குருடன்
கோல்பிடிச்சு ஆகுமா?

உதவி பொருத்தமற்ற இடத்துப் போய்ச் சேர்ந்தாலும் உருப் படியாக எதுவும் நடக்காது!

பொறுமையாகக் காத்திருந்தும் பயனில்லை.

விடிய விடிய மழை பேஞ்சாலும்
ஓட்டாங் கிளிஞ்சல் முளைக்காது!

சில நேரங்களில் உதவியை மறுத்து ஓட்டம் பிடிக்க வேண்டியிருக்கிறது.

பிச்சை போட்டது போதும்!
நாயப் பிடிச்சுக் கட்டு!

சொலவடை மறுப்பில் இருவிதக் கேள்விகள் அடிக்கடி வெளிப்படுகின்றன. ஒன்று தேவையா என்ற கேள்வி. மற்றொன்று சாத்தியமா என்ற கேள்வி,

அவசியமற்றதும், வீண் முயற்சியுமான செயல்பாடுகளை மறுத்து இது தேவையா? எனக் கேள்வி எழுப்பும் சொலவடைகள் பல.

- *நரிக்குட்டிக்கு ஊளை பழக்கணுமா?*
- *நட்டுவன் பிள்ளைக்குக்*
  கொட்டிக் காட்ட வேணுமா?
- *நாயும் வளத்து நரகலும் வாரணுமா?*

- *உண்ட வயித்துக்குச் சோறா?*
  மொட்டைத் தலைக்கு எண்ணெயா?
- *பொன் குடத்துக்குப் பொட்டு வச்சுப் பாக்கணுமா?*
- *கிணறு வெட்டித் தவளையும் பிடிச்சு விடணுமா?*
- *தேனுக்கு ஈயைத் தேடி விடணுமா?*

சின்னச் சின்ன விசயங்களில் அதிக கவனமும் அலட்டலும் தேவையா எனக் கேட்கும் கேள்விகள் இவை:

- *புளியங்கொட்டைக்குச் சனி மூலையா?*
- *கிழவியைப் பாட்டின்னு கூப்பிட கேக்கணுமா?*

தேவையற்ற சுயவதைகளை மறுக்கும் கேள்விகள் இவை:

- *ஏர் உழுகுறவனுக்கு ஏகாதசி விரதமா?*
- *குத்தக் கூலியும் கொடுத்து*
  எதிர்மூச்சுப் போடுறதா?

(எதிர்மூச்சுப் போடுவது - எதிரே நின்று தானும் சேர்ந்து தானியம் குத்துவது)

தேவையற்ற மெனக்கிடலை மறுக்கும் கேள்விகள் இவை:

- *காண ஒரு தரம் கும்பிட ஒரு தரமா?*
- *கண்டா தெரியாதா கம்பளி ஆட்டு மயிரு!*

அதீதமாய் நடக்கும் ரகசிய உரையாடலை மறுக்கும் கேள்வி

முக்காட்டுக்குள்ள மூடு மந்திரமா?

இது நடக்குமா? இது முடியுமா? இது கூடுமா? பாணிக் கேள்விகள் இன்னொரு வகை. ஒரு நேரத்தில், இது நம்பிக்கைத் தளர்வு; ஒரு நேரத்தில் தெளிவான புரிதல்.

எதிர்பார்ப்புகளும் நம்பிக்கைகளும் முயற்சிகளும் மட்டும் போதா என்பது சொலவடை உலகச்சிந்தனை. எல்லைகள் எட்டக்கூடிய தூரத்தில் இருந்தால் மட்டுமே முயற்சிகளுக்கு அர்த்தம் இருப்பதாகச் சொலவடை உலகம் நம்புகிறது. விதிவிலக்கான முயற்சிகளையும் வெற்றிகளையும் சொலவடை கணக்கில் எடுத்துக்கொள்ளவில்லை.

முயற்சிகளின் எல்லைகள், பரிமாணங்கள் குறித்துச் சொலவடை முன்வைக்கும் கேள்வி இது:

ஆனைக்கு ஆராலும்
கோவணங்கட்ட முடியுமா?

சில எதிர்பார்ப்புகளும் சாத்தியமில்லை.

- கரும்புக்கு உழுத புழுதி
  காச்சின பாலுக்குச் சக்கரை ஆகுமா?
- அரையணாச் சாப்பாட்டுல
  முருங்கைக்காய்ச் சாம்பாரா?
- எட்டுக் குஞ்சு அடிச்சாலும்
  சட்டிக் கறி ஆகாது!

சில நம்பிக்கைகளும் சாத்தியமில்லை.
கிணறு வெட்டித் தாகம் தீக்கவா?

சில வெற்றிகளும் சாத்தியமில்லை.
- ஆனை ஏறுனாலும் வானம் எட்டுமா?
- சுண்டெலி சிலம்பம் படிச்சு
  ஆனைய ஜெயிக்கப் போகுதா?
- கூத்தாட்டுச் சிலம்பம் படைவெட்டுக்கு ஆகுமா?
- ஆகாசத்துக்கு மையம் காட்ட முடியுமா?

சில விளைவுகளும் சாத்தியமில்லை
- கப்பல் ஓடிப் பட்ட கடன்
  கொட்டை நூத்துத் தீருமா?
- நரி கூப்பிட்டுக் கடல் முட்டுமா?
- நாய் நக்கிச் சமுத்திரம் குறையுமா?
- ஈ ஏறி மலை சாயுமா?
- எச்சி முழுங்கித் தாகம் அடங்குமா?
- குளம் ஒடைஞ்சு போகும் போது
  குமட்டிக்காயக் கொடுத்தா நிக்குமா?
- ஆயிரம் கட்டு அண்டத்தைத் தாங்குமா?

சில மாற்றங்களும் சாத்தியமில்லை
- எட்டி மரத்தில்
  கட்டு மாம்பழம் உண்டாகுமா?
- ஊத்தை திரண்டு அச்சாணி ஆகுமா?
- கொள்ளுக் கொடி பந்தலுக்கு ஏறுமா?
- சீலைப்பாய் ஈழம் போனாலும்
  சீனி சக்கரை கட்டுமா?
  (சீலைப்பாய் - கிழிந்த பாய்)
- கொட்டிக் கொட்டி அளந்தாலும்
  குறுணி பதக்கு ஆகாது!

- *பாடிப்பாடிக் குத்தினாலும்*
  பதரில் அரிசி கெடைக்காது!

சில காத்திருத்தல்களுக்கு எந்தப் பலனும் இல்லை.

- *சுடுகாட்டுக்குப் போண பெணம் திரும்புமா?*
- *குள்ளநரி தின்ன கோழி கூவப் போகுதா?*

சில ஆசைகள் உடனடிச் சாத்தியமில்லை.

காசி ரெண்டெழுத்துதான்
காண எத்தன நாள் செல்லும்.

முன்னே முன்னே வந்து நின்றாலும் சில பெருந்தன்மைகளுக்கு எந்த மரியாதையும் இல்லை.

ஆனைக்குச் சிட்டுக்குருவி மத்தியஸ்தமா?

6.2. நம்பாமை

நம்பி இருப்பதெல்லாம் அடிவாங்கும் வரைதான். அடிவாங்கிய பிறகு நம்பாமைதான் உற்ற துணை.

ஒரு பார்வைக்கு மக்கள் அப்பாவிகள் போலவும் எதைச் சொன்னாலும் நம்பிவிடுவார்கள் போலவும் தெரிகிறது. ஆனால் முகத்தில் தெரிவது வேறு; மனதுக்குள் கிடப்பது வேறு.

நான் கை சுத்தமானவன்; கை சுத்தமானவன் என்று மேடையில் ஒருவர் கத்தினால், மக்கள் தலையாட்டுவார்கள்; ஆனால் மனதுக்குள் இப்படி கேள்வி எழுப்புவார்கள்.

தண்ணிக்குள்ள கெடந்த தவளை
தண்ணியக் குடிச்சதக் கண்டதாரு?
குடியாததக் கண்டதாரு?

எந்தப் பணியாக இருந்தாலும் அதற்குள் ஒரு சுயநலம் இல்லாமல் இருக்குமா என்றொரு கேள்வியும் மனதுக்குள் வசிக்கிறது.

சூடடிச்ச மாடு
வைக்கல் திங்காம இருக்குமா?

எல்லா அசைவுகளுக்கும் ஏதோ ஒரு காரணம் இருக்கும் என்ற நம்பிக்கையும் சந்தேகங்களுடன் சேர்ந்து வசிக்கிறது.★

★ ஒப்பு நோக்கு: “A bell never rings by accident”
– ஆங்கிலப் பழமொழி
“தவளை பகல்ல வருதுன்னா
விசயமில்லாமல் இருக்காது.” (ஆப்பிரிக்கப் பழமொழி)

நாட்டாமை கோடாங்கி
சும்மா அடியாது.

காரணம், நோக்கம், திட்டம் இல்லாமல் தன்னிச்சையாக, தன்னெழுச்சியாக நடக்கிற காரியம் எதுவும் இல்லை என்கிறது சொலவடை.

தன்னை அறியாத சன்னதம் இல்லை.

(சன்னதம் - அருள் வருதல்)

எல்லாம் அவரவர்க்குத் தெரியும். தெரியாதது எதுவுமில்லை.

- *மனசு அறியாப் பொய் உண்டா?*
- *தாய் அறியாச் சூல் உண்டா?*

ஆனால் அதே நேரம், வெளிப்படையாகச் சொல்லப்படும் காரணங்கள் மீதும் சொலவடைக்குச் சந்தேகம் உண்டு.

கிழவி தொட்டு சுவரு விழுந்துச்சாம்!

சில காரணங்களைச் சொல்கையில் இல்லாவிட்டால் மட்டும் இது நடந்து விடுமாக்கும் என்ற சந்தேகத்தையும் மனம் அசைபோடுகிறது.

கலப்பை முறிஞ்சது காளைக்குத் தொக்கு!

எல்லா உரையாடல்களிலும் ஏதோ ஒரு மறைக்கப்பட்ட பகுதி இருப்பதாகச் சொலவடை எண்ணுகிறது. பகிர்வுகளில் பங்கேற்றுக் கொண்டே விலகி நின்று விமர்சனம் செய்கிறது.

- *ஆன வாங்கக் காசிருக்காம்!*
  அங்குசம் வாங்கக் காசில்லையாம்!
- *எத்தனை ஏழைனாலும்*
  எலுமிச்சங்கா அத்தனை
  பொன் இல்லாமப் போகுமா?

தொட்டதற்கெல்லாம் தோன்றும் இந்தச் சந்தேகத்துக்குக் காரணம் அடிவாங்கிய மனிதனிடம் உள்ள எச்சரிக்கை உணர்வுதான்,

தங்கமுன்னு நெனச்சித் தட்டிப் பாக்காம இருந்தா
தாண்டவம் ஆடுறது நம்மதான்!

கொஞ்ச வந்தது எல்லாம் கடித்துவிட்டுத்தான் போயிருக்கிறது.

மோந்தது மாதிரி முகத்தைக் கடிக்குது!

இடம்கொடுத்து ஏமாந்த கதையும், எதிரி கதை முடிந்து விட்டது என்று நம்பி மீண்டும் அடிவாங்கிய அனுபவமும் எப்போதும் நினைவில் இருக்கின்றன.

- *நரிக்கு எடங்குடுத்தா
 கெடைக்கு ரெண்டு ஆடு கேக்குமாம்!*
- *நரி செத்தாலும் கண்ணு கோழி மேல*

6.2.1 பேச்சும் தோற்றமும்

வசனங்களும், கைதட்டல்களும் அர்த்தத்தோடு இருக்கும் சந்தர்ப்பங்கள் அபூர்வம்.

வசனங்களில் பெரும்பாலானவை சவடால் பேச்சுகள். அவை எப்போதும் சந்தேகத்துக்கு உரியவை.

- *இளவெயில் பொறுக்காதவன்
 தீ பாயப் போறேங்கிறான்!*
- *செத்துப்போன மாடு உசிரோடு இருந்தா
 ஒடைஞ்ச சட்டியில ஒம்பது சட்டி கறப்பேன்னானாம்!*

வசனங்களைப் போலவே நம்பகத்தன்மை இல்லாதவை சாமர்த்தியப் பேச்சுகள். ஒரு பொருளின் அருமை பெருமையை எத்தனை பாராட்டிச் சொன்னாலும் கேட்பவரின் மனத்துக்குள் ஒரு சிறு சந்தேகம் முளை விடுகிறது.

*நல்ல மாடுன்னா
உள்ளூர்லயே வெல போகாதா?*

நாக்கு, பேச்சு, மொழி - இவற்றின் பச்சோந்திப் போக்கைச் சொல வடைகள் அடிக்கடி சுட்டிக்காட்டுகின்றன.

- *எலும்பில்லாத நாக்கு எங்கிட்டும் பேசும்!*
- *வார்த்தைக்கு வார்த்தை சிங்காரம்!*

(சிங்காரம் - பயன்படாத அலங்காரப் பேச்சு)

செயல்படாதவர்களின் பக்கபலமாகச் சிங்காரப் பேச்சு இருக்கிறது. சிங்காரப் பேச்சுகள் நம்ப முடியாத நொண்டிச் சாக்குகளை மேடையேற்றி, நம் அனுதாபத்தைக் கோருகின்றன. சொலவடைக்கு ஏது அனுதாபம்?

- *ஆடத் தெரியாதவ மேடை கோணல்னா!
 ஆக்கத் தெரியாதவ அடுப்பு பெரிசுன்னா!*
- *அறுக்கத் தெரியாதவ
 எங்கப்பன் வீட்டு அருவாளுன்னா
 ஓடி ஓடி அறுப்பேன்னாளாம்!*
- *ஆத்த மாட்டாதவனுக்கு
 ஆயுதஞ் சரியில்ல!*

செயல்படச் சோம்பியவர்கள் சொல்லும் சாக்குகளில் ஒன்று நேரமில்லை என்பது.

ஆழாக்கு அரிசி வாங்கி
அஞ்சுகடை மீனை வாங்கிப்
பொல்லாத புருசனுக்குப் பொங்கிப் போட நேரமில்ல!

- உடம்புக்கு முடியல, நாள் சரியில்ல என்ற சாக்குகள் இன்னொரு வகை.

முடியாக் கோழிக்கு செமியாக் குணமாம்!
முட்டியா தட்டிக்குக் கிழக்கே சூலமாம்!

(முட்டியா தட்டி - கால் முட்டிகள் தட்ட கோணலாக நடப்பவர்)

சோம்பேறிகளுக்கும் பொய்யர்களுக்கும் சிறு குழந்தை கூட ஒரு சாக்குதான்!

- *காரியத்துக்குச் சோம்புனவங்களுக்கு*
  கைக்குழந்தை ஒரு சாக்கு!
- *கள்ளிக்குப் பிள்ளை சாக்கு!*
  கருவாட்டுக்குப் பூனை சாக்கு!
- *பிள்ளைக்காரி குசுவிட்டா*
  பிள்ளை மேல சாக்கு!

சிங்காரப் பேச்சை விட ஏமாற்றுத்தனம் கொண்டது நாசூக்குப் பேச்சு. சிங்காரப் பேச்சின் சாயம் சீக்கிரம் வெளுத்துவிடும். நாசூக்குப் பேச்சு எப்போதும் நல்ல பிள்ளை போல நிற்கும். நாசூக்குப் பேச்சை ஊடுருவச் சொலவடைக் கண்கள் வேண்டும்.

கொடுக்க மாட்டாதவன் கூத்தைப் பழிச்சான்!
இடமாட்டாதவன் எச்சில்னு சொன்னான்!

மாற்றுகளைக் காட்டுவதும் மறுப்பது போலத்தானே!

கொடுக்க மனசில்லா கேதாரி
செனை ஆட்டைக் காட்டுனானாம்!

(கேதாரி - ஆடு வளர்ப்போன்)

நாசூக்குப் பேச்சுக்கும் ஒருபடி மேலே பரிதாபப் பேச்சு. அது கரைக்கிற தன்மை கொண்டது.

கம்பத்துக் கானம் கலக்கானம் சுமந்தவன்
ஈக்கிக்கட்டு தூக்கி இடுப்பு வலிக்குத்துன்னானாம்!

(கம்பத்துக்குக் கானம் - பயிர் செய்து எடுத்த கானப் பயறு; கலம் - பேரளவு; ஈக்கிக்கட்டு - கனமற்ற சிறு ஈர்க்கிகளின் கட்டு)

தவறி விழுந்தவர்கள், தவறவிட்டவர்களின் புலம்பல்களையும் சொலவடை கணக்கில் எடுத்துக்கொள்வதில்லை.

- *குட்டிச்சுவரில் முட்டிக் கொள்ள வெள்ளெழுத்தா?*
- *மழைக்கால இருட்டுன்னாலும்*
  கைக்கு வாய் தெரியாதா?

பேச்சில் உள்ள சாமர்த்தியங்கள். தோற்றத்திலும் உண்டு. தோற்றத்தின் வழிதான் முதல் அபிப்பிராயங்கள் தோன்றுகின்றன. முதல் அபிப்பிராயங்கள் பெரும்பாலும் பிழையாகவே இருக்கின்றன.

ஆளப் பாத்து மயங்காதே
ஊது காமாலை!

தோற்றத்தில் மயங்கி விடப்பட்ட வேலைகள் எல்லாம் அரைகுறை வேலைகளாகவே இருக்கின்றன.

- *எடுப்புள்ள கலப்பை இருந்து உழுகாதாம்!*
- *ஆலம்பட்டி அழகு எருது!*
  ஒழவுக்கு உதவாத எழவு எருது!
- *ஆளப் பாத்தா அழகு!*
  வேலையப் பாத்தா எழவு!

கண்முன்னே தெரிபவர்கள் உண்மையானவர்களா என்ற சந்தேகம் எப்போதும் சொலவடைக்கு இருக்கிறது. வெண்ணெய் மின்னுகிற தோற்றத்தின் மீது கூடுதல் சந்தேகம் உண்டு.

சாம்பலத் தின்னுட்டு
வெண்ணெயப் பூசிக்கிட்டானாம்!

புலால் உண்ணாத சைவக் குருக்களின் உண்மை நிலை இதுதான்.

ஆடுதவுமா குருக்களேன்னா
கொம்பும் குளம்பும் போக சகலமும் ஆகுங்கிறார்!

தோற்றத்தை கண்டு ஞானி என்று கொண்டாட முடியாது.

கள்ள ஞானிக்கு
முத்துல ஜெபமாலை

தோற்றம் செயலில் நிரூபணம் ஆகவேண்டும். அதுவரை நம்பிக்கை வரப்போவதில்லை.

- *காக்காய்க்குப் புடுக்கு இருந்தா*
  பறக்கிறப்ப தெரியாதா?
- *பிள்ளை வகுசி கோவணக் கட்டுல தெரியும்!*
- *கூரை ஏறிக் கோழிபிடிக்க மாட்டாத குருக்கள்*
  வானத்தைக் கீறி வைகுண்டம் காட்டுவாராக்கும்!

6.2.2. செயலும் திறனும்

திறன்களை வெற்றிக்கான வழியாகப் பிறர் முன்வைக்க, சொலவடைக்காரர்கள் வேறுவிதமாகக் கருதுகிறார்கள்.

> கையெழுத்துப் போடத் தெரிஞ்சா
> கடனுக்குத்தான் வழி!

இன்னொருபுறம் - பொறுப்புக்களுக்குப் போவதால் மட்டும் திறன்கள் வந்துவிடுவதில்லை என்ற வாதத்தையும் சொலவடை தொடங்குகிறது.

> நாடாளுற ராஜாவுக்கு
> நாட்டு நடப்பு தெரியாது!

சாதனைகளோடு மார்தட்டி வரும் திறனாளர்களையும் சொலவடை தூரத்தில்தான் நிறுத்துகிறது.

> மலைய இலக்கா வச்சா
> குருடனும் அம்பு விடுவான்!

திறனாளிகள் தங்கள் வீழ்ச்சியையும் எப்படி மறைக்கிறார்கள் என்று சொலவடை சொல்கிறது.

> கெரடி கத்தவன் எடறி விழுந்தா
> அதுவும் ஒரு வரிசைம்பான்!
>
> (கெரடி - சிலம்பம்)

செயல்கள் பலவிதமாக இருக்கின்றன. எத்தனை பீற்றிக் கொண்டாலும் சுத்தமில்லாத வேலையைப் பார்த்தவுடனே தெரிந்து விடுகிறது.

- இருட்டில அடிச்ச மம்பட்டி
  எலுமிச்சம்பழத்தக் கவ்வுச்சாம்!

- இருட்டு வேலையோ!
  குருட்டு வேலையோ!

மிகைப் பேச்சுகளில் கொண்டாடப்படும் செயல்களின் லட்சணமும் தெரிந்ததுதான்.

> செத்த நாய் செருப்பக் கடிச்சுச்சாம்!

விறைப்பாகத்தான் சில செயல்கள் தெரிகின்றன. கவனித்துப் பார்த்தால், இது விறைப்பல்ல; வீழ்ச்சி என்பது புரிகிறது.

- சாகப் போற நாய்
  வீட்டுக்கூரை மேல ஏறுச்சாம்!

- சாகப் போற மாடு
  கொம்பக் கொம்ப அசைச்சுச்சாம்!

எதிர்பார்ப்பைக் கிளப்பிவிடுகிற காரியங்கள் இப்படித்தான் முடிந்து போகின்றன.

சன்னியாசி பயணம்
திண்ணைய விட்டுக் குதிக்கிறதுதான்.

இறுகித் தெரியும் தீவிர முயற்சிகளும் ஒரு சிறு துரும்பு பட்டு உடைந்து போகக் கூடும் என்பதும் சொலவடை அறிந்த உண்மைதான்.

கோவணத்துக்கு ஆசைப்பட்டு
சன்னியாசி சமுசாரத்துக்குத் திரும்புனானாம்!

சில செயல்களைப் பார்த்தவுடனே தெரிந்துவிடுகிறது - நம்ப முடியாது இது நடிப்புத்தான் என்று.

- *நாக்கில புண்ணாம்!*
  நாய் நொண்டி நொண்டி நடந்துச்சாம்!
- *உச்சந்தலையில முள்ளு தச்சு*
  உள்ளங்கால்ல புரை ஏறுச்சாம்!

சில செயல்களைக் கூர்ந்து கவனித்தால் இது நடிப்பு என்று புரிகிறது.

- *ஆடு கடிக்குமுன்னு அறைக்குள்ளேயே கெடப்பாளாம்!*
  ஆம்பள சம்பாதிச்சதச் செலவளிக்கமட்டும்
  பேயாப் பறப்பாளாம்!
- *நோகாம அடிக்கிறேன்*
  ஓயாம அழுன்னானாம்!
- *எட்டு வருச எருமைக்கடா ஏரிக்குப் போக வழி தேடுதாம்!*
- *கழுவேறத் துணிஞ்சவ*
  கண்ணுல மை போட்டது கரிக்குதுன்னாளாம்!

சாமர்த்தியச் செயல்பாடுகளுக்குப் பின்னே ஏதோ ஒரு வஞ்சம் மறைந்திருப்பதாகச் சொலவடை எண்ணுகிறது.

வித்தை அடிக்கிற கோழிக்கு
விலாவுல இருக்காம் பித்து!

திருடு போன வீட்டிலும் முதல் சந்தேகம் வீட்டுக்குள் இருப்பவன் மீதுதான்!

- *உளவில்லாமல் களவு இல்லை!*
- *உள்ளாளும் கள்ளாளும் கூட்டு!*
- *உள்ளனும் கள்ளனும் கூடுனா*
  விடியுமட்டும் திருடலாம்!

பொதுவாக முயற்சியைத் தொடங்கும்போதே சந்தேகமும் தொடர்ந்து வருகிறது.

> மரஞ்சுட்டே கரியாகல!
> மயிரு சுட்டா கரியாகப் போகுது!

தோற்றுப் போனவர்கள் செயலைத் தொடும்போது சந்தேகம் அதிகமாகிறது. பலன்கள் குறித்து நம்பிக்கை அற்றுப்போகிறது.

- நல்ல நாள்லயே நாயகம்
  கெட்ட நேரத்தில கேக்கணுமா?
- கன்னுக்குட்டி உள்ளபோதே காணோம்!
  செத்த பிறகா கொட்டப் போகுது?

சிலர் கூடிச் செயல்படுவது போலத் தெரிகிறது. கூட்டுகள் எல்லாம் பயனுள்ள கூட்டுகளா?

- ஊர்க் கோழியும் நாட்டுக் கோழியும் கூடுனா
  ஒரல்ல கெடக்குற புழுங்கல் அரிசிக்குச் சேதம்!
- ஆண்டியும் ஆண்டியும் கட்டிக்கிட்டா
  சாம்பலும் சாம்பலும் ஒட்டிக்கிடும்!

உதவி செய்ய நெருங்கி வருபவர்களைக் கண்டால்கூட சந்தேகத்துடன் பின்வாங்குகிறது சொலவடை.

- ஒரு பணம் கொடுப்பானாம் ஓயாம அழைப்பானாம்!
- கலத்தில் சோத்தைப் போட்டுக்
  கையையும் பிடிச்சுக்கிட்டானாம்!
- குரங்கு பேனப் பாத்தாலும் பாக்கும்
  காதக் கடிச்சாலும் கடிக்கும்!

6.2.3. உணர்ச்சியும் ஒழுக்கமும்

உணர்ச்சிகளுக்கு அந்தந்த நேரத்து முடிவுகளைத் தீர்மானிக்கும் சக்தி இருக்கிறது. ஆனால், அரிதாரம் பூசாத உணர்ச்சி கிடையாது.

> பொங்கின பால் பொய்ப் பால்!

வேசம் கலைந்து உணர்ச்சி தோற்கும் சந்தர்ப்பத்துக்காகச் சொலவடை காத்திருக்கிறது.

பகுத்தறிவைத் தூண்டுவது கடினமாக இருக்கையில், உணர்ச்சியைத் தூண்டுவது எளிதாக இருக்கிறது. உணர்ச்சியைத் தூண்டி விட்டால் ஆட்டத்துக்குப் பஞ்சமில்லை.

> சும்மாவே ஆடுற பேய்
> கொட்டு கண்டா விடுமா?

ஆட்டத்தைத் தூண்டுவோருக்கும் பஞ்சமில்லை.
> ஆட்டுவித்துப் பம்பை கொட்றான்!

சொலவடையின் சந்தேகம் பகுத்தறிவின் நுட்பம் பெறும் இடம் இது. ஆட்டத்தை நிறுத்து என்கிறது சொலவடை.

> புருசனும் பொண்டாட்டியும் சாமி ஆடுனா
> புள்ளயப் புடிக்கிறது யாரு?

ஆட்டத்துக்குப் பொருத்தமாய்த் தூண்டப்படும் கைகளும் அமைந்துவிடுகின்றன.

> உடுக்கை அடிக்கிறவனுக்கு நடுக்கக்கை வேற!

கொட்டு அடித்துத் தூண்டிவிடுபவர்கள், கூட வருவார்களா என - கேள்வி எழுப்புகிறது சொலவடை.

> கொக்கரிச்சவங்க எல்லாம்
> கூடத் தீப்பாய்வாங்களா?..

உணர்ச்சிகளின் உற்ற துணை கண்ணீர். சொலவடைகள் கண்ணீரை நம்புவதில்லை.

> ▪ நீலிக்கு இருக்குமாம் நெத்தியில கண்ணீர்!
> ▪ கள்ள மாப்பிள்ளைக்குக் கண்ணீர் முந்துமாம்!

ரசனைகளுக்குப் பின்னால் இருக்கும் பலவீனங்களையும் சொலவடை அறிகிறது.

> பொரிமாவை மெச்சினான் பொக்கை வாயன்!

ஒழுக்கம் குறித்த கருத்துக்களிலும் சொலவடைக்கு ஒட்டுதல் இல்லை. சொலவடையின் அடிப்படைச் சந்தேகம் இது..

> ▪ கருவாடு திங்காத பூனையா?
> ▪ உறியில தயிர் இருந்தா
>   உறங்குமா பூனைக்குட்டி?

காப்பியங்கள் கொண்டாடிய பத்தினிக் கோட்பாடுகள் சொலவடைகளில் மிதிபடுகின்றன. மிதிக்கையில், ஆணாதிக்க வக்கிரத்துடன், பெண்ணையும் சேர்த்தே சொலவடைகள் மிதிக்கின்றன.

> ▪ ஆள் இல்லாப் பத்தினி இடம் இல்லாப் பத்தினி
>   ஆளக் கண்டா ஈடு இல்லாப் பத்தினி!
> ▪ எருது ஏறாத வரைக்கும்
>   பசு பத்தினி கொண்டாடும்!
> ▪ ஊசி மலராம சரடு ஏறுமா?
>   (பாலியல் உள்ளர்த்தம்)

மிகவும் தூய்மையானவர் எனக் காட்டிக்கொள்ளச் சிலர் செய்யும் சடங்குகளையும் சொலவடைகள் விமர்சிக்கின்றன.

துப்புரவா அம்மன் கொண்டாடி
முப்பது பேரோட போனாளாம்!

ஒழுக்கம் குறித்து உபதேசிப்பவர்களும், ஒழுக்கம் என்ற பெயரால் கட்டுப்படுத்துபவர்களும் சொலவடை விமர்சனத்தில் அகப்பட்டுக் கொள்கிறார்கள்.

- *அக்காவப் பழிச்சி தங்கச்சி அவிசாரி ஆனாள்!*
- *தாய அடக்கித் தான் அவிசாரி போனாளாம்!*

எதைப் பார்த்தாலும் நம்பாமல், நம்பாமல் முகம் திருப்பிக் கொள்ளும் சொலவடை நம்பாமை மீதும் விமர்சனம் வைக்கிறது.

- *அறக்காத்தான் பெண்டிழந்தான்*
  ஆறுகாத வழி சுமந்தலைந்தான்!
- *நம்பமாட்டாதவன் பெஞ்சாதிக்கு*
  நாப்பது பேர் மாப்பிள்ளையாம்!

6.3. சுட்டு

தன் குறைகளைத் தெரிந்துகொள்ள ஒவ்வொருவருக்கும் ஓர் உளவியல் கண்ணாடி தேவை. தன் குறை அறியாமல் பிறரைப் பரிகசித்துப் பயனில்லை.

- *தன்னைச் சிரிக்குறது தெரியாதாம்*
  பல்லாவரத்துக் குரங்குக்கு!
  தன் ஊரப் பாத்துச் சிரிக்குமாம்!
- *முக்கறுந்த மூளி*
  காதறுந்த மூளியப் பழிச்சாளாம்!
- *காக்கா கரிச்சட்டியப் பழிச்சுச்சாம்!*
- *ஓரக்கண்ணனைப் பழிச்சானாம் ஒத்தக்கண்ணன்!*

சொலவடை - ஓர் உளவியல் கண்ணாடி. தன் குற்றங்களைப் பார்த்துக் கொள்ளவும், பிறர் குற்றங்கள் வழி படித்துக் கொள்ளவும் உதவும் உளவியல் கண்ணாடி.

விமர்சனத்தின் முதன்மையான பணி - குற்றங்களைச் சுட்டிக் காட்டுவது. சுட்டிக் காட்டுவதால் எரிச்சல் உண்டாகலாம். பிளவுகள் தோன்றலாம். ஆனால் சுட்டிக் காட்டப்படாத குற்றம் திருத்தப் படாமலே போகும்.

காணாப் பீ
கழுவாமப் போகும்!

6.3.1 வீண் வேலை

வலியப் போய்ச் சிக்கலில் மாட்டுவது அடிக்கடி நிகழும் தவறு. அடிக்கடி சுட்டிக் காட்டப்படும் தவறும் கூட. சிக்கலை வரவழைத்துக் கொள்வதில் சிலருக்குத் தனி ஆர்வம்!

- *இண்ட முள்ளுக்குள்ள தலையக் கொடுத்திட்டு*
  இழுக்குறதுக்கு ஆள் தேடுனானாம்!
- *வானத்தில போற சனியன*
  ஏணி வச்சு எறக்குனானாம்!
- *சும்மா கெடந்த சிட்டுக்குருவிக்குச் சோறு வச்சானாம்!*
  அது கொண்டைய கொண்டைய ஆட்டிக்கிட்டு
  கொத்த வந்துச்சாம்!
- *சனியன் புடிச்ச நாரை*
  கெளிறப் புடிச்சு முழுங்குச்சாம்!
- *விருதுப்பட்டிக்குப் போற சனியன*
  வீட்டுவரைக்கும் வந்துட்டுப் போன்னானாம்!
- *அஞ்சுப் பணம் கொடுத்து அடிக்கச் சொன்னானாம்!*
  பத்துப் பணம் கொடுத்து நிறுத்தச் சொன்னானாம்!
- *ஒரு கட்டு வைக்கல தண்ணில போட்டு*
  எட்டாள் கூடி இழுத்தாங்களாம்!
- *கட்டி வச்ச பூனைய அவுத்து விட்டுட்டு*
  வாபூஸ் வாபூஸ்னா வருமா?

உருப்படியான வேலைகள் காத்திருக்க, பயனற்ற சில்லறை வேலைகளில் சிலருக்கு அதிக கவனம்!

- *வேலையத்த மாமியா*
  மருமகனத் தொட்டில்ல போட்டு ஆட்டுனாளாம்!
- *செய்யுறத விட்டுட்டு*
  செனையாட்டுக்கு மயிர் பிடுங்குனானாம்!
- *எல்லாங் கெடக்க எருதுக்குச் சீமந்தமாம்!*
- *விருதா மாமியா தினை குத்தப் போனாளாம்!*
  தினைகுத்தப் போட்டுட்டு தெருக்கூத்து பாத்தாளாம்!
- *உழுகுறத விட்டுட்டு*
  நழுவுறவன் தெய்வம் ஆடுனானாம்!

பாவனைகள் கூட வீண் வேலைதான். அவற்றால் பயன் என்ன? அவற்றுக்கு மதிப்பு என்ன?

- *ஆனை தும்பிக்கைய வீசுதுன்னு*
  கழுத வால வீசிப் பாத்துச்சாம்!
- *நல்ல பாம்பு ஆடுனதப் பாத்து*
  நாக்லாம் பூச்சியும் ஆடுச்சாம்!

(நாக்லாம் பூச்சி - மண்புழு)

- *அதிகாரி ஆனை மேல ஏறுனானாம்!*
  சம்சாரி வைக்கப்படப்பு மேல ஏறுனானாம்!

பாவனைகளில் இன்னொருவிதம் - எல்லோரும் செய்து செய்து சலித்த காரியத்தைத் தானும் ஒரு தடவை முயற்சி செய்து பார்ப்பது...

- *எல்லாரும் ஏறி எளைச்ச குதிரைமேல*
  சாஸ்திரியார் ஏறிச் சறுக்கி விழுந்தாராம்!
- *எல்லாரும் ஏறி எளைச்ச கழுதை மேல*
  வண்ணான் ஏறி வையாளி பாஞ்சானாம்!

(வையாளி பாய்தல் - விரைவாக ஓட்டுதல்)

வேலைகள் பல வீண் வேலைகள் ஆகிவிடுவது உண்டு. நல்ல பெயர் எடுக்க வேண்டும் என்ற உற்சாகக் கிறுகிறுப்பில் சிலர் வேலைகளை விட்டு வேண்டாத செயல்திறன்களைக் காட்டுவது வழக்கம்.

- *கன்னுக்குட்டிய அவுக்கச் சொன்னாங்களா?*
  கட்டுத் தறிய பிடுங்கச் சொன்னாங்களா?
- *வடையத் திங்கச் சொன்னாங்களா?*
  தொளைய எண்ணச் சொன்னாங்களா?
- *கீரைக் கட்டை வெட்டச் சொன்னா*
  தோரணங் கட்டுறதா?

எட்டாததைப் பிடிக்கும் ஆர்வத்தாலும் வீண்வேலை நடக்கிறது.

கீர வாங்கக் கெதி இல்லாதவன்
பூசணிக்காயப் புரட்டிப் புரட்டிப் பாத்தானாம்!

வேலை வீண் வேலை ஆவதற்குத் தவறாகத் தரப்பட்ட பொறுப்பு ஒரு காரணம்.

- *குருடி தண்ணிக்குப் போக*
  எட்டாளுக மெனக்கெட்ட கதை!

- குருடி அவல் எடுக்க
  உழக்குப் பிடிக்க ஒரு ஆளு!
  விளக்குப் பிடிக்க ஒரு ஆளு!

தவறான கூட்டு மற்றொரு காரணம்.

- பசி ஏப்பக்காரனும் புளி ஏப்பக்காரனும்
  கூட்டுப்பயிர் செஞ்சாங்களாம்!

- நெய்யுறவனுக்கு ஏன் குரங்குக் குட்டி?

தவறான முடிவால் வேலை வீண் வேலை ஆவது மட்டுமல்ல, வெட்டி அலைச்சலும் கிட்டுகிறது.

ஊசி மலிவுன்னு சீமைக்குப் போகலாமா?

முழுமையாக முடிக்காத வேலைகளும் வீண் வேலைகளே!

சுண்டைக் காயில் கடிக்கிறது பாதி
வைக்கிறது பாதியா?

கடைசி வரை காத்திருக்காத பொறுமையும் வேலையை வீண் வேலையாக்கும்.

ஈசல் வரும்போது
வலையன் குசுவிக் கெடுத்தானாம்!

கைக்குக் கிட்டாததைத் துரத்துகிற முயற்சியும் வீண் வேலைதான்.

தும்பறுந்த மாட்டைத்
துரத்தி என்ன புண்ணியம்?

எத்தனை கேள்விகள் - எத்தனை விமர்சனங்கள் புறப்பட்டு என்ன? வீண் வேலைக்குத் துருதுருக்கிற கையைக் கட்டிப் போட முடியுமா?

சும்மா இருக்காதாம்
சுப்பையா கோவில் மேளம்!

6.3.2. அசட்டுத்தனம்

அசட்டுத்தனமும் அதன் தோழமையான முட்டாள்தனமும் உலகப் பழமொழிகளின் ஒருமித்த கண்டனத்தைப் பெறுகின்றன.[6]

ஆசை அதிகமாகும் நேரங்களில் யதார்த்தத்தைக் கைவிட்டு அசட்டுத் தனத்தின் பக்கம் மனிதர்கள் நெருங்குகிறார்கள்.

- ஒரு நாக் கூத்துக்குத்
  தலையச் செரைச்சானாம்!

- *கரும்பு ருசின்னு வேரோட தோண்டுனானாம்!*
- *இரவல் சேலைய நம்பி*
  இடுப்புக் கந்தைய எறிஞ்சாளாம்!
- *கைப்பழத்தைப் போட்டுட்டு*
  துறட்டுப் பழத்துக்கு ஆசைப்பட்டாளாம்!
- *சுடு கெண்டைக்கு ஏரிய ஒடைச்சாங்களாம்!*

ஆசை அதிகமாகும்போது பழைய அனுபவங்கள் ஞாபகத்தில் இருப்பதில்லை.

- *பட்ட பட்ட பாடெல்லாம்*
  பாய்க்கு அடியில போட்டுட்டு
  சம்பா நெல்லு குத்திப் பொங்க வைக்கப் போறாளாம்!
- *பட்டதெல்லாம் விட்டுப்புட்டு*
  பொட்டியெடு பூப்பெறக்க!

கடந்த காலம் மட்டுமா? நிகழ்காலமே மறந்துபோகிறது.

- *உள்ள பிள்ளை உரலை நக்கிக்கிட்டிருக்கு!*
  இன்னொரு பிள்ளைக்குத் திருப்பதிக்கு நடக்குறா!
- *பெறந்த பிள்ளை பிடிசோத்துக்கு அழுகுது!*
  பெறக்கப் போற பிள்ளைக்குத்
  தண்டை சதங்கை தேடுறாங்களாம்!

அசட்டுச் செயல்பாடுகளுக்கு ஆசை மட்டும் காரணம் அல்ல; பதற்றமும் பயமும் கூட ஒரு விதத்தில் காரணங்களே!

- *ஒளியப் போனவன்*
  தலையாரி வீட்ல ஒளிஞ்சானாம்
- *ஒக்கல்ல பிள்ளைய வச்சுக்கிட்டு*
  ஊரெல்லாம் தேடுனாளாம்!

  (ஒக்கல் - உக்கல் - இடுப்பு)
- *கள்ளன உள்ள வச்சு*
  கதவச் சாத்துனானாம்!
- *அதிகாரி வீட்ல திருடி*
  தலையாரி வீட்ல வச்சானாம்!

இயல்பான மனிதர்கள் அசடாகவும், முட்டாளாகவும் மாறிப் போக, நம்பிக்கைகளும் ஒரு காரணம்.

- *வயித்துப் பிள்ளைய நம்பி*
  மாடு மேச்சபிள்ளையக் கொன்னாளாம்!
- *கலையும் மப்பை நம்பி*
  கட்டி இருந்த விதையை வட்டிக்கு விட்டானாம்!

- *கோழி களவு போக*
  ஆடு வெட்டிப் பொங்க வச்சானாம்!

உணர்ச்சி வசப்படும் நேரங்களில் தோன்றும் அசட்டுத்தனங்கள் குறித்துச் சொல்லவேண்டியது இல்லை. இது வெட்டிப் பிடிவாதம் -

கூடிவரும் நேரத்தில்
குடுமி நட்டமா நிக்கும்!

இது வெட்டிச் சவால் -

தொண்டை பெரிசுன்னு
அம்பட்டக் கத்திய முழுங்குனானாம்!

இது அசட்டுப் புகழ்ச்சி -

அதை மெச்சிக்கிடுமாம் அரிசிக் கொழக்கட்டை!
தானா மெச்சிக்கிடுமாம் தவிட்டுக் கொழக்கட்டை!

இது அசட்டுக் கோபம் -

- *ஓடக்காரன் கிட்ட கோவிச்சுக்கிட்டு*
  ஆத்தோட போனானாம்!
- *கரும்பை முறிச்சு கழுதைய அடிச்சானாம்!*
- *எதிரிக்குச் சகுனத்தடை வரட்டும்னு*
  மூக்கை அறுத்துக்கிட்டானாம்!
- *குளத்தோடு கோவிச்சு குண்டி கழுவாமல் போனா*
  குளம் நாறுமா? குண்டி நாறுமா?

வரையறுக்க முடியாதபடி விரிந்து கிடக்கின்றன அசட்டுச் செயல்பாடுகள்! இது உருப்படாத சேமிப்பு -

பூனைப் பீயப்
பொட்டலம் போட்டானாம்!

இது விசித்திரமான பக்தி -

குரங்கு தலையில
கரகம் வச்சுச் சாமி கும்பிட்டானாம்!

இது விபரீதமான பரிவர்த்தனை -

பெண்டாட்டிய வித்துத் தண்டட்டி வாங்குனானாம்!

இது கிறுக்குத் தனமான ஏற்பாடு -

நண்டைச் சுட்டு நரியக் காவல் வச்சானாம்!

இது பரிதாபமான துரத்தல் -

வண்ணான் கிட்ட துணியப் போட்டுட்டு
கொக்கு பின்னாடி அலைஞ்சானாம்!

இது பரிதாபமான தேடல்

கப்பல்ல பாதிப் பாக்க போட்டுட்டுத் தேடுனானாம்!

இது குணம் தராத தீர்வு -

இரும்புக் குண்டை விழுங்கிப் போட்டு
இஞ்சிச்சாறு குடிச்சானாம்!

இது பயன்படாத உதவி -

அடைமழைக் காலத்தில
ஆத்தங்கரையில தண்ணிப் பந்தல் வச்சானாம்!

இது பலன்தராத முயற்சி -

நரி வாலக் கொண்டு
கடல் ஆழம் பாத்தானாம்!

விவரங் கெட்டவனே என்ற வசைச்சொல் தினசரிப் புழக்கத்தில் இருக்கிறது. ஏனெனில் அசட்டுத்தனம் இழப்புகளின் நதிமூலமாக இருக்கிறது. பிறர் நம்மை அதிகாரம் செய்ய ஏதுவாகவும் இருக்கிறது.

- *வெள்ளைக் காரனுக்கு*
  ஆட்டுத்தோல் அளவுக்கு எடம் கொடுத்தாங்க!
  அது அறுத்து ஊர் முழுக்க அடிச்சு
  இது பூரா என்னதுன்னான்!
- *கூறுகெட்ட ஊர்ல*
  ஓணான் அம்பலம் பண்ணுச்சாம்!
- *ஏர் உழவன் சரியா இருந்தா*
  எருது மச்சான் மொற கொண்டாடுமா?
- *கொஞ்ச நஞ்சம் இருந்த பொருளும்*
  குருக்களுக்குப் போச்சு!
  கோவிலுக்கு வவ்வா போச்சு!

6.3.3. அதிகப் பிரசங்கித்தனம்

தன் சக்திக்கு மீறிய செயல்பாடு அதிகப்பிரசங்கித்தனம் ஆகிறது. சிலர் வைக்கும் விமர்சனங்களைப் பார்த்தால் அதிகப் பிரசங்கித் தனத்துக்கு விளக்கம் கிடைக்கிறது.

- *எலி பூனையப் பாத்துச் சொல்லுச்சாம்*
  பூனைக்குக் கோவணம் சிறிசா இருக்குன்னு!
- *ஊரான் வீட்டுச் சோத்தைத் திம்பானேன்!*
  அதுக்கு உப்பு இல்ல புளி இல்லன்னு சொல்வானேன்!

சிலர் வைக்கும் கோரிக்கைகளிலும் அதிகப் பிரசங்கித்தனம் வெளிப்படுகிறது.

- *காவக் காக்க வந்த குரங்கு*
  கைத்துப்பாக்கி கேட்டுச்சாம்!
- *பிச்சை எடுக்கிற சோத்தில*
  குழைஞ்ச சோறு கேட்டானாம்!
- *தாந் திங்கத் தவிடில்ல! தங்கத்தில் தாலி*
  தொங்கத் தொங்கப்போடச் சொன்னாளாம்!
- *அப்பன் வீட்டு நெலம தெரியாம*
  அதிக தூரம் பல்லாக்குல போகணும்னு
  ஆசைப்பட்டானாம்!

சிலர் வெளிப்படுத்தும் ஜம்பங்களிலும் அதிகப் பிரசங்கித்தனம் உண்டு.

- *தாம் போனா தாகத்துக்குக் கெடையாது!*
  எழுதுடா ஒலை நூறு குடம் தயிருக்குன்னானாம்!
- *மத்தியானக் கஞ்சிக்கு வழியில்லாதவன்*
  மந்திரி மாட்டை விலை கேட்டானாம்!
- *வீடு வெறும் வீடு! வேலூர் அதிகாரம்!*
- *அத்தப் பட்டினிக்காரன்*
  ஒத்திக்கு நெலங்கேட்டானாம்!
- *உழுகுறது ஒரு ஏரு! முன் ஏரை மறின்னானாம்!*
- *தனக்கே தடுமாட்டமாம்!*
  தம்பிக்கு இழுத்து மூடுன்னானாம்!

பலமற்றவர் வெளிப்படுத்தும் ரோசம் கூட அதிகப் பிரசங்கித் தனம்தான்!

ஆனானப்பட்ட ஆளு எல்லாம் தானானம் போடுறப்ப
கோணக்கோண மாடு கொம்பக் கொம்ப அசைக்குதாம்!

6.3.4. அதீதமும் மெத்தனமும்

இயல்புக்கு மாறான வேகம் - கவனம் - கோபம் - பயம் - ஆர்வம் - எல்லாமே அதீதம்தான்!

முடிவு தலைகுனிவாக இருந்தபோதும் சிலர் அதீத ஆர்வச் செயல்பாடுகளை நிறுத்துவது இல்லை.

- *கிண்ணத்துக்குத் தூறு அடிக்கத் தெரியாதவன்*
  அண்டா அடிச்சுத் தாரேன்னு அச்சாரம் வாங்குனானாம்!

- *ஆடு மாடு இல்லாதவ*
  ராமநாதபுரம் வரைக்கும் தொழு போட்டாளாம்!
- *தொட்டுத் தடவ எண்ணெய் இல்லாதவ*
  தொழுவெல்லாம் திரிபோட்டாளாம்!
- *தண்ணிப்பானை செய்யத் தெரியாதவன்*
  தாழிப்பானைக்கு அச்சாரங் கேட்டானாம்!

அதீத ஆர்வம் கண்ணை மறைக்கும்போது நடப்பது இது:

பெருவயிறு கொண்டது தெரியாம
சீமந்தத்துக்கு நாள் பாத்தானாம்!

அதீத உணர்ச்சி காரணமாக என்ன செய்கிறோம் என்பதே புரியாமல் சிலநேரம் காரியம் நடக்கிறது.

- *குழிப்பிள்ளையத் தோண்டி*
  எழவு கொண்டாடுறா!
- *அள்ளித் துள்ளி அருவாமனையில விழுந்தானாம்!*

அதீத உணர்ச்சிகள் உடனடியாக வீழ்ச்சி பெறுகின்றன.

எட்டிக் கொட்டுக் கொட்டி பெறகு
எறங்கிக் காலைப் பிடிக்குறதா?

வீழ்ச்சியின் தொடர்ச்சியாகக் கோழைத்தனம் வந்து சேர்கிறது.

பிச்சைக்காரனுக்குப் பயந்து
அடுப்பு மூட்டாம இருந்தாளாம்!

கொழுப்பு தடித்துக் கிடக்கும்போது நடக்கும் காரியங்கள் இவை:

- *பெருமைக்கு மாவிடிச்சு எருமைக்கு வச்சாளாம்!*
- *கொழுத்துப் போய் மாவிடிச்சு*
  குரங்கு கையில கொடுத்தாளாம்!

இது சிலரின் அதீத வேகம் -

ஆவணிமாசம் தாவணி போட்டாளாம்!
புரட்டாசி மாசம் புருசன் வீடு போனாளாம்!

இது சிலரின் அதீத கவனம் -

ஊசி கொள்ளப் போய்த்
துலாக் கணக்கு பாத்தானாம்!

அதீதம் என்பது வெறும் மேல்தளம்தான். விரிசலுக்குக் கீழே மெத்தனமும் தாமதமுமே ஒழுங்கற்று இருக்கின்றன. அதுவும் பொதுக் காரியம் என்றால் முடிவெடுக்க உட்காரும்போதே கொட்டாவிகள் கிளம்புகின்றன.

மயிலாப்பூர் ஏரி உடைச்சிட்டுப் போகுதுன்னா
வர்ற கமிட்டிக்கு ஆகட்டும்னாங்களாம்!

சொந்தக் காரியத்திலும் படுதாமதமாய்ச் செயல்படுவோர் உண்டு.

- *தொண்ணூறு வயசுக்குப் பிறகு*
  தொரத்தலுக்கு மருந்து குடிச்சானாம்!

(தொரத்தல் - இருமல்)

- *எரியுற வீட்டை அணைக்கக்*
  கிணறு வெட்ட நாள் பார்த்தானாம்!

சோம்பல்பட்டோர் எடுக்கும் முடிவுகள் இவை:

- *நடக்கச் சோம்பப்பட்டு*
  சித்தப்பன் வீட்ல பொண்ணெடுத்தானாம்!
- *வேலைக்காரப் பொண்ணுன்னு*
  வெளியூரான் கேட்டுவந்தான்,
  வெளியூரான் வேணாம்னு உள்ளூரானைக் கட்டிக்கிட்டா!

(வேலைக்காரப் பொண்ணு - நன்றாக வேலை செய்யும் பெண்)

- *வீட்டு முத்தத்தில் ஓடுமாம் காவேரி!*
  ஆனா குளிக்க மாட்டாளாம் மூதேவி!

சிலர் ரோசப்படும் லட்சணம் இது -

- *மதுரையில அடிச்சதுக்கு*
  மானாமதுரையில போய் மீசை துடிச்சுச்சாம்!
- *திருடன் புகுந்த ஆறா மாசம் நாய் குலைச்சுச்சாம்!*

சிலர் வருத்தப்படும் வேகம் இது -

ஆடி மாசத்தில் குத்துன குத்து
ஆவணி மாசத்தில உளைச்சல் எடுத்துச்சாம்!

சிலரின் அலங்கார லட்சணம் இது -

செட்டி சிங்காரிக்கிறதுக்குள்ள
பட்டணம் பறிபோகும்!

சோம்பலும், மெத்தனமும் உண்டாக்கும் தூரம் இது -

நடக்க முடியாதவனுக்கு நடுவீதி காதவழி!

சோம்பலுக்கான காரணங்களையும் சொலவடை ஆய்ந்து பார்க்கிறது.

எடுக்கப் பிடிக்க ஆள் இருந்தா
வரப்பேறிப் பேள்றதுக்கும் கஷ்டம்!

சௌகர்யம், அசட்டை, மறதி போன்ற காரணங்களால் சோம்பல் பட்டோர், ஆசைப்பட மட்டும் மறப்பதில்லை.

உழுகுற நாளையில ஊருக்குப் போயிட்டு
அறுக்கிற நாளையில அருவா கொண்டு வந்தானாம்!

ஒரே விதமான வாழ்க்கையில் பழகிப்போனவர்கள் மீள்வதற்கும் வழியில்லை.

அகழியில் விழுந்த முதலைக்கு அதுவே வைகுண்டம்!
கழனியில் விழுந்த கழுதைக்கு அதுவே கைலாசம்!

6.3.5. **சாரமின்மை**

யாருக்கும் பயன்தராத பேச்சும், செயலும் தினசரி நிகழ்கின்றன - செத்தவன் கையில வெத்தல பாக்கு கொடுத்த மாதிரி உயிரின்றி நிகழ்கின்றன.

உருப்படாத அதிகாரத்துக்கு ஏகப்பட்ட போட்டி.

- *ஆளாளுக்கு நாட்டாமை*
  ஆகப்போறது ஒண்ணுமில்ல!
- *தலைக்குத் தலை பெரியதனம்!*
  உலைக்கு அரிசி இல்ல!

பேச்சு! பேச்சு! திரும்பிய பக்கமெல்லாம் அர்த்தமற்ற பேச்சு! படிப்பு உழைப்பு எல்லாவற்றையும் ஜெயித்து நிற்கிறது நாக்கு. அர்த்தமற்ற பேச்சின் மீது ஒரு காமக் கவர்ச்சி!

- *வாங்கித் திங்குமாம் நாக்கு!*
  வல்லங்கம் பேசுமாம் உதடு!

(வல்லங்கம் - வல்லபம் - திறமை, பெருமை, தம்பட்டம்)

- *நாக்கு ரெண்டு முழம்*
  நாகரிகம் எட்டு முழம்!
- *நாக்கிருந்தா நாலும் பேசும்!*
  பல்லிருந்தா பத்தும் பேசும்!
- *மூடி வச்சாலும் முணுமுணுன்னும்*
  தச்சு வச்சாலும் டமடமன்னும்!

சிலர் ஓயாமல் அலைவது போல் இருக்கிறது. இந்த அலைச்சலுக்கு ஏதும் அர்த்தம் இருக்கிறதா?

- *அமாவாசைக் கருக்கலில்*
  பெருச்சாளி போனதெல்லாம் வழி!
- *உண்டு இருக்க மாட்டாம ஊர் வழியே போனானாம்!*
  தின்னு இருக்க மாட்டாம தேசாந்திரம் போனானாம்!

எப்படியாவது கவனிக்கப்பட வேண்டும் என்பதற்காகச் சிலர் இப்படி நடந்துகொள்கிறார்கள்.

> எல்லாரும் சட்டியப் போட்டு ஒடைச்சா
> இவன் செரட்டையப் போட்டு ஒடைக்கிறான்!

மேடையேறுவதற்காகச் சிலர் இப்படிப் பிரியம் செலுத்துகிறார்கள்.

- தனக்குப் பெறந்த பிள்ளை தவிட்டுக்கு அழுகுது!
  ஊரா வீட்டுப் பிள்ளைக்குச்
  சூத்துக் கல்யாணம் செய்றானாம்!

- ஊர்ல உள்ளவன வாழவச்சி
  உள்ள இருக்கவனுக்குத் தீய வச்சான்!

சிலரின் தேடல் அர்த்தமற்றது -

> எட்டு நா பட்டினியாக் கெடந்தவன
> இழுத்துப் பிடிச்சுக் கடவாய நக்குனா என்ன இருக்கும்?

சிலரின் கோபம் அர்த்தமற்றது -

> தன்காசு செல்லலைன்னு
> தட்டானைக் கட்டி அடிச்சானாம்!

அர்த்தமும் பொருத்தமும் அற்ற கைகளுக்கே பொறுப்புகள் போய்ச் சேர்கின்றன. விளைவு?

> குரங்கு கிழிச்சது கோவணத்துக்காவது ஆகுமா?

அர்த்தமற்றவை நிறைந்த அவையில் உண்மையானதைத் தேட வேண்டியிருக்கிறது. அர்த்தமற்றதும் உண்மையானது போலத்தான் முகத்தை வைத்துக்கொண்டிருக்கிறது.

> கள்ளியிலும் சோறு! கத்தாழையிலும் சோறு!

குறைகளைச் சுட்டுவது மட்டும் விமர்சனமல்ல என்பது தெரிந்தது தான். இருந்தபோதும் சொலவடைகளின் பார்வை பதிந்து இருப்பது எல்லாம் குறைகளின் மீதுதான். பாதிக்கப்பட்டவர்களின் உளவியல் என்று இதைப் புரிந்துகொள்ள வேண்டும்.[7]

6.4. சுடு

பலனளிக்காத விமர்சனம் ஆத்திரரூபம் கொள்கிறது. வார்த்தைகள் சுள்ளென்று விழுகின்றன. திட்டும்போது, தேவையில்லாமல் பெண்ணை இழுப்பது நம் ரத்தத்தில் ஊறிப்போன விஷயம்.

- *ஆத்தா அம்மணம்!*
  கும்பகோணத்தில் கோதானம்!

(கோதானம் - பசு தானம்)

- *சூத்தில கட்டத் துணியில்ல*
  கூத்தியா ரெண்டு!

ஒரு காரியம் செய்ய, நெருங்கியவர்களிடமே காசுக்குக் கைநீட்டுபவன் பிறரிடம் எப்படி நடந்துகொள்வான்? சொலவடையின் சுடு விமர்சனம் இது:

ஆத்தாளோட போறவனுக்கு
அக்கா ஏது ? தங்கச்சி ஏது ?

காரியம் முடிக்க அத்துமீறத் தயங்காதவன் பற்றி இது:

மாரியாத்தாளப் பெண்டு பிடிக்கிறவனுக்குப்
பூசாரி பெஞ்சாதி எம்மாத்திரம் ?

சுட்டிக்காட்டும் விமர்சனங்களைத் தாங்காதவர்கள் எப்படி நடந்துகொள்வார்கள்?....

ஊரெல்லாம் போவா! சொன்னா அழுவா!

செல்லப்பிள்ளைகள் மீதான விமர்சனத்தில் உளவியலாளர் ஃபிராய்டின் குரலும் சேர்ந்துகொள்கிறது.

பூத்தானமான பிள்ளை
ஆத்தாளைத் தாலி கட்டுச்சாம்!

(பூத்தானமான பிள்ளை - பூப்போல வளர்ந்த பிள்ளை; செல்லப்பிள்ளை)

திருத்தவே முடியாது எனத் தோன்றும் குற்றங்கள் மீது சீற்றம் பாய்கிறது.

- *கள்ளுக்குடியனுக்கு*
  வாய்னும் தெரியாது! சூத்துன்னும் தெரியாது!
- *எள்ளும் கருப்பட்டியும் திங்க இனிக்குதா ?*
  இருசெல் கட்ட வலிக்குதா ?

(இருசெல் - கடனைத் திருப்பிச் செலுத்துதல்)

- *வீட்டைப் பிடுங்கி வெறகா எரிச்சாலும்*
  வீணாதி வீணனுக்கு அஞ்சுபணம் எப்படி நிக்கும் ?
- *கூத்திக்கு இட்டுக் குரங்கு ஆனான்!*
  வேசிக்கு இட்டு வெறகு ஆனான்!
- *தாய் சொல்லக் கேளாத வவ்வா*
  தலைகீழா நாண்டுச்சாம்!

புரியவைக்க முடியாதபோதும் ஆத்திரம் வருகிறது.

பகல்ல பசுமாடு தெரியாதவனுக்கு
இருட்டுல எருமைமாடு எங்குட்டுத் தெரியும்?

பிரச்சினை புரியாமல் எடுக்கப்படும் முடிவுகள் மீதும் சூடான விமர்சனம் உண்டு.

ஆபத்து புரியாத சிலருக்குப் பயனற்ற காரியங்களின் மீதே கவனம் இருக்கும்.

படைகெட்டு ஓடும்போது
நரைமயிர் பிடுங்குறதா?

சிலருக்கோ எதிலும் அவசர முடிவு -

பிச்சைக்கு வந்தவன்
பெண்ணுக்கு மாப்பிள்ளையா?

எப்போதும் சிலர் அறிவுக்குப் பொருந்தாத முடிவுகளுடனும், நம்பிக்கைகளுடனும்!

பிறக்கிறப்பவே மொடம்!
தெய்வத்துக்குப் படைச்சா தீருமா?

தவறான முடிவெடுத்துவிட்டுப் பிறகுப் புலம்பிப் பயனில்லை என்கிறது சுடு விமர்சனம்.

- *கம்பளியில் சோத்தைப் போட்டு*
  மயிர் மயிர்ங்கிறதா?
- *பதங்கெட்டவன பல்லக்குல ஏத்துனா*
  அவன் எடங்கண்ட இடத்துல எல்லாம்
  எறங்கணும்னு சொல்வான்!

முடிவுகளை மட்டுமல்ல, சில தடுமாற்றங்களையும் உறைக்கும் படிதான் சுட்டிக்காட்ட வேண்டியுள்ளது.

- *கழுவிக் கழுவிப் பின்னும் சேத்தை மிதிக்கிறதா?*
- *விளக்கைப் பிடிச்சுக்கிட்டு கெணத்தில் விழுகுறதா?*
- *பெத்த தாயப் பெண்டுக்கு அழைக்குறதா?*
- *தனிவழியே போறவளத் தாரமா நெனைக்குறதா?*
- *தேடிப் புதைச்சுத் தெருவுல இரக்குறதா?*
- *உள்ளங்கையில போட்டுட்டுப் புறங்கைய நக்குறதா?*
- *கொள்ளிய எடுத்துத் தலையச் சொறியுறதா?*

அழுத்தம் கொடுத்துப் பேசாவிட்டால் யாரும் கேட்கப் போவதில்லை என்ற பலவீனமும் பதற்றமும் பேச்சின் குரல் அளவை உயர்த்துகின்றன.

பீற்றல் பெருந்தன்மைகளையும், சம்பிரதாயப் பாராட்டுகளையும் சகிக்க முடியாமல் பிறந்த சொலவடைகள் இவை:

- *சத்திரத்துச் சாப்பாட்டுக்கு நாய் சிபாரிசா?*
- *அரைச்சேலை கட்ட கைக்கு உபச்சாரமா*

(அரை - இடுப்பு)

பொருத்தமற்ற ஆசைகளையும், பொருத்தமற்ற மிடுக்குகளையும் கோபக்குரலெடுத்துச் சுட்டும் சொலவடைகள் இவை:

- *சொர்க்கத்துக்குப் போறப்பவும்*
  கக்கத்துல மூட்டையா?
- *அரையணாச் சாப்பாட்டில*
  அப்பளப்பூ வேற கேக்குதாக்கும்!
- *அறுக்க மாட்டாதவன் பொச்சில*
  அம்பத்தெட்டு அருவா!
- *கட்டுறது கோவணம்!*
  நடக்குறது வெள்ளக்காரன் கணக்கா!

வடிகட்டிய கஞ்சத்தனங்களின் மீது ஆத்திரத்தின் குரல் மேலும் உயர்கிறது.

- *இல்லைங்கிற வீட்ல பல்லியும் சேராது!*
- *சீங்கிற வீட்ல பேயும் நுழையாது!*
- *பிடிச்சு ஒரு பிடியும்*
  கிழிச்சு ஒரு கிழியும் கொடுத்ததுண்டா?

(பிடி - சோறு; கிழி - துணி)

- *இறுக்கி முடிஞ்சவன் பெண்டாட்டி*
  பீமுடுக்கிச் செத்தாளாம்!
- *அழுங்கநாரி புழுங்க அவிச்சாளாம்!*
  அன்னைக்கே பிடிச்சுச்சாம் அடைமழை!
- *குரங்குப்பீய மருந்துக்குக் கேட்டா*
  கொப்பு கிள எல்லாம் தத்திப் பாயுமாம்!
- *நாய் குண்டியில தேன் இருந்து*
  நக்கவா? துக்கவா?

(துக்கவா - துய்க்கவா?)

சிலரின் அவசரங்களும், அலட்டல்களும் காண்போரைப் பொறுமை இழக்கச் செய்கின்றன. உஷ்ணம் அடைகிறது விமர்சனம்.

- *ஆடு அறுக்குறதுக்குள்ளயே புடுக்கு என்னுதுங்கிறியே!*
- *அறுக்கு முன்னே புடுக்கைத்தா*
  தீக்கு முன்னே தோலத் தாங்கிறான்!
- *சோளம் தட்டும் முன்னே*
  தவிடு எனக்குன்னானாம்!
- *சந்தனம் மிச்சமிருந்தா குண்டியில பூசிக்கிறதா?*
- *கண்டறியாதவன் பெண்டுபிடிச்சா*
  காடுமேடெல்லாம் இழுத்துத் திரிவானாம்!

இடத்தைப் பிடிக்கவும், அதிகாரம் செய்யவும் எப்போதும் சில கைகள் தவிக்கின்றன. இயல்பாய் இணக்கமாய் வாழும் மக்கள் கூட்டத்திலும் இந்தக் கைகள் முளைத்துவிடுகின்றன. அதிகாரத்துக்கு எதிரான திட்டவட்ட முழக்கங்கள் சொலவடைகளில் இல்லை, ஆனால், சுடு வார்த்தைகளில் அதிகாரத்தையும் ஆதிக்கத்தையும் சுட்டும் சொலவடைகள் பல.

- *ஊரைக் கொளுத்துற ராஜாவுக்கு*
  ஊதிக் கொடுக்கிறவன் மந்திரி!
- *ஆனை தம்பட்டம் அடிக்க*
  ஓநாய் ஒத்து ஊதுச்சாம்!
- *தேளுக்கு மணியம் கொடுத்தா*
  ஜாம ஜாமத்துக்குக் கொட்டும்!

  (மணியம் - அதிகாரம்!)
- *கிழிஞ்சாப் பிள்ள மணியத்தில*
  நீட்டுன விரல் அத்துப் போகும்!
- *குதிரைக்கு வால் இருந்தா குண்டி மட்டும்!*
- *ராஜன் செங்கோல் தன் நாடு வரையில்!*
- *ஊரைக் கெடுத்தான் ஒத்தை வண்டிக்காரன்!*
- *ஊரைப் பிடுங்குனான்*
  ஒத்தைக் கடைக்காரன்!
- *இடக்கனுக்கு வழி எங்கே?*
  கிடக்கிறவன் தலை மேலே!

அதிகாரத்தின் கையை எதிர்பார்த்து மானம் இழந்தவர்கள் சுடுவிமர்சனத்தின் அடுத்த இலக்கு:

வாங்கின பேருக்கு வாய் ஏது?
வீங்கின பேருக்கு வெக்கம் ஏது?

சொலவடைகளின் மன உலகில் ‘அதிகம்’ எப்போதும் சுமைதான்! அதிகத்தால் விளையும் துயரங்களை அழுத்தம் கொடுத்துச் சுட்டுகின்றன சொலவடைகள்.

- *ரெண்டு பெண்டாட்டிக்காரன் வீட்டுல*
  நெருப்பு வேற வேணுமா?
- *ஒரு பெண்டாட்டிக்காரனுக்கு உறியில சோறு!*
  ரெண்டு பொண்டாட்டிக்காரனுக்கு முகட்டில கயிறு!
- *ஒரு பிள்ளை பெத்தவளுக்கு உள்ளங்கையில் சோறு!*
  நாலு பிள்ளை பெத்தவளுக்கு நடுவீதியில் சோறு!
- *ஒரு ஏர்க்காரன் உழுது கெட்டான்!*
  நாலு ஏர்க்காரன் நிறுத்திக் கெட்டான்!
  பத்து ஏர்க்காரன் பார்த்துக் கெட்டான்!

அதிக அறிவும் கூட ஒரு தடைதான் - முக்கியமாய் முடிவெடுப் பதற்கும், செயல்படுவதற்கும்!

சமத்தன் சந்தைக்குப் போனா
கொள்ளவும் மாட்டான்! கொடுக்கவும் மாட்டான்!

அடுத்தவனால்தான் நான் கெட்டேன் என்னும் வாய்களையும் சொலவடை விமர்சனம் கோபமாய் வந்து அடைக்கிறது.

இருக்கிறவன் ஒழுங்கா இருந்தா
செரைக்கிறவன் ஒழுங்கா செரைப்பான்!

தீர்வு சொல்லும்போதும் கரகரத்து அடித்தொண்டையில் இருந்து புறப்படுகிறது குரல்.

மழுங்கைக்கு மண்டையில போடு
சவங்கைக்குச் சட்டியில போடு!
(மழுங்கை - முட்டாள்; சவங்கை - மெலிந்தவன்)

கோபம் கொள்வதும், அழுத்திச் சொல்வதும் விமர்சனத்தின் இயற்கை. கோபத்தோடு அகம்பாவமும் வந்து ஒட்டிக்கொள்வது விமர்சனத்தின் தோல்வி.

எளியவர்களை - தம்மைப்போன்ற சகமனிதர்களை விமர்சிக் கையில் சொலவடைக்குள் அகம்பாவ ருசி தோன்றிவிடுகிறது.

- *பிச்சை எடுக்குறதுலயும் பிகுவா?*
- *பீ திங்குறதுலயும் ஒய்யாரமா?*

தான் சொல்லாததைப் பணியாள் செய்துவிட்டால் அகம்பாவக் கேள்வி பிறக்கிறது

எச்சிலை எடுக்கச் சொன்னாங்களா?
எத்தன பேர்னு எண்ணச் சொன்னாங்களா?

ஒரு வேலையைச் சொல்பவரிடம், அதை நீ செய்தால் என்ன? என்று எதிர்க்கேள்வி கேட்டுவிட்டால், சுர்ரென்று அகம்பாவம் உச்சந் தலையில் ஏறுகிறது.

- *உசு பிடின்னா*
  நீ பிடிங்குது நாயி!
- *நாய நாம ஏவ*
  நாய் தன்வால ஏவுமாம்!

6.5. ஒப்பீடு

ஒன்றைப்பற்றிப் பேசும்போது தப்பாமல் இன்னொன்றும் ஞாபகத்துக்கு வருகிறது.

ஒப்பீடு இல்லாத மேடைப் பேச்சுகள் இல்லை; இலக்கிய விமர் சனங்கள் இல்லை. ஒப்பிட்டுக் குற்றங் கண்டுபிடிக்காத வீடுகள் இல்லை; வகுப்பறைகள் இல்லை.

பழமொழிகள், சொலவடைகள் மட்டும் விதி விலக்கா? இரண்டை ஒப்பிட்டு அல்லது இரண்டுக்குமுள்ள முரண்பாட்டைச் சுட்டிக்காட்டிப் பேசுவது உலகப் பழமொழிகளின் பொது இயல்பாக இருப்பதாக ஆலன் டண்டிஸ் கூறுகிறார்.[8] ஒப்பிடுவது கருத்தை அழுத்திச் சொல்ல உதவுகிறது.

தமிழ்ச் சொலவடைகளைப் பார்க்கையில் சில ஒப்பீடுகள் சரியாகத்தான் இருக்கின்றன.

- *துழாவிக் காச்சாதது கஞ்சியும் இல்ல*
  வினாவிக் கட்டாதது கல்யாணமும் இல்ல.
- *ஒத்தப் பிள்ளையும் பிள்ளை இல்ல!*
  ஒத்தி வச்ச காணியும் காணி இல்ல!
- *உறவு போகாம கெட்டுச்சு!*
  கடன் கேக்காம கெட்டுச்சு!
- *மாடு மேய்க்காமக் கெட்டுச்சு!*
  பயிர் பாக்காமக் கெட்டுச்சு!
- *ஆட்டுக்கும் மாட்டுக்கும் முறையா?*
  காட்டுக்கும் பாட்டுக்கும் வரையா?
- *அள்ளாத தானியம் குறையாது!*
  சொல்லாத சொல்லு பிறக்காது!
- *உபச்சார வார்த்தை காசாகுமா?*
  உங்காமப் பசி தீருமா?
- *உல்லாச நடை மேலுக்குக் கேடு!*
  மினுக்கு எண்ணெய் தலைக்குக் கேடு!

- *கற்றது எல்லாம் வித்தையில்ல;*
  பெத்தது எல்லாம் பிள்ளையில்ல.
- *நடை சிறிசா இருந்தா நாள் ஏறும்!*
  படை சிறிசா இருந்தா பயம் ஏறும்!
- *வெந்தயம் போடாத கறியும் கறி இல்ல!*
  சந்தை இல்லாத ஊரும் ஊர் இல்ல!
- *ருசிகண்ட பூனை உறிக்கு உறி தாவுமாம்!*
  வரிசை கண்ட மாப்பிள்ளை
  திரும்பத் திரும்ப வருவானாம்!
- *நெனப்பு பொழப்பக் கெடுத்துச்சாம்!*
  நேர்வாளம் குண்டியக் கெடுத்துச்சாம்!

(நேர்வாளம் - பேதிக்குத் தரப்படும் ஒரு செடியின் கொட்டை)

- *பிஞ்ச சேலையும் சும்மா இருக்காது!*
  பேச்சுப் படிச்ச வாயும் சும்மா இருக்காது!
- *ஒட்டுச் சுவத்தில் படம் நிக்காது!*
  சண்டை வந்தா கூட்டம் நிக்காது!
- *கொதிச்சி வேகாத சோறும் சோறு இல்ல!*
  கொழந்தை இல்லாத வீடும் வீடு இல்ல!
- *கடன் கொடுத்தாத்தான் தீரும்!*
  வழி நடந்தாத்தான் தீரும்!
- *நல்லவன் பிள்ளை நடக்கையில தெரியும்!*
  உள்ளவன் பிள்ளை உடுக்கையில தெரியும்!

(நடக்கை - நடத்தை; ஒழுக்கம்)

- *கடன் வாங்கிக் கடன் கொடுத்தவனும் கெட்டான்!*
  மரம் ஏறிக் கைவிட்டவனும் கெட்டான்!
- *அஞ்சு குஞ்சு கறியாகுமா?*
  அறியாப் பெண்ணும் பெண்டாகுமா?

(பெண்டு - மணப்பெண்)

- *பிடிவாதக்காரனுக்குப் புத்தி சொல்றதும்*
  பயித்தியக்காரனுக்குப் பல்விளக்கிவிடுறதும் ஒண்ணு!

ஒப்பீடுகள் சரியா என்ற கேள்வியைப் பல சொலவடைகள் எழுப்புகின்றன. பல ஒப்பீடுகள் சொந்த அனுபவத்தில் இருந்து வந்தவை. உரசிப் பார்த்துத் தெளிந்த உண்மைகள் அல்ல அவை. சில ஒப்பீடுகள் பாதி உண்மைகளாகத் தெரிகின்றன.

- *அறுகங்காட்டை உழுதவனும் கெட்டான்*
  அடங்காப் பெண்ணைக் கொண்டவனும் கெட்டான்!

- *தூக்கி வளத்த பிள்ளையும்*
  தொடையில் வச்சுத் தச்ச இலையும் உருப்படாது!
- *மருமக கையில சோறு திங்கிறவனும்*
  வாசப்படியில படுத்துத் தூங்குறவனும் ஒண்ணு!
- *மேமினுக்கிய கட்டுனவனும் கெட்டான்!*
  மேட்டுப் புஞ்சைய உழுதவனும் கெட்டான்!
- *ஊருக்கு ஒத்த மாடு வாங்கினவனும் இல்ல!*
  தாய்க்கு ஒத்த பெண்ணக் கட்டுனவனும் இல்ல!
- *தொடாத தொழிலைத் தொட்டவனும் கெட்டான்!*
  தொட்ட தொழிலை விட்டவனும் கெட்டான்!
- *அத்தை இல்லாப் பொண்ணுக்கு அருமை இல்ல!*
  சொத்தை இல்லாப் பவழத்துக்கு மகிமை இல்ல!
- *ஆடு ஓடுன காடும் அரசன் போன வீதியும்*
  அம்மா வீடு போன பெண்ணும்
  அடுத்த மாசம் குட்டிச்சுவர்!
- *பிள்ளைய அடிச்சு வளக்கணும்!*
  முருங்கைய ஒடிச்சு வளக்கணும்!
- *பருத்திமாருக்குப் பழைய சேலை ஆகாது!*
  நொச்சி வாயனுக்குப் பெண்டாட்டி ஆகாது!
- *பறக்கிற காக்காவுக்கு இருக்கிற கொம்பு தெரியாது!*
  பரதேசிப் பயலுக்குத் தங்குற இடம் தெரியாது!
- *கரைப் பக்கம் பாதை இருக்க*
  கப்பல் ஏறுனவனும் கெட்டான்!
  சொல்லாததைப் பெண்டாட்டிக்குச்
  சொன்னவனும் கெட்டான்!
- *அடிச்சு வளக்காத பிள்ளையும்*
  முறுக்கி வளக்காத மீசையும் உருப்படாது!
- *செக்குக்கு மாட்டக் கொடுத்தவனும் கெட்டான்!*
  சீவலப் பேரிக்குப் பொண்ணக்
  கொடுத்தவனும் கெட்டான்!
- *ஊமை ஊரைக் கெடுக்கும்!*
  பெருச்சாளி வீட்டைக் கெடுக்கும்!

சில ஒப்பீடுகள் நம்பிக்கைகளோடு பின்னிக் கிடக்கின்றன,

- *சுக்குக்கு மிஞ்சின மருந்தும் இல்ல!*
  சுப்பிரமணியனுக்கு மிஞ்சின சாமியும் இல்ல!

- ஆடு மேஞ்ச காட்டை நோக்கிப் போகும்!
  மழை பேஞ்ச காட்டை நோக்கிப் போகும்!
- கார்த்திகைக்கு மேல் மழையும் இல்ல!
  கர்ணனுக்கு மேல் கொடையும் இல்ல!

மறுத்துப் பழகியவை சொலவடைகள். ஆகாது, முடியாது, போகாது என்ற மறுப்புகள் ஒப்பீடுகளிலும் உண்டு.

- நச்சத்திரத்த எண்ண முடியாது!
  நாய் வால நிமித்த முடியாது!
- உதட்டுக்கு மிஞ்சுன பல்லும் ஆகாது!
  திருட்டுக்குப் பழகுன கையும் ஆகாது!
- அடுத்த வீட்டுக்குப் போற காலும்
  பொறணி பேசுற வாயும் நிக்காது!
- கொத்திக் கண்டகோழியும் கிடக்காது!
  நக்கிக் கண்ட நாயும் கிடக்காது!

ஒப்பிடும் சாக்கில் சாதியை - தொழிலை வம்புக்கிழுக்கும் சொலவடைகள் உண்டு.

- வண்ணானுக்கு உழைச்ச கழுதையும்
  வாணியனுக்கு உழைச்ச காளையும் சரி!
- அண்ணாவி பிள்ளைக்குப் பணம் பஞ்சமா?
  அம்பட்டன் பிள்ளைக்கு மயிர் பஞ்சமா?

ஒப்பீடுகளில் வரம்பிகந்த பேச்சும் கேட்கிறது.

  சிறைச் சாலைக்கு அறையும் இல்ல!
  தேவடியாளுக்கு முறையும் இல்ல!

உண்மையின் பக்கம் போகாமல் வெறும் அயர்ச்சியை மட்டும் வெளிப்படுத்தி நிற்கும் ஒப்பீடும் உண்டு.

  அரைச்சு மிஞ்சுனது அம்மி
  செரைச்சு மிஞ்சுனது குடுமி!

6.6. நியாயம்

விமர்சனப் பேச்சுகளில் நியாயம், அநியாயம் குறித்த கருத்துகள், ஆதங்கங்கள், கேள்விகள் பிறந்தபடி இருக்கின்றன.

குழந்தை பெறாத பெண்ணை அவமதிக்கும் வீடு, பொய் வழக்கு போட்டுத் தண்டனை தரும் அரசாங்கம், தகுதியற்ற கைகள் பலன்களை அள்ளிப்போகும் யதார்த்தம் - என நியாயமற்ற நடைமுறைகள் பலவற்றைச் சொலவடைகள் சுட்டுகின்றன..

- சூலி சூலின்னு சோத்தைப் போட்டு
  மலடி வாயில மண்ணப் போடுறதா?
- மடி மாங்கா போட்டுத்
  தலை வெட்டுறதா?

(மடிமாங்கா போட்டு - மடியில மாங்காயைப் போட்டுத் திருடன் எனக் குற்றம் சுமத்தி)

- கொழுக்கட்டை தின்ன நாய்க்குக்
  குறுணி மோர் தட்சணையா?
- கலமாவு இடிச்சவ பாவி!
  கப்பி இடிச்சவ புண்ணியவதியா?
- உழுகுற மாட்டுக்கும் ஒரு படி கொள்ளு!
  ஊர்சுத்துற மாட்டுக்கும் ஒரு படி கொள்ளா?

ஒருவரின் துயரத்துக்கு இன்னொருவரையே குற்றம் சொல்வது நியாயமா என்ற கேள்வியும் சொலவடையில் இருக்கிறது.

- ஆனை அழுதா அதுக்குப் பாகன் பழியா?
- இழவு சொன்னவன் பேர்லயா பழி?

நேர்மையற்ற பேச்சு, செயல், விருப்பம் ஆகியவையும் அநியாயத்தின் முன்வரிசையில் நிற்கின்றன.

- பாக்கக் கொடுத்த பணத்துக்கு
  வெள்ளிக் கிழமையா?
- புதுப்பானையக் கொடுத்தா பதிலுக்கு
  கரிப்பானையா கொடுப்பே?..
- அக்காளக் கொண்ட பிறகு
  தங்கச்சியயும் ஏன் முறை கேக்கணும்?

அகங்காரம் இரண்டு விதமாக இருக்கிறது. ஒன்று அடித்துவிட்டு அணைப்பது, மற்றொன்று அணைத்துக் கொஞ்சிவிட்டு அடிப்பது. இரண்டுமே அநியாயம் அல்லவா?

- பாப்பாச்சால அடிச்சு பருப்பும் சோறும் போட்டானாம்!

(பாப்பாச்சி - இஸ்லாமியர் அணியும் செருப்பு)

- செருப்பால அடிச்சுக் கருப்பட்டி கொடுத்தானாம்!
- சிங்காரிச்சு மூக்கை அறுத்தானாம்!
- எல்லாம் நல்லாச் செஞ்சிட்டு
  கடைசியில கொஞ்சம் பீ தடவுனானாம்!

எது நியாயம்? என்றும் சொலவடை சில சந்தர்ப்பங்களில் சொல்கிறது. பாடுபடுவோரைக் குற்றவாளி ஆக்கினால், மறுத்து நியாயம் பேசுகிறது சொலவடை.

- *சூடடிக்கிற மாட்ட*
  வாயக் கட்டவா முடியும்?
- *தேனெடுத்த கைய*
  தெருவிலயா வீசுவாங்க!
- *பதனிப் பானையில கையவிட்டவன்*
  விரலச் சப்பாம வேட்டியிலயா தொடைப்பான்!
- *அரிச்சவன் சொறியத்தான் செய்வான்!*
- *கூத்தாடி கிழக்கே பாப்பான்!*
  கூலிக்காரன் மேக்கே பாப்பான்!

- இவை நியாயத்தின் குரல்களா சந்தேகத்தின் குரல்களா என்பதை இடம் பார்த்துத்தான் முடிவு செய்யமுடியும்!

பதிலுக்குப் பதில் நியாயமே சொலவடைகளில் மேலோங்கித்தெரிகிறது.

- *ஊசுன மொச்சக் காய்க்கும்*
  செல்லாத காசுக்கும் சரியாப் போச்சாம்!
- *பிச்சைக்காரன அடிச்சானாம்!*
  அவன் அடுப்பங்கரையில் போய்ப் பேண்டானாம்!
- *பூசனிக்கா திருடுனவனுக்குத் தோள்ல சுணையாம்!*

(சுணை - அரிப்பு, எரிச்சல்)

- *கெட்டுப்போன பாப்பானுக்குச்*
  செத்துப்போன பசுதானம்!
- *செட்டி பணத்தைக் கொறைச்சான்!*
  சேணியன் நூலக் குறைச்சான்!
- *நாய் கடிச்சதுக்கும்*
  செருப்பால் அடிச்சதுக்கும் சரி!
- *பண்ணாடி படியில ஏச்சா*
  ஆள்காரன் நடையில ஏச்சிடுவான்!
- *அய்யா படியில கொறச்சா*
  அம்மா ஆப்பையில் கொறைப்பாங்க!

மனதுக்குப் பட்ட நியாயங்கள் சொலவடை உலகில் நிறைய உண்டு.

- *கடுகு களவும் களவுதான்*

கர்ப்பூரக் களவும் களவுதான்!

- *அரைச்சவளுக்கு ஆட்டுக்கல்!*
  சுட்டவளுக்குத் தோசைக்கல்!
- *குசவன் சூளையில பானை இருந்தா*
  கொட்டித்தான் பாப்பாங்க!
- *பள்ளம் எறைச்சவன் பங்குகொண்டு போவான்!*

ஆளுக்கு ஆள் மாறுபடும் நியாயங்களையும் சொலவடைகள் சுட்டிக்காட்டுகின்றன.

- *அவிசாரின்னு ஆனைமேல் ஏறலாம்!*
  திருடின்னு தெருவுல வரமுடியுமா?
- *அதிகாரி பெண்டாட்டி*
  ஆரோட போனாலும் குத்தமில்ல!

எடுபடாத நியாயம் ஒன்றை ஆப்பிரிக்கப் பழமொழி சுட்டிக் காட்டுகிறது.

ஆட்டுக்குட்டி சொல்லுச்சாம்
எங்கமாவத்தான வெலைக்கு வாங்குனாங்க!
என்னைய இல்லையே!

(ஆப்பிரிக்கப் பழமொழி)

தமிழ்ச் சொலவடை உலக நியாயத்தை இவ்வாறு சுட்டிக் காட்டுகிறது.

ஆட்டுக்குத் தீந்தபடி குட்டிக்கு!

தலைகுப்புற விழும் நியாயம் கண்டு எழுகிற கைகளைக் கட்டுப் படுத்தலாம். ஒடுக்க ஒடுக்கக் குரல்கள் மட்டும் எழுந்து கொண்டேதான் இருக்கின்றன.

நீதியத்த பட்டணத்தில
நெறைமழை பெய்யுமா?

6.7. தர்க்கம்

பின்வரும் உரையாடல்களைக் கவனிக்கலாம்.

ஒருவர்	:	பிள்ளைகள்லாம் தலையெடுத்து ஒத்தாசைக்கு வர்றாங்கள்ல!
மற்றவர்	:	கழுதை ஒழவுக்கு வந்தா காடு ஏன் தரிசாக் கெடக்கு?...
ஒருவர்	:	குடும்பம்னாலே இப்ப வெறுத்துப் போச்சுப்பா!

மற்றவர்	:	*கரும்பு கசக்கிறது வாய்க் குத்தமப்பா!*
ஒருவர்	:	கடன் ரொம்ப ஆகிப் போச்சு; பஸ்ல போறத நிறுத்திப்புட்டேன்; நடந்துதான் போறேன்!
மற்றவர்	:	*மூக்குமயிர் பிடுங்குனா ஆள்பாரம் குறையுமா?*
ஒருவர்	:	அவன்ட்ட போய் ஓதவி கேட்டுப் பாரு; நல்லாத்தான் பேசுறான்
மற்றவர்	:	*வாய்ப்பந்தல் நெழல் கொடுக்குமா?*
ஒருவர்	:	நம்ப மாட்டேங்கிறியே! எந்தம்பிதான் என்னை வம்புக்கிழுத்துக்கிட்டே இருக்கான்.
மற்றவர்	:	*முன் வாய்க்கா ஓடாம பின் வாய்க்கா ஓடுமா?*

தர்க்கத்தின் ஆதாரத்திலேயே இந்த உரையாடல்கள் நடக்கின்றன. அதிக யோசனையின்றி - திட்டமின்றி - பேச்சு வாக்கில் பிறக்கிற தர்க்கம் இது.

கால் போன போக்கில் நடந்து போய்க் கொண்டிருக்கும்போதே, இந்தத் தர்க்கமும் உடன் வருகிறது.

இதைச் சமூக ஞானத் தர்க்கம் என்கிறார்கள் ஆய்வாளர்கள்.[9] இது நடைமுறை அறிவு சார்ந்த தர்க்கம். அடிக்கடி நடக்கும் நிகழ்வுகளைப் பார்த்துப் பார்த்துக் கற்ற தர்க்கம்.

பிரித்துப் பார்ப்பது - சமூக ஞானத் தர்க்கத்தின் அடிப்படைகளில் ஒன்று. மேலோட்டமாகப் பார்த்தால் இதுவும் அதுவும் ஒன்றுபோலத் தெரியும்; சம்பந்தப்படுத்திப் பார்ப்பது ஒருவிதத்தில் நிராகரிப்பதற்கு வசதியாக இருக்கிறது. இந்தப் போக்கை மறுத்து - பிரித்துப் பார்க்கும் சொலவடை தர்க்கத்தில் ஏராளமான கேள்விகள்!

- *கம்பளி வித்த பணத்துக்கு மயிர் முளைச்சிருக்கா?*
- *நாய் வித்த காசு குலைக்குமா?*
- *கரி வித்த பணம் கருப்பாயிருக்குமா?*
- *கிழவன் கொடுத்த பணம் நரைச்சிருக்குமா?*
- *கோழி குருடா இருந்தா என்ன? குழம்பு ருசியா இருந்தா சரி!*

- *வீணை கோணுனாலும்
 நாதம் கோணுமா?*
- *வேப்பெண்ணெய் வித்த காசு கசக்குமா?*
- *முள்ளு மர நிழலு குத்தவா செய்யும்?*
- *ஆடு குருடா இருந்தா
 குட்டியும் குருடாவா இருக்கும்?*
- *ஆறு கோணலா இருந்தா நீரும் கோணலா?*
- *மாடு கோணலா இருந்தா பாலும் கோணலா?*
- *கடல் பெருகுனா கரையும் பெருகுமா?*

அனுபவத்தின் மீது நம்பிக்கை இழப்பது இன்னொரு வகை நிராகரிப்பு. அதற்கெதிரான தர்க்கம் இது -

- *கிழ ஓணான் மரம் ஏறாதா?*
- *ஆட்டுக்குத் தோக்குமா கிழப்புலி?*

அடிதான் தீர்வு என்பது சொலவடை உலகத்தின் ஆழமான நம்பிக்கை. எதையும் அசைக்கக்கூடியது - முடியாத பிரச்சினையை முடித்து வைப்பது அடிதான் என்கிறது சொலவடை தர்க்கம்.

- *உலக்கைப் பூசைக்கு அசையாதது
 திருப்பாட்டுக்கு அசையுமா?*
 (உலக்கைப் பூசை - அடி; திருப்பாட்டு - பக்திப்பாட்டு)
- *இரும்புத் தொறட்டிக்கு அசையாத புளியங்கா
 திருப்பாட்டுக்கு அசையுமா?*
- *கட்டைக் கோணல் அடுப்பில் நிமிரும்!*
- *அடிக்கு அடங்காத பெண்டாட்டி
 முழிக்கு அஞ்சுவாளா?*
- *இடி கொம்புக்காரன்
 கோழிக்குஞ்சு சத்தத்துக்குப் பயப்படுவானா?*
 (இடி கொம்பு - சிறு பீரங்கி)
- *தண்ணீ வென்னீ ஆனாலும்
 நெருப்பை அணைக்கும்!*

இடத்தையும், ஆளையும் வைத்துப் பொருளுக்கு ஏற்படும் மதிப்பை நிராகரிக்கும் தர்க்கம் இது:

- *காலுல ஒட்டுனா கரிசக்காட்டு மண்ணா?
 சேலையில ஒட்டுனா செவக்காட்டு மண்ணா?*

- *அக்காள் உடைமை அரிசி!*
  தங்கச்சி உடைமை தவிடா?

அழித்ததை மீட்பது கடினம் என உணர்த்தும் தர்க்கம் இது:

- *கலப்பாலை ஒருமிக்க குடிச்ச பூனைய*
  ஒடிக்காகிலும் கறக்கச் சொன்னா கறக்குமா?
- *கலப்பால் கறக்கலாம்!*
  துளிப்பால் முலைக்கு ஏத்த முடியுமா?

எண்ணம் வேறு செயல் வேறா எனக் கேட்கும் தர்க்கம் இது:

உண்டதுதானே ஏப்பம் வரும்?

வீண் பிரயத்தனங்களை மறுக்கும் தர்க்கம் இது:

விரல் போகாத இடத்தில்
உரல் போகுமா?

வீண் பிரமைகளை மறுக்கும் தர்க்கம் இது:

- *சக்கரை தின்னு பித்தம் போகும்னா*
  கசப்பு மருந்து ஏன் திங்கணும்?
- *முருங்கைக் காய்னு சொன்னதும்*
  பத்தியம் முறிஞ்சு போகுமா?

பிரச்சினை தொடங்கியதில் உன் பங்கு என்ன என்று விசாரிக்கிறது இந்தத் தர்க்கம்:

முன்கை நீளாம முழங்கை நீளுமா?

கண்கள் மட்டும் உண்மை அறிய முடியாது என்கிறது இந்தத் தர்க்கம்:

எத்தனை தின்னாலும்
நாய் வயிறு ஒட்டித்தான் இருக்கும்!

மிகவும் வெளிப்படையானதற்கு வீணே மெனக்கிட வேண்டாம் என்னும் தர்க்கம் இது:

சந்தையில் அடிபட்டவனுக்கு
சாட்சி என்னத்துக்கு?

பகுத்தறிவின் அடிப்படையில்லாமல் நிகழ்த்தப்படும் தர்க்கம் குதர்க்கமாக மாறுவது தவிர்க்க இயலாதது. சொலவடையில் குதர்க்கங்களும் அவ்வப்போது வெளிப்படுகின்றன.

இது தர்க்கம்:

எள்ளுக்குத் தக்க எண்ணெய்
எண்ணெய்க்குத் தக்க பிண்ணாக்கு!

இது குதர்க்கம்:

> தீனிக்கேத்த லத்தி!
> சாதிக்கேத்த புத்தி!

6.8. விவாதம்

விவாதம் நடத்துவதற்கு எது வேண்டும்? அடிப்படையாக, ஒரு திறந்தவெளி வேண்டும். முடிவுகளுக்கு நெருக்காத சுதந்திரம் வேண்டும். பல கோணங்களில் இருந்து பார்க்கிற பார்வை வேண்டும். பிடிவாதத்தை விலக்கிப் பேதங்களை ஏற்கிற சகிப்புத்தன்மையும் வேண்டும்.

சொலவடைகள் விவாத மேடைகளாகச் சில நேரங்களில் காட்சி அளிக்கின்றன.

கூட்டம் என்பது புகழின் அடையாளம். ஆனால் கூட்டம் மந்தை யாவதும் உண்டே! சொலவடை கூட்டத்தைப் பார்க்கும் கோணம் இது:

- நாலு செத்தை கூடுனா ஒரு கத்தை!
- கூட்டம் பெருத்தா குசு பெருகும்!
- பணக்காரன் பின்னாலும் பத்துப்பேர்!
  பைத்தியக்காரன் பின்னாலும் பத்துப்பேர்!
- ஒரு நாய் ஊளையிட ஊரெல்லாம் நாய் ஊளை!
- ஆறு பாப்பானுக்கு ரெண்டு கண்!

ஒற்றை ரசனை என்பது இறக்கம்; எதிரெதிரான ரசனைகளை முன்வைத்து ஏற்கிறது விவாதம்.

- சூடு ஒரு ருசி செவப்பு ஒரு அழகு
- காந்தல் ஒரு ருசி கறுப்பு ஒரு அழகு

எல்லாம் ஒரே குட்டையில் ஊறிய மட்டை என்பது முரட்டு வாதம். ஒருவருக்கொருவர் - ஒன்றுக்கொன்று வேறுபாடுகள் நுணுக்கமாக இருக்கின்றன. வேறுபாடுகளைக் கண்டறிவதுதான் விவாதம். வேறுபாடுகள் வேண்டும் என்கிறது சொலவடை.

> ஒரு கூடைக் கல்லும் தெய்வமானா
> எந்தக் கல்லைக் கும்பிடுறது?...

வேறுபாடுகளை ஏற்பதோடு, எல்லாம் ஒண்ணுதான் என்ற பொத்தாம் பொதுப் பார்வையையும் மறுக்கிறது சொலவடை.

> குடிக்கிற முலையும்
> பிடிக்கிற முலையும் சரியா?

வேறுபாடு அறியாதவர்கள் நடந்துகொள்ளும் விதம் இது:

பன்னிக்குத் தவிடு வைக்கப் போனாலும் உர்ருங்குது!
கழுத்தறுக்கப் போனாலும் உர்ருங்குது!

வேறுபாடுகளைத் தவறாகவும் புரிந்துகொள்ளக்கூடாது. சில நேரங்களில் உருவ வேறுபாடுகள் இருக்கும். ஆனால் உள்ளடக்கத்தில் மாற்றம் இருக்காது.

நெருப்பு சிறிசுன்னு
முந்தானையில் முடியலாமா?

பலவிதமான மாற்றுக்கருத்துக்களும், ஒன்றுக்கொன்று முட்டிக் கொள்ளாமல் சுதந்திரமாக நடப்பதைச் சொலவடைகளில் காணலாம்.

- *பேய் அடிச்ச பிள்ளை பிழைக்குமா?*
- *பேய் இல்லாம தலை ஆடாது!*
  பேன் இல்லாம தலை கடிக்காது!

- இவை பேயை ஒப்புக்கொண்ட சொலவடைகள்.

- *அரண்டவன் கண்ணுக்கு*
  இருண்டதெல்லாம் பேய்!
- *மனப்பேயே தவிர*
  மத்தப் பேய் இல்ல!

- இவை பேயை மறுக்கும் சொலவடைகள்.

பேய்க்கும் பார்!
நோய்க்கும் பார்!

- என்பது பேயையும் ஒப்புக்கொண்டு அது நோயாகவும் இருக்கலாம் என்று அறிவுறுத்தும் சொலவடை.

பேய் வருவது தலைமுடியோடு சம்பந்தப்பட்டது என்று கேலி பண்ணும் சொலவடை இது.

மொட்டைத் தலையில பேய்வந்தா
விரிச்சுப் போட்டு ஆட முடியுமா?

விவாதத்தின் தொடக்கமாகக் கேள்விகள் இருக்கின்றன. சொலவடையின் ஜீவாதாரமான வடிவமே கேள்விதான்.

- *தூக்கி விட்ட பூனையா எலி பிடிக்கும்?*
- *பனைமரம் ஏறுறவன*
  எதுவரைக்கும் தாங்கலாம்?

- என்ற கேள்விகள் யாரை நம்புவது? பிறரையா? தன்னையா? என்ற விவாதத்தை ஆரம்பித்து வைக்கின்றன.

சில கேள்விகள் தராசுத் தட்டுகளாகி நிறுத்துப் பார்க்கின்றன. ஆற்றலை நிறுத்துப் பார்க்கும் கேள்விகள் இவை -

- *கள்ளன் பெரிசா? காப்பான் பெரிசா?*
- *ராஜா பெரிசா? போக்கிரி பெரிசா?*

இயல்புகளை நிறுத்துப் பார்க்கும் கேள்விகள் இவை -

- *எரியுற கொள்ளியில்*
  எந்தக் கொள்ளி நல்ல கொள்ளி?
- *புலிக்குப் பிறந்து*
  நகம் இல்லாமப் போகுமா?

தாக்கத்தை மதிப்பிடும் இச்சொலவடை எளிய உதாரணத்தைச் சொல்லிச் சிக்கலான பல கேள்விகளை எழுப்புகின்றது.

ஆடு கெடக்கு அகிலாண்டபுரத்தில!
புழுக்கை கெடக்கு முத்துகிட்ணாபுரத்தில!

பார்வைகள் குறித்த கேள்விகளும் சொலவடைகளில் உள்ளன. ஒருவன் இயல்பாக வாழ்வதா? பிறர் பார்வைக்காக வாழ்வதா? என்ற கேள்வி சமூக வாழ்வின் மிக அடிப்படையான கேள்வி.

உடலுக்கோ பால் வார்த்து உங்குறது?
ஊருக்கோ பால் வார்த்து உங்குறது?

பார்வையின் கவனங்கள் பலவிதமாகச் சிதறிக் கிடக்கின்றன. சில நேரங்களில், மனிதர் மீது வைக்க வேண்டிய கவனம், பொருளின் மீது!

ஆண்டிக்குக் குடுக்குறயா?
அவன் சுரைக்குடுக்கைக்குக் குடுக்குறயா?

சில நேரங்களில் பொருளின் மீது விழ வேண்டிய கவனம், மனிதர் மீது-

அம்மி மிடுக்கா? அரைப்பவள் மிடுக்கா?

செயற்கையாய் உண்டாக்கப்பட்ட தூரமும் துயரமும் குறித்து இந்தக் கேள்வி -

கண்ணுக்கு இமை காத தூரமா?

பொறுப்புகளைச் சுமப்போரின் சுயபிரமிப்பு மீது வைக்கப்பட்ட விமர்சனக் கேள்வி இது -

பொம்மையா கோபுரத்தைத் தாங்குது?....

ஏன் மாற்றம் உண்டாவதில்லை என்ற கேள்வி எப்போதும் மனதைத் துளைக்கிறது. வினாக்களின் வழி விடை தேடுகிறது

சொலவடை, மனிதர்களில் பாதையை மாற்றாதவர்கள்தான் அதிகப்பேர்!

ஆனை ஏறியும் சந்துவழி நுழையுறதா?

இன்னொரு பக்கம் குடும்பம், சாதி, மதம், கட்சி என்று பல அமைப்புகளில் மனிதர்கள் பின்னிக் கிடக்கிறார்கள். யார் யாரைக் காட்டிக் கொடுக்கப்போகிறார்கள்? மாற்றம் எப்படி நடக்கும்?

வேலிக்கு ஓணான் சாட்சி!

6.9. பிடிவாதம்

இறுகிய அபிப்பிராயங்கள் கூட விமர்சனங்களைப் போலவே தோற்றம் அளிக்கின்றன. காலம், இடம், சந்தர்ப்பம் கண்டு நெகிழாத விமர்சனம் வறட்டுப் பிடிவாதம் ஆகிறது; காலம் காலமாய் ஆதாரமின்றித் தொடரும் நம்பிக்கைகளும் கூடப் பிடிவாதங்களே! கலாச்சாரம் என்ற பெயரால் பெற்றுக்கொண்டவை எல்லாம் பிடிவாதங்களே!

உப்பு வணிகன் அறிவானா
கர்ப்பூர விலை?

- என்பது விமர்சனம்

நக்குற நாய்க்குச்
செக்குன்னு தெரியுமா? செவலிங்கம்னு தெரியுமா?

- என்பது இறுகிய அபிப்பிராயம்; கூடச் சேர்ந்திருப்பது கொஞ்சம் அகம்பாவம்!

தங்கத்தக் குவிச்சாலும்
தன்புத்தி போறதில்ல!

- என்னும் சொலவடை, நிலைமை மாறிய பிறகும் சுபாவம் மாறாமை குறித்த உளவியல் விமர்சனம்.

சென்மத்தில் பிறந்தது
செருப்பால அடிச்சாலும் போகாது!

- என்பது பொட்டலம் கட்டிச் சீல் வைத்த அபிப்பிராயம்.

பிறவிக் குணத்தை
மட்டை வச்சு நிமித்த முடியுமா?

- என்ற முடியுமா கேள்விக்குள் முடியாது என்ற பிடிவாதம் புதையுண்டு கிடக்கிறது.

இயல்பு மாறாது; சுபாவம் மாறாது; எப்படி இருந்தானோ அப்படித்தான் கடைசி வரை இருப்பான் - என்று உறைந்த வார்த்தைகளில் பேசுகின்றன சில சொலவடைகள்.

- *அழுக்கைத் துடைச்சு மடியில் வச்சாலும்*
  புழுக்கைக் குணம் போகாது!

(புழுக்கை - வறியவன்; வேலையாள்)

- *கோழி கால்ல கச்சையக் கட்டுனாலும்*
  குப்பையப் போய்ச் சீக்கும்!

- *தொழுவம் புகுந்த ஆடு*
  புழுக்கை போடாமப் போகாது!

- *சொத்திக் கை நீளாது!*
  நீண்ட கை சுருங்காது!

(சொத்திக்கை - முடமான கை)

- *எழவு வீட்டுக்குப்போனாலும்*
  எடது கை நீளும்!

- *செருப்பால அடிச்சாலும்*
  திருட்டுக்கை நிக்காது!

- *சீனிக்கிழங்கு தின்ன பன்னி*
  செவி அறுத்தாலும் நிக்காது!

- *இருட்டு வீட்டுக்குப் போன*
  திருட்டுக் கை நிக்காது!

- *ஆத்தி ஆத்திக் குடிச்சாலும்*
  ஆட்டுப்பால் கொச்சை வீசுமடி!

இந்தப் பிடிவாதம் காரணமாக எல்லைகளைத் தகர்த்து விரிய வேண்டிய உறவு சுருங்கி முடங்குகிறது.

- *ஊர்ப் பிள்ளைய முத்தமிட்டா*
  உதட்டுக்குக் கேடு!

- *ஆத்து நீர் ஊத்தி அலசிக் கழுவினாலும்*
  வேத்து நீர் வேத்து நீர்தான்!

பிடிவாதம் - மாற்றங்களை ஒப்புக்கொள்வதில்லை.

- *செடியில வணங்காததா*
  மரத்தில் வணங்கும்?

- *ஆங்காலம் எல்லாம் அவுசாரி ஆடிச்*
  சாங்காலம் சங்கரா சங்கராங்கிறா!

பிடிவாதம் - வித்தியாசங்களை ஒப்புக்கொள்வதில்லை.

- *குரங்கு மூஞ்சி எல்லாம்*
  ஒரே மூஞ்சி!
- *தாய தண்ணித் துறையில பாத்தா*
  பிள்ளைய வீட்டுல பாக்க வேண்டியதில்லை!

பிடிவாதம் - புதிய முயற்சிகளை ஒப்புக்கொள்வதில்லை.

அகத்திக் கீரைக்கு
மஞ்சளப் போட்டு ஆவதென்ன?

பிடிவாதம் - புதிய தலைமைகளை ஒப்புக்கொள்வதில்லை.

- *சிட்டுக்குருவிக்குப் பட்டம் கட்டுனா*
  சட்டி பானை எல்லாம்
  லொடலொடன்னு தத்தும்!
- *புழுக்கைக்குப் பொன்முடி பொறுக்குமா?*

பிடிவாதம் - புதிய திறமைகளை ஒப்புக்கொள்வதில்லை,

அந்தம் உள்ளவ ஆடணும்
சந்தம் உள்ளவன் பாடணும்!

(அந்தம் - அழகு; சந்தம் - இசை)

பிடிவாத உலகில் பகுத்தறிவு தேய்ந்து நம்பிக்கைகள் ஊதிப் பருக்கின்றன. தோற்றத்தை ஊடுருவும் சொலவடைப் பார்வை மங்கும் இடம் இது:

- *சுருட்டை சோறு இடும்*
  பம்பை பால் வார்க்கும்!
- *அரிசிப் பல் அவுசாரி!*
  மாட்டுப் பல் மகராசி!
- *ஏறுநெத்தி சூருதல*
  எதுக்க வந்தா ஆபத்து!

(சூருதல - மயிர் குலைந்த தலை)

- *கள்ளன நம்புனாலும் குள்ளன நம்பக்கூடாது.*
- *மொட்டைத் தலையன் முழு மோசக்காரன்!*
- *இருசுழி இருந்து உண்டாலும் உண்ணும்!*
  இரந்து உண்டாலும் உண்ணும்!
- *கணுக்கால் பெருத்தா கணவனத் திம்பா!*

இந்தப் பிடிவாதம், தவறுகளுக்குத் தண்டனையை மட்டுமே ஒற்றைத் தீர்வாக முன் வைக்கிறது.

- *அடங்காப் பாம்புக்கு ராஜா*
  மூங்கில் தடி!
- *குதிச்ச மாட்டுக்குக் கொம்படி!*
- *அகப்பை குறைஞ்சா மட்டத்துக்கு வருவான்!*
- *கோலெடுத்தா குரங்கும் ஆடும்!*
- *கடிக்கிற நாய்க்குக் கழுத்தில் குறுங்கயிறு!*
- *வடக்கத்தி யானைய அடிச்சா*
  தெக்கத்தி யானைக்கும் புத்திவரும்!
- *குடிமதம் அடிபடத் தீரும்!*
- *அடி ஒதவுற மாதிரி*
  அண்ணந் தம்பி ஒதவ மாட்டாங்க!
- *வீட்டுக்கு அடங்காத பிள்ளைய*
  ஊரார் அடக்குவாங்க!
- *மறதிக்கு மருந்து மருதாணிப் பிரம்பு!*

அடிக்குறிப்புகள்

1. *"Comment on life and morals"*
   Archer Taylor, 1994, p5
2. *"A Sound Skepticism pervades proverbial Wisdom"*
   Archer Taylor, 1931, p 169.
3. *A.A.Parker, The Humour of Spanish Proverbs, 1994, (PP 266 – 268).*
4. *Ibid, p 268.*
5. *"Paremiological revolt" Joseph Raymond, Tensions in Proverbs, 1994, p.301*
6. *Archer Taylor, The Proverb, p. 98*
7. *................ they have sprung from the hearts of a hard- working not too much rejoicing people.*
   They turn more on the foibles of humanity than its excellences"
   – Alfred Lister, Chinese proverbs and their lessons, 1994, p.245.
8. *............ all Proverbs are potentially propositions which compare and or contrast"*
   –Alan Dundes, on the structure of the proverb, 1994, p.54.
9. *........... is a kind of sociologic, a socially developed sense of practical reasoning. Pauld.Goodwinand Joseph W.Wenzel, Proverbs andPractical Reasoning, 1994, p. 140.*

7
விவேகம்

7.1. அனுபவம் - ஆதாரம்

பழமொழியின் சாராம்சம் விவேகம் என ஆய்வுலகம் கருதுகிறது.[1] விவேகத்தின் அடித்தளமாக அனுபவம் இருக்கிறது.[2] எழுத்தறியா மக்களுக்கு வாழ்க்கைப் பிரச்சினைகளுக்கான விடைகள் பழமொழிகளில் கிடைத்ததாகவும், சண்டை சச்சரவுகளைத் தீர்த்துவைக்கும் சட்டப்புத்தகமாக அவர்களுக்குப் பழமொழிகள் பயன்பட்டதாகவும் ஆய்வுகள் மேலும் விவரிக்கின்றன.[3]

ஆப்பிரிக்காவில் நிலம், கால்நடை, நீர், பழமொழி ஆகிய நான்கும் ஒரு மனிதனின் சொத்தாகக் கருதப்பட்ட காலம் உண்டு.[4]

பழமொழிகளைப் பாடுபடும் எளிய மக்களின் தத்துவமாக (People's Philosophy) ஆய்வுலகம் கருதுவதும் உண்டு.[5] ஒரே ஒருவர் சிந்தித்து, திட்டமிட்டு, வரையறுத்து வழங்கிய தத்துவம் அல்ல இது. ஒரே போக்கினைக் கொண்ட தத்துவமும் அல்ல. பல தலைமுறைகள் - பல சந்தர்ப்பங்கள் - பல மாதிரியான அனுபவங்கள் ஒன்றுக்கொன்று சம்பந்தமின்றித் தயாரித்தளித்த தத்துவம் இது.[6]

எனவே பழமொழிகள் ஒன்றுக்கொன்று முரண்படுதல் இயல்பு, முரண்பாடுகளுக்கு அப்பால் ஒரு மெல்லிய இணைப்புச் சங்கிலியையும் பழமொழிகளுக்கிடையே காணமுடிகிறது. காரணம் என்ன?

தலைமுறைகள் மாறினாலும் - இருப்பிடங்கள் மாறினாலும் - வாழ்க்கை முறைகள் மாறினாலும் - பல அனுபவங்கள் எப்போதும் பொதுவாக இருக்கின்றன.

பழமொழி ஆய்வில் காணப்பட்ட இந்த உண்மைகள் நம் சொல வடைகளுக்கும் பொருந்தக்கூடியவை.

அனுபவத்தின் வழிதான் எதையும் அறியமுடியும் என்பது சொலவடை விவேகத்தின் கருதுகோள்.

> கையில் எடுக்குமுன்னே
> கோழி மோசம்னு தெரியாது!

என்கிறது சொலவடை. ஒன்றை மதிப்பிட, பார்வைகள் போதா. பிறரின் அபிப்பிராயங்களும் போதா. அனுபவம் வேண்டும்.

> தான் செத்துக் கைலாசம் பாக்கணும்!

நல்லது கெட்டதைப் புரிந்துகொள்ளவும் அனுபவம் தேவை.

> நல்லது போனாத் தெரியும்!
> கெட்டது வந்தாத் தெரியும்!

பிறருக்குப் புரியாதது அனுபவத்துக்குப் புரியும்.

> ஊமையன் பேச்சு பழகின பேருக்குத் தெரியும்!

ஒன்றை அறிய மட்டுமல்ல; ஒன்றின் அருமை தெரியவும் அனுபவம் தேவை.

> சுக்குத் தின்னு முக்கிப் பெத்தா...
> தெரியும் பிள்ளையோட அருமை!

அனுபவம் உருவாக்குகிறது. அனுபவம் கொடுக்கும் அடிகளும் உருவாக்குகின்றன.

> பழம் புண்ணாளி பாதி வைத்தியன்!

அனுபவம் உள்ள மனிதன் பெருங்களஞ்சியம்!

> கலப் பணத்தை விடக்
> கிழப் பிணம் நல்லது!

'பழசு' மூத்தது வயசானது' என்று சொல்லி அனுபவத்தைப் புறக்கணித்துவிடக் கூடாது.

> பழந்தேங்காயில்தான் எண்ணெய்!

மனிதர்கள் அனுபவசாலிகள் ஆவதையும், தங்கள் அனுபவம் கொண்டு பிறருக்கு உதவுவதையும் யோசித்துப் பார்க்கையில் வேடிக்கையாக இருக்கிறது.

> தலைச்சன் பிள்ளைக்காரிக்கு
> இடைச்சன் பிள்ளைக்காரி மருத்துவச்சி!

சிக்கலான பொழுதுகளில் அனுபவம்தான் தீர்வாகவும் இருக்கிறது.

- *வச்சவுக எடுக்கணும்*
  வழிகண்டவுக போகணும்!
- *கண்டு செத்த பெணம்னா*
  சுடுகாட்டுக்கு வழி தெரியும்!

7. 2 மத்தியப் பாதை

விவேகத்தை வெளிப்படுத்துகையில், கொதிப்படங்கி ஆறிய நிதானம் சொலவடைகளில் மிளிர்கிறது. எல்லாவற்றையும் பதற்றமின்றி ஏற்கும் பொறுமையும், எல்லாம் ஒண்ணுதான் -

இன்பமும் துன்பமும் இயற்கைதான் என்று அமைதிப்பட்ட முடிவுக்கு மனதைத் தேற்றும் பக்குவமும் சொலவடைகளில் பிறக்கின்றன. இது சொலவடையின் மற்றொரு முகம். நக்கல், எரிச்சல் இவற்றுக்கு மாறான மற்றொரு முகம்.

- *எல்லாத்துக்கும் உண்டு*
  இலையும் பழுப்பும்!
- *எல்லார் வீட்டுத் தோசையிலும் ஓட்டை!*
- *வீட்டுக்கு வீடு வாசப்படி!*
- *சம்பத்தும் விபத்தும் பக்கம் பக்கம்!*
- *இருளும் ஒரு காலம்*
  நிலவும் ஒரு காலம்!
- *அல்லல் ஒரு காலம்*
  செல்வம் ஒரு காலம்
- *பசிச்சவன் பொழுதும் போகும்!*
  பாலோட அன்னம் புசிச்சவன் பொழுதும் போகும்!
- *கீமட்ட விழுந்துச்சுன்னு மேமட்ட சிரிச்சிச்சாம்!*
  மேமட்ட விழுக எத்தன நாளாகும்?
- *காவோலை விழுந்துச்சுன்னு*
  குருத்தோலை சிரிச்சுச்சாம்!

இது மிகுதி திகட்டி வந்த புத்த ஞானம் அல்ல. இது இல்லாமையில் பிறந்த ஞானம். ஆயாசம் உண்டாக்கிய அடக்கம். ஆயாசம் உண்டாக்கிய தத்துவம்.

கருப்பசாமி கோவில் அரிவாளாய்ச் சீறும் மொழியும் விவேகச் சொலவடைகளில் இல்லை. ஆறுதலாய்த் தலைகோரி வருடும் வார்த்தைகள் தோன்றி ஆச்சர்யமூட்டுகின்றன.

- *குரங்கு செத்துப் போனா*
  பொழப்புமா செத்துப் போகும்?

- *திண்ணைக்கு விடிஞ்சா*
  வீட்டுக்கும் விடியும்.

- *தெக்க அடிச்ச காத்து*
  திரும்பி அடிக்காதா?

- *ஊசிக் கண்ணுல*
  ஆகாசம் பாக்கலாம்!

நிதானமும் பக்குவமும் இரு கண்களாக, தீவிரங்களைக் கைவிட்டு மத்தியப் பாதையை (Middle path) முன்வைக்கிறது சொலவடை விவேகம்.[7]

உதாரணமாக, சோம்பி உட்கார்ந்திருப்பதற்கு எதிரான சொலவடைகள் இவை.

- *இருந்தவன் எந்திரிக்கிறதுக்குள்ள*
  நின்னவன் நெடுந்தூரம்!

- *இருந்து தின்னா இலங்கையும் அழியும்!*

- *இருந்தவன் நடந்தா*
  நடந்தவன் காதவழி!

- *குந்தித் தின்னா குன்றும் அழியும்!*

- *நில்லாத காலடி நெடுந்தூரம் போகும்!*

- *இருந்த கால் மூதேவி!*
  நடந்த கால் சீதேவி!

- *உண்ட இடத்திலயே உக்காந்திருந்தா*
  கண்ட பேர் கரிப்பாங்க!

அதேநேரம் தேடித்தேடி ஓடும் ஓட்டத்தையும் சொலவடைகள் எதிர்க்கின்றன.

- *ஓடி ஒழக்கு அரிசி சாப்பிட்றதுக்கு*
  ஒக்காந்து ஆழாக்கு அரிசி சாப்பிடலாம்!

- *உக்காந்துக்கிட்டு அடிச்சா பொன்னாகும்!*
  ஓடிக்கிட்டே அடிச்சா
  செம்பானாலும் ஆகும்! இரும்பானாலும் ஆகும்!

- *ஓடி ஓடி ஒரு கோடி தேட வேணாம்!*
  இருந்து ஒரு காசு தேடுனாப் போதும்!

சோம்பலுக்கும் ஓட்டத்துக்கும் இடையேயான மத்தியப் பாதை இது.

சிக்கலில்லாமல் வாழ்க்கை ஓடுவதற்கான வழிகளைச் சொல்லும் சொலவடை விவேகத்தின் இயல்பு நீதிநூலின் இயல்போடு

ஒத்ததல்ல. எப்படியோ காரியம் ஆனால் சரி என்கிறது சொலவடை.

- *ஓட்டைச் சட்டி ஆனாலும்*
  கொழக்கட்டை வெந்தாச் சரி!
- *குண்டி எத்தனை கோணல் கோணுனா என்ன?*
  சுமை வீடு போய்ச் சேந்தா சரி!
- *அம்மை குத்தினாலும் பொம்மை குத்தினாலும்*
  அரிசி ஆனாச் சரி!
- *மண் பூனை ஆனாலும்*
  எலி பிடிச்சா சரி!

முக்கியமானது எப்போதும் காரியம்தான்; நம்முடைய உணர்ச்சியும் கோபதாபங்களும் அல்ல என்கிறது சொலவடை.

காரியம் பெரிசா? வீரியம் பெரிசா?

மோசமானதை எதிர்க்க மோசமானதுடன் கூட்டுச் சேர்வது கூடத் தப்பில்லை. உதாரணமாய்த் தீப்பிடித்த வீட்டை அணைக்க மினரல் வாட்டர் தேடவேண்டியதில்லை.

தீப்பட்ட வீட்டுக்குப்
பீக்குட்டைத் தண்ணீ!

இன்னா செய்தார்க்கும் இனியவே செய்ய வற்புறுத்தும் நீதிநூல் போக்கைச் சொலவடையில் எதிர்பார்க்க முடியாது.

- *பாம்பை முட்டையில் கொல்லணும்*
  புலியைக் குட்டியில் கொல்லணும்!
- *கடன்காரனுக்குக் கடனத் தீக்கணும்!*
  பழிகாரனுக்குப் பழியத் தீக்கணும்!

தீங்கு செய்து பிழை என்று சொலவடை சொல்வது கிடையாது. அதே நேரம், ‘அறஞ்செய விரும்பு’ எனப் போதிப்பதும் இல்லை. ஒரு விதத்தில் இதுவும் ஒரு மத்தியப்பாதை.[8]

மேலை நாட்டுப் பழமொழிகள் முன்வைக்கும் விவேகம், பைபிள் விவேகத்தில் இருந்து முற்றிலும் விலகியிருக்கிறது என ஆய்வாளர்கள் சுட்டிக் காட்டுகின்றனர்.[9]

‘ஞானம்’ என்று சொல்லப்படுவதைக் கேலியும் செய்கிறது சொலவடை. பிழைக்கவே உலகம் விரும்புகிறது; ஞானத்தை விரும்பவில்லை என்கிறது சொலவடை.

உலகத்துக்கு ஞானம் பேய்!
ஞானத்துக்கு உலகம் பேய்!

நல்லதைப் புகட்டுவது கடினமாகவும் இருக்கிறது.

கொஞ்சத்திலயா இருக்கு
குரங்கு மிளகுநீர் குடிக்கிறது!...

ஞானத்தையும் விழுங்கக் கூடியது சோறு என்பது சொலவடையின் அழுத்தமான கருத்து.

ஞானமும் கல்வியும்
நாழி அரிசியில!

7. 3. நடைமுறை சாதுர்யம்

ஆட்டைத் தூக்கி மாட்டில் போட்டு, மாட்டைத் தூக்கி மந்தையில் போட்டு வாழ்க்கை உருள்கிறது. தள்ளாட்டமான ஓட்டம்! இந்த ஓட்டமும் நின்றுவிடக்கூடாது. சொலவடை கற்றுத்தரும் சாதுர்யம் கடையாணி மை போல!

- *பால் தொட்டுப்*
  பால் கறக்கணும்!
- *ஆட்டைக் காட்டி*
  வேங்கையைப் பிடிக்கணும்!
- *கைக்குருவியக் கொண்டு*
  காட்டுக் குருவியப் பிடிக்கணும்!
- *கூட்டுக் காடை இல்லாம*
  காட்டுக் காடையப் பிடிக்க முடியாது!
- *பாம்பும் சாகணும்!*
  பாம்பு அடிச்ச கோலும் முறியப்படாது!
- *அம்பலத்தில் பொதி அவுக்கக் கூடாது!*
- *நண்டு திங்கற ஊருக்குப் போனா*
  நடுமுறி நமக்குன்னு இருக்கணும்!
- *அதிகாரி வந்தா அடிச்சுக் காட்டு*
  கூத்தாடி வந்தா கொட்டிக் காட்டு!
- *பொன்னால பெண்ணைச் சோதிக்கணும்*
  பெண்ணால ஆணைச் சோதிக்கணும்!

தோற்றத்திலும். நடை உடைகளிலும் கவனமாய் இருந்தால் காரியம் கைகூடுவது சுலபம் என்கிறது சொலவடை.

- *எட்டி மரமானாலும் பச்சினு இருக்கணும்!*
- *இரக்கப் போனாலும் சிறக்கப் போகணும்!*
- *பாக்கப் பரட்டையா இருந்தாலும்*
  ஆள் கெதியா இருக்கணும்!

- கூழ் குடிச்சாலும்
  குட்டாய்க் குடிக்கணும்!
  (குட்டு - கவுரவம்)

- உண்ணாம ஊரெல்லாம் திரியலாம்!
  உடுக்காம ஒரு வீடு போகக்கூடாது!

தோற்றத்தைப் போல வாயும் முக்கியம். சளைக்காமல் பேசுகிற வாய்!

- ஆள் கால்! வாய் முக்கால்!

- சீசீங்கிறதும் இந்த வாய்தான்!
  சிவசிவாங்கிறதும் இந்த வாய்தான்!

- ஊர் இருக்கு! வாய் இருக்கு!

- வாய் நல்லாருந்தா ஊரும் நல்லாருக்கும்!

- அடுத்தடுத்துச் சொன்னா
  தொடுத்த காரியம் முடியும்!

புத்திசாலிகள் - அரசியல்வாதிகள் ஏதாவது ஒரு காரியம் செய்யும் போது இன்னொரு ரகசியத் திட்டமும் மறைந்துதான் இருக்கிறது. இந்தச் சாதுர்யம் சாதாரண மனிதனுக்கு இருக்கக்கூடாதா?

- கம்புக்குக் களை வெட்டுனது மாதிரியும் இருக்கணும்!
  தம்பிக்குப் பொண்ணு பேசுனது மாதிரியும் இருக்கணும்!

- ஆடு மேச்சது மாதிரியும் இருக்கணும்!
  அண்ணனுக்குப் பொண்ணு
  பாத்தது மாதிரியும் இருக்கணும்!

வீட்டுக்குள்ளும் இந்த ரகசியத் திட்டம் இருப்பது நல்லதுதான்.

- அரிசிப் பானையும் குறையக் கூடாது!
  ஆம்பள முகமும் வாடக் கூடாது!

- பிள்ளை முகம் வாடவும் கூடாது
  பத்தாயத்து நெல்லு தீரவும் கூடாது!
  (பத்தாயம் - தானியம் வைத்திருக்கும் பெருங்கலம்)

மறைத்து வைத்திருப்பது பாதுகாப்பும் கூட.,

- வியாபாரி அடுத்தவனுக்குத்
  துறைமுகத்தக் காட்ட மாட்டான்!

- பாகன் யானைக்குத் தன் வீட்டைக் காட்டமாட்டான்!

பழிவாங்கும்போதும் ஆர்ப்பரிக்காமல் ஒளிவு மறைவாகப் பழி வாங்க வேண்டும் என்கிறது சொலவடை.

- அரிவாளும் அசையணும்
  ஆண்டை குடியும் கெடணும்.

- பகையாளி குடியை
  உறவாடிக் கெடுக்கணும்!
- பங்காளியையும் பனங்காயையும்
  பதம்பாத்து வெட்டணும்!

மறைப்பது சில நேரங்களில் வீண் விவாதங்களைத் தவிர்க்கும்.

வீட்ல நடந்ததைக் காட்ல சொல்லாதே!
காட்ல நடந்ததை வீட்ல சொல்லாதே!

மறைப்பது நாகரிகமும் கூட.

- மண்ணைத் தின்னாலும் மறையத் தின்னு.
- காடிக் கஞ்சின்னாலும் மூடிக் குடி!

எச்சரிக்கையோடும் கவனத்தோடும் இருக்கவும் சொலவடை சில குறிப்புக்களைத் தருகிறது.

- அரையில் புண்ணும் ஆகாது!
  அண்டை வீட்டுக் கடனும் ஆகாது!
- கச்சேரிக்கு முன்னே போகாதே!
  கழுதைக்குப் பின்னே போகாதே!
- குட்டிப்பாம்பை அடிச்சாலும்
  குற்றுயிராய் விடக்கூடாது!
- தீ மிஞ்ச வச்சாலும்
  பகை மிஞ்ச வைக்கக் கூடாது!
- தாயைச் சேந்த உறவானாலும்
  அறுத்துத்தான் உறவாடணும்!
- தன்னப் பாத்து பின்ன பேசு!
- பகல்ல பக்கம் பாத்துப் பேசு!
  ராத்திரி அதுவும் பேசாதே!

பிரச்சினைகளின்போது எடுக்க வேண்டிய முடிவுகள் குறித்தும், காணவேண்டிய தீர்வுகள் குறித்தும் சொலவடைகள் யோசனைகளை வழங்குவது உண்டு.

- கிணத்து ஆழமும்
  கயித்து நீளமும் பாக்கணும்!
- உப்பு மிஞ்சுனா தண்ணீ!
  தண்ணி மிஞ்சுனா உப்பு!
- கரிப்புக்கு இருந்து பிழை
  கலகத்துக்கு ஓடிப் பிழை!

(கரிப்பு - பஞ்சம்)

- வாக்குல கெட்ட கழுதைய
  போக்குல விட்டுத் திருப்பு
- கரட்டுக் காட்டுக்கு
  முரட்டு மம்பட்டி!

அர்த்தசாஸ்திரப் புலமையோடும் சில யோசனைகள் வெளிப்படு கின்றன. தாக்குவதற்கு முன்னால் பின்வாங்குவது நல்ல உபாயம் என்கிறது சொலவடை.

கடா பின் வாங்குனா
பாய்ச்சலுக்கு அடையாளம்!

கட்டுக்கடங்காமல் புறப்படுபவனை வேறொரு காரணம் காட்டி நிறுத்த வேண்டும் என்கிறது சொலவடை.

அஞ்சாத யானைக்குப்
பஞ்சாங்கம் கோடாரி!

கிடைத்ததை ஏற்றுக்கொள் என்றொரு யோசனையையும் சொல வடை வழங்குகிறது. இதுவும் போய்விடக்கூடாது என்ற பயத்தில் பிறந்த யோசனை இது.

கூழுன்னாலும் குடிச்சிக்கிட்டவ பொழச்சிக்கிட்டா!
காளி மூளின்னாலும்
கட்டிக்கிட்டவன் பொழச்சிக்கிட்டான்!

ஏனெனில் மிகையான தேடல்காரன் வெறுங்கையோடுதான் திரும்புவான் என எண்ணுகிறது சொலவடை.

பலமரம் கண்ட தச்சன்
ஒருமரமும் வெட்ட மாட்டான்!

தகுதி உள்ளவனிடம் கோரிக்கைவை என்பது மற்றொரு யோசனை.

- உண்டு தின்னவன் கிட்ட
  ஒரு உருண்டை சோறு கேக்கணும்!
- உடுத்திக் கழிச்சவன் கிட்ட
  ஒரு முழத் துணி கேக்கணும்!

கோரிக்கைகளின் எதிர்வினைகளைப் புரிந்துகொள்ள இந்த வழிகாட்டுதல் -

பின்னாலங்கிறதும் பேசாம இருக்கிறதும்
இல்லைங்கிறதுக்கு அடையாளம்!

ஒவ்வொரு யோசனையும் அந்தந்த நேரத்துக்கான யோசனை. தருணங்கள் மாறுகையில் யோசனைகளும் மாறும். அடிதடி, பொய்கள் தேவைப்படும் தருணங்களும் இருக்கின்றன.

- *குத்துக்கு முன்னே குடுமியப் பிடி!*
- *கலகத்தில் புளுகாதவன்*
  நரகத்துக்குப் போவான்

மாட்டிக் கொள்ளாமல் தவறு செய்வதற்கும் சொலவடை சொல்லித் தருகிறது.

ஆம்பிளய வச்சுக்கிட்டுல்ல
அவுசாரி ஆடணும்!

மனதுக்குப் பட்டதை வெளிப்படையாகப் பேசும் சொலவடைப் பேச்சில், நீதிநூல் கருத்துகளில் லயித்தவர்களுக்கு நெருடல் உண்டாகும்.

குருவுக்குத் துரோகம் செஞ்சாலும்
குடலுக்குத் துரோகம் செய்யக்கூடாது

என்கிறது சொலவடை. ஏனெனில் இது நடைமுறை ஞானம். ஆன்மிக ஞானம் அல்ல. மனதுக்குள் நடக்கும் கொடுக்கல் வாங்கல் பேச்சை வெளிப்படையாகப் பேசச் சொலவடையால் மட்டுமே முடியும்.

ரோசம் உள்ளவனுக்குக் கடன் கொடு!
ரோசங் கெட்டவனுக்குப் பெண்ணைக் கொடு!

சொலவடையின் இந்த இயல்பு தெரியாதவர்கள்

- *பந்திக்கு முந்து படைக்குப் பிந்து*
- *மண்குதிரைய நம்பி ஆத்தில எறங்காதே!*
- *வக்கத்தவனுக்கு வாத்தியார் வேல!*
  போக்கத்தவனுக்குப் போலீஸ் வேல!

போன்ற சொலவடைகளுக்கு நன்னெறி விளக்கங்கள் கொடுத்து சொலவடை முகத்தில் கரி பூசியிருப்பது நாமறிந்ததே!

7. 4. ஆதாரம்

எது அடிப்படை? எது நம்பத்தகுந்த ஆதரவு? எது சரியான துணை? போன்ற கேள்விகளுக்கான விடையை வாழ்க்கை பூராவும் தேடவேண்டி இருக்கிறது.

முதல் எட்டு எடுத்து வைக்காமல் அடுத்த கட்டத்துக்குத் தாவ நினைக்கும் போக்கைச் சொலவடை மறுக்கிறது. முதல் எட்டுதான் அடிப்படை.

- *ஊர் உண்டாகி அல்லவா*
  கிழக்கே மேக்கே உண்டாகணும்?
- *பிள்ளை பெத்துல்ல பேரு வைக்கணும்?*

- ஆத்தைத் தாண்டியில்ல கரை ஏறணும்?
- இருந்துல்ல படுக்கணும்?
- அடி ஒட்டி அல்லவா
  மேற்கரணம் போடணும்?
- அறையில் ஆடின பிறகில்ல
  அம்பலத்தில் ஆடணும்?

அடிப்படைகளை நினைவூட்ட குதிரைகள் உதவுகின்றன.

- குதிரை நடந்தாத்தானே
  ராவுத்தன் கொக்காப் பறக்கலாம்?
- அரபிக் குதிரைன்னாலும்
  ஆள் ஏறித்தானே நடத்தணும்!
- குதிரை கோடி ரூபான்னாலும்
  லகான் முழநீளந்தானே!

அடுப்படிகளும் உதவிக்கு வருகின்றன.

- அரிசி ஆழாக்குன்னாலும்
  அடுப்பாங்கட்டி மூணு வேணும்!
- அரிசி மறந்த உலைக்கு உப்பு என்ன?

வெளி வாழ்வில் மூழ்கிப் போனவர்களுக்கு வீடு மறந்துபோகிறது. சொலவடை நினைவுபடுத்துகிறது.

- அரமண உறவக் காட்டிலும்
  அடுக்கள உறவு மேல்!
- அடுக்கள உறவு இல்லாம
  அம்பலத்து உறவா?
- வீட்டுக்குள் விடிஞ்சாத்தான்
  வெளியிலயும் விடியும்!

வீடுகளில் அடைபட்டோருக்கு, உடன் இருப்பவரை மறந்து போகிறது.

- மலை மேல ஏறி மாவிளக்குப் போட்டாலும்
  கொண்டவன் இல்லலைன்னா குழந்தை பெற முடியாது!
- உள்ள தெய்வங்களை ஒருமிக்க வேண்டுனாலும்
  புள்ள கொடுக்கிற தெய்வம் புருசந்தான்!

எவ்வளவு உயரம் நீ ஏறினாலும், புறப்பட்ட இடத்துக்கு நீ வந்து தான் ஆகவேண்டும்; அதுதான் உனக்குரிய இடம் என்கிறது சொலவடை.

- *கழுதை மேல ஏறுனாலும்*
  காலு ரெண்டும் கீழதான்!
- *கம்பத்தில் ஏறிக் கழைக் கூத்து ஆடுனாலும்*
  காசு வாங்க கீழே எறங்கி ஆகணும்!
- *நாடு சுத்தியும் வீடு வந்து சேரணும்!*
- *தலையச் சுத்தியும் கவளம்*
  வாயிலதான் வரணும்!
- *வட்டமா ஓடுனாலும் வாசல்லதான் வரணும்!*
- *காட்டுல செத்தாலும் வீட்டுலதான் தீட்டு!*

அடிப்படை மாறாது. அடிப்படையைப் போலத்தான் அதிலிருந்து உருவானதும் இருக்கும் என்கிறது சொலவடை.

- *துப்பட்டியில் கிழிச்ச கோவணந்தானே!*
- *மாவு இருக்கிற மணத்தைப் போலக்*
  கூழில் இருக்கும் குணம்!

சில அடிப்படைகள் தகர்ந்து போனால் கட்டுமானம் சிதிலமாகிறது.

- *தேர் இருக்கு மட்டும் சிங்காரம்*
  தேர் போன பிறகு என்ன?
- *தேரோட போச்சுது திருநாள்*
  தாயோட போச்சுது பிறந்தகம்.
- *எல்லாம் உழக்கு அரிசிக்காரன்*
  உள்ள மட்டும்தான்!

  (உழக்கு அரிசிக்காரன் - சம்பாதிக்கும் வீட்டுத்தலைவன்)
- *அன்னம் முட்டானா*
  எல்லாம் முட்டு!
- *நீர் உள்ள மட்டும்*
  மீன்குஞ்சு துள்ளும்!
- *ஓட்டம் இருக்கிறவரை*
  ஆட்டம் இருக்கும்!

  (ஓட்டம் - பணப் புழக்கம்)

சில ஆதரவுகள் தற்காலிகமானவை; தற்காலிகமானவையாக இருப்பதுதான் வளர்ச்சிக்கு நல்லது.

- *கட்டிக் கொடுத்த சோறும்*
  கத்துக் கொடுத்த சொல்லும் எதுவரைக்கும்?
- *மேயப் போற மாடு*
  கன்னுக்குட்டிக்குப் புல்லுவச்சிட்டா போகும்?

சில ஆதரவுகள் என்றைக்கும் தேவையானவை; வாழ்க்கைப் பயணத்தில் நம்பகமான - பக்கபலமான ஆதரவுகள்.

- *தனக்குன்னு ஒருத்தி இருந்தா*
  தலைமாட்டில குந்தி அழுவா!
- *அவரைக்கு ஒரு கொடி*
  ஆதிக்கத்துக்கு ஒரு பிள்ளை!
- *ஆண் அழகனும் சோறும் ஆதரவா இருந்தா*
  வீடெல்லாம் பிள்ளை விட்டெறிஞ்சு பேசும்!
- *கொண்டவன் தாங்கு இருக்கணும்!*
  இல்லாட்டி கொடுத்தவன் தாங்கு இருக்கணும்!
- *காட்டுக்கு ஒரு கிழவன்*
  வீட்டுக்கு ஒரு கிழவி!
- *அஞ்சும் மூணும் உண்டானா*
  அறியாப் பெண்ணும் கறிசமைக்கும்!
- *ஆத்தை நம்பி வாழணும்*
  இல்ல ஊத்தை நம்பி வாழணும்!
- *மூப்புக்குச் சோறும்*
  முறத்துக்குச் சாணியும்!

பெரிய தொடர்புகள் - சொல்லிக்கொள்ள பூரிப்பாக இருக்கும்; ஆனால் உண்மையில் தொந்தரவானவை.

ஆனை கட்டுன மரம்
ஆட்டங் கொடுக்கும்!

நிழல்தரும் ஆலமரம் என்று மனிதர்கள் சிலரைப் புகழ்வதுண்டு. ஒருவர் பலருக்கு ஆதரவாக இருப்பதாகச் சொல்வது புனையப்பட்ட பேச்சு; ஒருவர் மற்றவரைச் சார்ந்து ஒன்றுக்கொன்று ஆதரவாக இருப்பது இயல்பான வாழ்க்கைப் போக்கு. நலிந்தவர்கள் வாழ்வில் இத்தகைய ஆதாரங்களே நம்பிக்கைக்குரிய ஆதாரங்கள்.

- *காறிப்போன கருணைக்கிழங்கு*
  பழம்புளியால் பதமாச்சு!
- *தயிருக்குச் சட்டி ஆதாரம்*
  சட்டிக்குத் தயிர் ஆதாரம்!
- *காட்டுக்குப் புலி ஆதரவு*
  புலிக்குக் காடு ஆதரவு
- *அடுப்புக் கட்டிக்குத் துடைப்பக் கட்டை!*

- *பிஞ்ச சொலவுக்குச் சாணி ஆதரவு!*
- *எருதுப் புண்ணுக்குத்*
  தெருப்புழுதி மருந்து!
- *எச்சிக்கலைக்கு மண்ணாங்கட்டி ஆதரவு!*
- *முலை சரிஞ்சா வயிறு தாங்கணும்*
- *பாம்புக்குத் தச்சன் கறையான்!*
- *கந்தைக்குச் சரடுதானே பலம்!*

ஒன்றை ஒன்று சார்ந்திருப்பது மட்டுமல்ல; ஒன்றின் துயரம் மற்றொன்றைப் பாதிப்பதும் இயல்புதான்,

வட்டுவத்து மேல சொட்டுப் போட்டா
வட்டுவத்துக்கு மாத்திரமா படும்?★

(வட்டுவம் - வெற்றிலை பாக்கு வைக்கும் பை; சொட்டு - அடி)

எது ஆதாரம் என விவரிக்கும் சொலவடைப் பாடத்தில் எது நம்பகமானது என்பது குறித்த புரிதலும் தெளிவாக உள்ளது.

- *கைப் பழத்தை விட்டுட்டுத்*
  தொறட்டிப் பழத்துக்குத் தொண்ணாந்து நிக்கணுமா?
- *இருக்குறத விட்டுட்டுப் பறக்குறதப் பிடிக்குறதா?*

வாழ்வதற்கா பேர் வாங்குவதற்கா எதற்கு இத்தனை முயற்சி? என்ற ஆராய்ச்சிக் கேள்வியும் சொலவடையில் உண்டு.

விருதுக்கா வேட்டை ஆடுறது?

7. 5. நிதானம்

பரபரப்பும் பதற்றமும் எதற்கு என்று கேட்கிறது சொலவடை. இன்ப துன்பங்களை அசைவுகள் ஆர்ப்பாட்டங்கள் இன்றி ஏற்கும் ஸ்டாயிக் தத்துவம் (Stoicism) போலச் சொலவடை விவேகம் தோன்றும் நேரம் இது.

அஞ்சு வந்தாலும் அவசரம் ஆகாது
பத்து போனாலும் பதட்டம் ஆகாது!

அவசரத்தால் ஒரு காரியமும் ஒழுங்காக நடந்துவிடாது.

அவசரத்தில் அண்டாவுக்குள்ளயும் கை நுழையாது.

பதறாமல் எதையும் பையச்செய் என்கிறது சொலவடை.

★ ஒப்பு நோக்கு:

★ ஒரு பல்லு வலிச்சாலும்
வாய் முழுக்க வலிதான் (ஆப்பிரிக்கப் பழமொழி)

- *பையத் தின்னா பனையையும் திங்கலாம்!*
- *முள்ளுமேல விழுந்த சேலைய*
  பையத்தான் எடுக்கணும்!

நடக்கிற பாதை மீது சந்தேகம் வந்தால் கட்டாயம் பையத்தான் நடக்க வேண்டும்.

ஐயப்பட்டா பைய நட!

பிரச்சினையான நேரங்களில் பதறும் நெஞ்சை நிதானப்படுத்துகிறது சொலவடை.

- *கிணத்துத் தண்ணிய*
  வெள்ளமா கொண்டு போகும்?
- *ஆயிரம் மாட்டில் ஒரு மாடு*
  ஒதச்சுக்கிட்டா என்ன?

பதறுவதால் ஒரு பலனும் இல்லை. சில நேரங்களில் பதற்றத்தால் கிழிந்தே போகிறது வாழ்க்கை.

முள்ளுமேல சேலை விழுந்தாலும்
சேலைமேல முள்ளு விழுந்தாலும்
சேலைக்குத்தான் நஷ்டம்!

கண்ட காட்சிகளை வைத்துத்தான் அலட்டலும் ஆவேசமும்; ஆனால் கண்டதை விட நாம் காணாததுதான் அதிகம்.

கண்டது ஒரு பங்கு
காணாதது மூணு பங்கு!

மறைக்கப்பட்டது குறித்தும் புலம்ப வேண்டியதில்லை. அளவு தாண்டும்போது உள்ளே ஒளித்து வைக்கப்பட்டது தானாக வெளியே வரும்.

- *குளம் நெறைஞ்சா கரை கசியும்.*
- *சின்ன வீட்டுச் சேதி*
  சீமந்தத்தில் தெரியும்!

(சின்னவீடு - படுக்கையறை)

- *அறையில் சொன்னது*
  அம்பலத்துக்கு வரும்!

அளவு தாண்டும்போது, விருப்பப்படி திரிகிறவனும் வழிக்கு வருவான்.

புளிய மரத்தில் ஏறுனவன்
பல் கூசுனதும் தானா எறங்குவான்!

இந்த நிதானம் வாழ்வில் கிடைக்கக்கூடிய பெருமை சிறுமைகள் மீது கவலையற்று இருக்கிறது.

கழுதை மேல ஏறுனதால பெருமையும் இல்ல
எறங்குனதால சிறுமையும் இல்ல.

உடனடி விளைவுகள் பற்றிக் கவலைப்படாத பக்குவத்தையும் தருகிறது.

ஊதுற சங்கை ஊதிவைப்போம்
விடியுறபோது விடியட்டும்

இந்த நிதானம், பிடிக்கு அடங்காமல் ஓடுபவர்களைப் பதற்றமின்றி வேடிக்கை பார்க்கிறது.

- *குடல் அறுந்த நரி*
  எந்த மட்டும் ஓடும்?
- *எடுத்து விட்ட மாடு*
  எந்த மட்டும் ஓடும்?
- *ஓணான் ஓட்டம் எவ்வளவு தூரம்?*

இந்த நிதானம் பிடிவாதக்காரர் குறித்தும் கவலைப்படாமல் இருக்கிறது.

குண்டி காஞ்சா
குதிரையும் வைக்கல் தின்னும்!

பதற்றத்தின் தம்பி கோபம். உணர்ச்சிகளில் ஹிட்லர். கோபத்தால் கண்ட பலன் அழிவுதான்.

- *கோபம் வந்து கெணத்தில் விழுந்துட்டு*
  சந்தோசம் வந்தா எந்திரிக்க முடியுமா?
- *கோபத்தில் அறுந்த மூக்கு*
  சந்தோசத்தில் திரும்ப வருமா?
- *மறந்து செத்துட்டேன்*
  பிராணன் வர்'ன்னா வருமா?

கோபம் கோபத்தைத் தூண்டுகிறது. 'உன் மீது பாயும் கோபமான வார்த்தைகள் உன்னை எதுவும் செய்துவிட முடியாது' என நிதானப் படுத்துகிறது சொலவடை.

வெந்நீரில வீடு
வெந்து போகுமா?

ஒரே நேரத்தில் பல சாதனைகளுக்கு மூச்சிறைக்க ஓடும் வாழ்க்கையை நிறுத்திக் கேள்வி கேட்கிறது சொலவடை.

ஒவ்வொண்ணா நூறா? ஒருமிக்க நூறா?

பரபரப்பாக நாம் ஓடும் ஓட்டத்தை, நிதானமாக ஒரு மூதாட்டி கடந்துவிடுவாள் என்று சொலவடை சொல்வது வேடிக்கையல்ல - அனுபவ விவேகம்!

- *கிழவியும் காதம்*
  குதிரையும் காதம்!
- *ஓடியும் கிழவிக்குப் பிறகா?*

எந்த ஓட்டமும் ஒரு இடத்தில் வந்து நின்றுதான் ஆகவேண்டும்.

- *ஊசல் ஆடித் தன் நிலையில் நிக்கும்!*
- *தேர் ஓடித் தன் நிலையில் நிக்கும்!*

மெல்ல நகரும் வாழ்க்கைதான், உண்மையாக வெற்றி பெறும் வாழ்க்கை,

மெல்லப் பாயும் தண்ணீ
கல்லையும் குழியப் பாயும்!

7. 6. நெகிழ்வு

'உடையறத விட வளையுறது நல்லது' எனக் கருதுகிறது சொலவடை விவேகம். ஏனெனில் வாழ்வது முக்கியம்; வாழ்க்கையில் நெகிழ்வு முக்கியம்.

தணிஞ்ச வில்லுதான் தைக்கும்!

இதன் மறுதலையான இறுக்கம் ஒருபோதும் கரை சேர்க்காது.

கை அழுத்தமானவன்
கரை ஏறமாட்டான்!

நெகிழ்வு இன்றிச் சிறுசிறு தடைகளைக் கூடத் தாண்ட முடியாது.

நெருஞ்சிமுள் தச்சாலும்
குனிஞ்சுதான் பிடுங்கணும்!

நெகிழ்வுற்ற மனம் ஒரு துரும்பையும் அங்கீகரிக்கிறது; மெச்சுகிறது; விலக்காமல் இணைத்துக்கொள்கிறது.

- *துரும்பும் கலத்தண்ணீ சேக்கும்!*
- *ஆவாரை இலையும் ஆபத்துக்கு உதவும்!*
- *அறுகங்கட்டையும் அவசரத்துக்கு ஆகும்!*
- *ஒடிஞ்ச கோலும் ஊண்டு கோலாகும்!*
- *ஈர வெறகும் இதங்கெட்ட பிள்ளையும்*
  ஒரு நேரத்துக்கு ஆகும்!
- *திருவாசல் ஆண்டியும்*
  ஒரு வேளைக்கு உதவுவான்!

- *கசந்தாலும் பாகக்கா!*
  காறுனாலும் கருணைக்கெழங்கு!

ஒவ்வொரு பொருளும் யாருக்கோ பயன்படுகிறது; ஒவ்வொரு மனிதரும் யாருக்கோ பயன்படுகிறார்கள்.

- *மா பழுத்தால் கிளிக்கு ஆகும்*
  வேம்பு பழுத்தால் காக்கைக்கு ஆகும்!
- *திக்கத்த ஊருக்குத்*
  திருடன் கருட கம்பம்!

(கருடகம்பம் - விளக்கு)

நெகிழ்வும் பரிவும் கொண்ட மனம் எதையும் சுமையெனக் கருதுவதில்லை.

- *குளத்துக்கு மழை குந்தாணியா?*
- *செடிக்குச் சுரைக்கா கனத்தா போகும்?*
- *கோழி சமுண்டி குஞ்சிக்குச் சேதமா?*

(சமுண்டி - சமட்டி, சவட்டி - காலால் மிதித்தல்)

- *முக்காதம் சுமந்தாலும்*
  முசல் கை தூக்குதான்!
- *மனங்கொண்டது மாளிகை!*
- *வேணும்னு நூத்தா*
  வெண்ணெய் போல நூக்கலாம்!

விலகுவதும், விலக்குவதும் சுலபம்; ஆனால், வேறுபட்ட கருத்துகள்ணெய் ரசனைகள் - திறன்கள் - நம்பிக்கைகளோடு சேர்ந்து இருப்பதுதான் அர்த்தமுள்ள வாழ்க்கை. கூடியும், இணங்கியும் வாழும் வாழ்வை வரவேற்கும் சொலவடைகள் இவை:

- *ஒரு விரல் நொடி இடாது!*
- *கலம் கலந்தா குலம் கலக்கும்!*

(கலம் - பாத்திரம்; இங்கு உணவு)

- *எருதும் வண்டியும் ஒத்தால்*
  மேடு ஏது? பள்ளம் ஏது?
- *ஒட்டினால் தொட்டிலும் கொள்ளும்!*
  ஒட்டாவிட்டால் கட்டிலும் கொள்ளாது!
- *வீட்டுக்கு அலங்காரம் பெரிய குடி!*
- *கூடிக் கெட்ட குடும்பம் இல்ல!*
  பிரிஞ்சு வாழ்ந்த குடும்பம் இல்ல!

- *வராத விருந்தாளி வாசலுக்கு வந்துட்டா
வருமத்தை விட்டுட்டு வான்னு சொல்லு!*
- *இருக்க இருக்க எல்லாம் இசைவாகும்!*
- *ஊர் வாழ்ந்தா ஒக்க வாழலாம்!*

இந்த நெகிழ்வு, வழக்கமான நம்பாமையை நீக்கி அயலார் உறவையும் வரவேற்கிறது.

*ஆத்து மண்ணுக்கு
வேத்து மண் உரம்!*

தாயோடு உள்ள இணக்கம் மனித உறவில் தோன்றும் எல்லாவித முரண்களையும் கடந்து நிற்கிறது.

- *பேயானாலும் தாய்!
நீரானாலும் மோர்!*
- *உள்ளது குத்தம் ஒரு கோடி!
ஆனாலும் பிள்ளைக்கும் தாய்க்கும் பிணக்கு என்ன?*
- *சாலோட தண்ணீ சாச்சிக் குடிச்சாலும்
தாகந் தணியாது!
தாய் வார்க்கும் தண்ணீதான் தாகந் தீக்கும்!*

நெகிழ்வு, பரிவு, இணக்கம் எல்லாவற்றுக்கும் ஆதாரமாக இருப்பது மனிதநேயம். மனிதநேயப் பேச்சுகளுக்கு இவை சில உதாரணங்கள்:

- *ஏவுறவனுக்கு வாய்ச்சொல்
செய்றவனுக்குத் தலைச்சுமை!*
- *அரசனுக்கு ஒரு சொல்
அடிமைக்குத் தலைச் சுமை!*
- *பிச்சை போட்டுக் கெட்டவனும் இல்ல!
பிள்ளை பெத்துக் கெட்டவனும் இல்ல!*
- *குத்துப்பட்டவன் தூங்குனாலும்
குறைவயித்துக்காரன் தூங்கமாட்டான்!*
- *தின்னத் தின்னக் கேக்குமாம்
பிள்ளை பெத்த வயிறு!*
- *அகதியப் பிடிச்சு
பருந்தாட்டம் கொல்லாதே!*
- *கிழக்குடலுக்குச் சோறு இடு!
இடிஞ்ச சுவருக்கு மண் இடு!*
- *ஒண்டிக்காரன் பொழப்பும்
வண்டிக்காரன் பொழப்பும் ஒண்ணு!*

மனித நேயம் உள்ள இடத்தில் சகிப்புத் தன்மையும் இருக்கிறது. சகிப்புத்தன்மையற்ற உறவு பாசாங்கல்லவா?

- *தான் புள்ள தொடையில பேண்டா*
  தொடைய அறுத்துப் போடவா முடியும்?
- *கடன்காரனக் கழுவேத்த முடியுமா?*

ஏதாவது ஒரு விதத்தில் உதவுவதற்கு மனிதநேயம் வழிகாட்டுகிறது.

- *ஆள்காட்டி விரலுக்கும்*
  அன்னதானப் பலன்!
- *அக்குணிப் பிள்ளைக்குத்*
  துக்குணிப் பிச்சை!

(அக்குணி - சின்ன; துக்குணி - சிறிய அளவு)

அன்பின் பழகிய வடிவங்களையும் மனிதநேயம் தாண்டுகிறது.

- *புள்ளையில்லா வீட்டுக்குப்*
  பூனைக்குட்டி செல்லம்!
- *எட்டி மரமானாலும்*
  வச்சவர்க்குப் பாசம்!

மனிதநேயம் உள்ளோரை நெருங்கியிருப்போர், ஏதாவது ஒரு விதத்தில் பலன் பெறுகின்றனர்.

பருமரத்தை அண்டின பல்லியும் சாகாது!

நெகிழ்வும் இணக்கமும் உள்ளோர் சுலபமாய்த் தீர்வுகளை எட்டுகின்றனர்.

- *ஒரு விளக்கை வச்சு*
  ஓராயிரம் விளக்கை ஏத்தலாம்!
- *ஆனால் அச்சில வார்!*
  ஆகாட்டி மிடாவில வார்!

(அச்சு - நெசவு போன்ற தொழில்களில் பயன்படும் சிறு கருவி; மிடா - பானை)

- *காப்படி இருந்தா கஞ்சி*
  அரைப்படி இருந்தா அன்னம்!
- *கட்டியாக் குடிக்கிறத*
  கரைச்சுக் குடிச்சாப் போச்சு!
- *நல்லவன் ஒருத்தன் நடுவுல நிக்க*
  அறாத வழக்கும் அத்துப் போகும்!

சுலபத்தில் மனநிம்மதியும் காண்கின்றனர்.

கட்டினவனுக்கு ஒரு வீடு!
கட்டாதவனுக்குப் பல வீடு

விடமாட்டேன் என்ற வறட்டுப் பிடிவாதங்களுடன், நின்ற இடத்திலேயே நிற்கும் போக்கைக் கைவிட வற்புறுத்துகிறது சொலவடை விவேகம்.

- கெட்ட மாடு தேடு முன்னம்
  எட்டு மாடு தேடலாம்!
- கலப்பால் கறக்கலாம்
  துளிப்பால் முலைக்கு ஏத்த முடியுமா?
- உடும்பு போனாப் போகுது!
  கை வந்தாப் போதும்!

கிடைத்த வாழ்க்கை மீதான கசப்பு விலகி பிடிமானமும் திருப்தியும் கூட விவேக காலத்தில் வந்துவிடுகின்றன.

- ஊர் உண்டு பிச்சைக்கு
  குளம் உண்டு தண்ணிக்கு!
- சத்திரத்தில் சாப்பாடு!
  மண்டபத்தில் படுக்கை!
- ஒழுகாத வீடு உள்ளங்கை அத்தனை போதும்!

உடனடியாக மாற்றமுடியாததை ஏற்றுக்கொண்டுதான் ஆகவேண்டும் என்ற முடிவுக்கும் சொலவடைகள் போகின்றன. விதிக் கொள்கையின் வீச்சாகவும் இதனைக் கருதலாம்.

- வந்த கூத்து ஆடித்தானே தீரணும்!
- எடுத்த சுமை சுமந்தல்லவா இறக்க வேணும்!

கசந்த உறவாகக் கருதுவதனுள்ளும் நன்மையைத் தேடுகிறது சொலவடை விவேகம்.

- கொடும்பாவி ஆனாலும்
  கொண்ட மாமியா வேணும்!
- பெண்ணுக்கு மாமியா!
  பிள்ளைக்கு வாத்தியார்!
- பொன்னால மருமக ஆனாலும்
  மண்ணால ஒரு மாமியா வேணும்!

எதனுடன் பகையோ அதனுடன்தான் நெருக்கமும் எனச் சொல்லும் சொலவடை, மறக்க முடியாத அழகிய கவிதையாகிறது.

முள்ளு அடிச்ச கம்பு முள்ளு மேல!

பகை ஏற்கனவே மனதுக்குள் பதுங்கிக் கிடக்கிறது. அதற்குக் கொம்பு சீவ வேண்டாம் என்றும் சொலவடை கோரிக்கை விடுக்கிறது.

முள்ளுக்கு முனை சீவி விடணுமா?....

ஒருவிதத்தில் பசியும் பகையும் ஒன்றுதான்.

பசிச்சவன் திங்காததும் இல்ல,
பகைச்சவன் சொல்லாததும் இல்ல.

7. 7 தெம்பு

மனிதருக்கு நிகரான துணை வார்த்தை. செயல் துணைக்கு வரக் காலதாமதம் ஆகிறது. வார்த்தை உடனடியாக வந்து சேர்கிறது.

- *பக்கச் சொல் பதினாயிரம்!*
- *கெட்ட ஊருக்கு எட்டு வார்த்தை!*
- *வழிநடை வார்த்தை வாகனம் போல!*

எந்தப் பயணத்திலும் கேட்பதற்கு உகந்த வார்த்தைகளை மனது தேடுகிறது.

கதை பேசிப் போக
வழி தொலையும்!

தோற்றோருக்கு ஆறுதலான வார்த்தைகளைத் தருவதில்தான் விவேகத்தின் வெற்றி இருக்கிறது.

- *பஞ்சாங்கம் பறிபோனா என்ன?*
  நச்சத்திரமுமா பறி போச்சு?
- *ஆபத்தும் சம்பத்தும்*
  ஆருக்கும் உண்டு!
- *புழுதியில் கெடந்தாலும்*
  பொன்னு மங்காது!
- *குப்பையில கெடந்தாலும்*
  குண்டு முத்து மங்காது!
- *கலக்கினாலும் கடல் சேறாகாது!*
- *குத்தி வடிச்சாலும் சம்பா*
  குப்பையில போட்டாலும் தங்கம்!
- *சாகணும்ங்கிற சதுரியை விட்டுட்டு*
  வாழணுங்கிற வலதியைக் கூட்டீட்டுவா!

எதிர்பாராத துயரங்களின்போது எதிர்பாராத ஆற்றலும் வந்து சேர்கிறது.

தண்ணிக்குள்ள விழுந்தவுங்களுக்கும்
தனியா நிக்கிறவுங்களுக்கும்
ஆனைப்பலம் வந்திடும்!

சவாலான நேரங்களில் தன்னைப் பற்றிக் குறைவாக மதிப்பிட்டுக் கொள்ள வேண்டிய தேவையும் இல்லை,

- *மலையின் ஒசரம் மலைக்குத் தெரியாது!*
- *அணில் ஏறித் தென்னை சாயுமா?*
- *மாடு எளைச்சாலும் கொம்பு எளைக்காது.*
- *அஞ்சு விரலும் அஞ்சு கன்னக்கோல்!*

தயக்கம், பயம், அதீத யோசனை - இவை யாவும் செயலுக்குத் தடைகள்.

- *நண்டு பிடிக்கணும்னா*
  தண்ணிக்குள்ள கைவிடாம முடியாது!
- *ஆறுமாசப் பயணம்*
  அஞ்சி நடந்தா முடியுமா?
- *மயிரக் கட்டி மலைய இழுப்போம்*
  வந்தா மலை! அந்தா மயிரு!

பயம் பல நேரங்களில் வெறும் பிரமைதான். பயந்தவன் எனத் தெரிந்துவிட்டால், மிரட்டுகிற ஆட்களுக்குப் பஞ்சமில்லை.

- *புலி அடிக்கு முன்னே கிலி அடிக்கும்.*
- *அஞ்சினவனக் குஞ்சும் வெரட்டும்!*

துணிந்தவன்தான் வெல்லமுடியும் என்கிறது சொலவடை.

- *அச்சமில்லாதவன் அம்பலம் ஏறுவான்!*
- *துணிஞ்சவனுக்குத் துக்கம் இல்ல*
  அழுதவனுக்கு வெக்கம் இல்ல
- *அதிர நடக்கிறவனுக்கு*
  அய்யனாரும் இல்ல பிடாரியும் இல்ல!
- *புலிக்குத் தன் காடு என்ன?*
  வேத்துக்காடு என்ன?
- *வெட்டரிவாளுக்கு*
  வெயிலா? கூதலா?
- *மழைக்கால இருட்டானாலும்*
  மந்தி கொம்பு தவறிப் பாயுமா?

- *முதலைக்கு இல்லை*
  நீச்சும் நிலையும்!
- *கல்லடிச் சித்தன் போற வழி*
  காடு மேடெல்லாம் தவிடுபொடி!
- *நிமிந்தா ஆகாசம்!*
  குனிஞ்சா பூமி!
- *ராஜன் ஏறுன குதிரைக்கு*
  மேடு ஏது? பள்ளம் ஏது?

செயலைத் தொடங்கிவிட்டால், துன்பமும் தடையும் இயற்கையாக எதிரே வரும். சந்தித்துத்தான் ஆகவேண்டும். சந்தித்து உறுதியாக நிற்க வேண்டும். ஒரு முங்கில் மண்ணெடுத்து விடலாம் என நினைக்கக்கூடாது.

- *மலையே விழுந்தாலும்*
  தலைதான் தாங்கணும்!
- *கடலைத் தூத்தாவது*
  காரியத்தை முடிக்கணும்!

(தூர்த்தல் - மண்கொண்டு மூடல்)

- *படுவது பட்டும்*
  பட்டத்துக்கு இருக்கணும்!
- *ஈடன் பாடஞ்சான்*
  கூழை எருது நுளம்புக்கு அஞ்சாது!

(ஈடன் - பலசாலி; பாடு - துயரம்; கூழை எருது - வாலில்லாத காளை; நுளம்பு- கொசு)

- *ஆயிரம் உளிவாய்ப்பட்டு*
  ஒரு லிங்கம் ஆகணும்!

சிறு துயரங்களுக்கே கசங்கிப் போனால், எதிர்வரும் பெருந்துயரங் களைச் சமாளிப்பது எப்படி?

- *மொந்தைத் தண்ணியில வீடு வெந்து போனா*
  மொடாத் தண்ணிக்கு எப்படி?
- *சிந்த அறுந்து போற மூக்கு*
  எந்த மட்டும் இருக்கும்?

பாதுகாப்போடு தேடுவது என்பது ஒருக்காலும் நடவாது.

மேயப்போற மாடு
கொம்பில புல்லக் கட்டிக்கிட்டா போகுது?

பயணத்தில் இடையிடையே தடுமாற்றம் வரும்.

சொலவடைகளும் சொன்னவர்களும் | 247

நாணும்கால் கோணும்
நடக்கும் கால் இடறும்!

சில முயற்சிகளின்போது எதிர்பார்ப்பது ஒன்றாக இருக்கும்; கிடைப்பது ஒன்றாக இருக்கும்.

ஏத்தக் கோலுக்குப் பிடிச்சா
அருவாப் பிடிக்கு வரும்!

பொய்யான ஆறுதலை விட உண்மையைச் சொல்லித் தயார்ப்படுத்துவது நல்லது. சொலவடை தயார்ப்படுத்துகிறது. அதே நேரம், தடைகளைச் சிதறடிக்க முடியும் - செயலைத் தொடங்கிய பயணத்தின்போது மாற்றங்கள் நிச்சயம் - என்ற நம்பிக்கையையும் சொலவடை தருகிறது.

- ஆயிரங் காக்கைன்னாலும்
  ஒரு கல்லு போதும்!
- ஆகாசத்தில் எறிஞ்ச கல்
  அங்கேயே நிக்குமா?
- பொன் அகப்பட்டால்
  பொன்முடியத் துணி அகப்படாதா?

உனக்குரியது ஒரு பெருவெளி; உனக்கு இடமே இல்லாமல் யாரும் அதை அபகரித்துப் போய்விட முடியாது என்கிறது சொலவடை.

ஆகாசத்தைப் பருந்து எடுத்துக்கிட்டுப் போகுமா?

கூட்டம் மனிதனுக்கு இயற்கையான பாதுகாப்பு. கூடிச் செயல் பட்டால் பயத்துக்கு அவசியம் இல்லை.

- திரள் எலி வளை எடாது!
- கூடியிருந்து பார்!
  கூட்டுப் பயிர் இட்டுப் பார்!
- சனப்பலம் இருந்தா மனப்பலம் வரும்!

கூடினால் பலனும் கூடும்.

- ஆணும் பெண்ணும் வேல செஞ்சா
  ஆமணக்கு முத்தாகும்!
- ஆள் மெத்தக் கூடுனா
  மீன் மெத்தப் பிடிக்கலாம்!

அரும்பாடுபட்டு முதல் எட்டு எடுத்து வைப்பது அவசியம். முதல் எட்டு எடுத்து வைத்ததுமே கைதட்டல் கேட்கிறது.

ஒரு கூண்டு முடைஞ்சவன்
ஒம்பது கூண்டு முடைவான்.

கைதட்டல் கேட்டதுமே நடையின் வேகம் கூடுகிறது.

உற்சாகம் செஞ்சா மச்சைத் தாண்டுவான்!

நடக்க நடக்க, பெரிதாய்த் தெரிந்த தடைகளும் சின்னதாய்ச் சுருங்கிப் போகின்றன.

- *அண்டத்தைச் சுமக்கிறவனுக்குச்*
  சுண்டைக்காய் பாரமா?

- *ஆத்தைத் தாண்டுனவன்*
  குளத்தைத் தாண்டுனவன்
  வாய்க்கா தாண்ட எம்மாத்திரம்?

7. 8 கல்வி

கற்றுக்கொள்வதை விடக் கற்பிப்பதில்தான் ஒவ்வொருவருக்கும் ஆர்வம் அதிகம். கேட்கும் காது கிடைத்துவிட்டால் கற்பிக்கும் குரல் வீரியம் பெறுகிறது.

சொலவடையும் கற்பிக்கிறது. அனுபவக் குரல் ஆசிரியக் குரலாக மாறும் சந்தர்ப்பம் இது.

எல்லா அனுபவங்களும் கல்வி ஆவதில்லை. அனுபவங்களைத் தொகுத்து - நிறுத்து - மதிப்பிடும் பௌதிகத் தராசுகளும் மக்களிடம் இல்லை. ஆராய்ச்சிக் கூடங்களும் சமூகத்தில் இல்லை, எனவே அனுபவ உண்மைகளில் பெரும்பான்மையானவை உறுதி செய்ய முடியாத அபிப்பிராயங்கள் என்ற அளவிலேயே நின்றுவிடுகின்றன.

- *ஆகிறவன் அரைக்காசிலும் ஆவான்*
  ஆகாதவன் ஆயிரங்கொடுத்தாலும் ஆகமாட்டான்!

- *வீம்பு பிடிச்சவன் விழுவான்!*
  வீரியக்காரன் அழிவான்!

- *சிரிக்கச் சிரிக்க வைக்கிறவங்க சீரழிப்பாங்க!*
  அழுக அழுக வைக்கிறவங்க ஆதரிப்பாங்க!

- *எருது உதவுற மாதிரி*
  இனத்தான் உதவ மாட்டான்!

- *குடும்பத்தில் இளையவனும்*
  கூத்தாடியில் மூத்தவனும் உதவமாட்டாங்க!

- *உழவுக்குப் பிணைச்சு விடுற மாடும்*
  கூட்டுக்குப் பிடிச்சு விடுற ஆளும் உதவாது!

- *திட்டிக் கெட்டாரும் இல்ல!*
  வாழ்த்தி வாழ்ந்தாரும் இல்ல!

அபிப்பிராயங்கள் என்று சொல்லி எல்லாவற்றையும் தட்டிக் கழிக்கவும் முடியாது. பகுத்தறிவால் புடம் போடப்படாத போதும், சொலவடை அபிப்பிராயங்களுக்குள் உண்மையின் வெளிச்சம் இருப்பதை நம் அனுபவமும் உறுதிப்படுத்துகிறது.

- *அருமையத்த வீட்டில்*
  எருமையும் இருக்காது!
- *குலைக்கிற நாய் கடிக்காது!*
  குலையாத நாய் குதிங்காலக் கடிக்கும்!
- *சாட்டை அடியும் சவுக்கடியும் பொறுக்கலாம்!*
  மூட்டைப்பூச்சிக் கடியும் மொணமொணப்பும் ஆகாது!
- *கெடு குடி சொல் கேளாது!*
- *கெட்ட நேரத்துக்கு*
  எட்டு யோசனை வரும்!
- *கட்டோட போனா*
  கனத்தோட வரலாம்!

(கட்டு-பொருள் மூட்டை; கனம் - மரியாதை)

- *நல்லதும் பொல்லாததும் நாக்கிலே!*
- *இறைச்ச கிணறு ஊறும்*
  இறையாத கிணறு நாறும்!
- *ஊசி நுழைஞ்சி பிரிக்கமுடியாத உறவைக்*
  காசு நுழைஞ்சி பிரிச்சு விடும்!
- *அரைக் காசுக்குப் போன மானம்*
  ஆயிரங் கொடுத்தாலும் வராது!
- *உத்தமனுக்கும் தப்பிலிக்கும்*
  உடன்படிக்கை வேணாம்!

(தப்பிலி - அயோக்கியன்)

- *சண்டி மாட்டுக்கு*
  நொண்டி மாடு தேவலாம்!
- *மூடின முத்து மூணு லோகம் பெறும்!*
  மூடாத முத்து முக்கா காசும் பெறாது!

அபிப்பிராயத்தை விட முக்கியமானது அதனுள் இருக்கும் அக்கறை; போகிற போக்கில் சகமனிதனிடம் கசியும் அக்கறை; மேடையேறி, போஸ்டர் அடித்து விளம்பரப்படுத்தாத அக்கறை.

- *ஊர் ஓடுனா ஒத்து ஓடு!*
  ஒருத்தன் ஓடுனா கேட்டு ஓடு!

- *வைத்தியனுக்குக் கொடுக்கிற காச*
  வாணியனுக்குக் கொடு!

(வாணியன் - பலசரக்குக் கடைக்காரன். உணவுப் பொருள்களை வாங்கிச் சாப்பிடு என்பது பொருள்)

- *கழுத்துப் பிடி குடுத்தாலும்*
  எழுத்துப்பிடி குடுக்காதே!
- *துணை போனாலும்*
  பிணை போகாதே!
- *வியாபாரத்தை எண்ணிச்செய்!*
  விவசாயத்தை எண்ணாமச் செய்!
- *களரை நம்பிக் கெட்டவனும் இல்ல!*
  மணலை நம்பி வாழ்ந்தவனும் இல்ல!
- *தூங்கின பிள்ளை பிழைச்சாலும் பிழைக்கும்*
  ஏங்கின பிள்ளை பிழைக்காது!
- *புளியமரத்துக் கீழே பொங்கவும் கூடாது!*
  பொல்லாதவன் நிழல்ல தங்கவும் கூடாது!

7. 8. 1. கற்பித்தல்

எத்தனை துன்பம், தோல்விகளுக்குப் பிறகும் உழைப்பின் மீது மானுடத்துக்கு ஒரு விடாப்பிடியான நம்பிக்கை இருக்கிறது. சகமனிதர்களுக்கும் சந்ததிகளுக்கும் தொடர்ந்து தரப்படும் கல்வி

- *உண்ட உடம்புக்கு உறுதி*
  உழுத கழனிக்கு நெல்லு!
- *கை காச்சா கமுகு காய்க்கும்!*
- *பாடுபட்டா பாலும் சோறும்!*
- *பத்து விரலால் பாடுபட்டு*
  அஞ்சு விரலால் அள்ளித் திங்கணும்!

திட்டமிட்ட உழைப்பு இன்னும் நல்லது. திட்டமிருப்பின் வெட்டிப் பொழுதும் இல்லை; மூச்சு வாங்கும் களைப்பும் இல்லை.

அளவறிஞ்சு வேலை செஞ்சா
விரல் மடக்கப் பொழுது இல்ல!

சரியான ஆளிடம் பொறுப்பு போவது விரயத்தை மேலும் குறைக்கும்.

ஆளான ஆள் புகுந்தா
ஆமணக்கு முத்தாகும்!

எளிய திறனுள்ளோர் செய்து முடிக்கக்கூடிய காரியத்துக்கு ஜாம்ப வான்களைத் தேடிப் போகவேண்டியதுமில்லை.

பெருங்கயிறு
முடி அழுந்தாது!

துயரங்கள் காரணமாக உழைப்பதை - இயங்குவதை - நிறுத்தி விடக்கூடாது. உழைப்புதான் காயம் ஆறத் தேவையான மருந்து.

அழுதுகிட்டு இருந்தாலும்
உழுதுகிட்டு இருக்கணும்!

உழைப்புக்குச் சாட்சியாகக் காடும் மாடும் நிற்கின்றன.

உழுதவன் காட்டைப் பார்!
மேச்சவன் மாட்டைப் பார்!

அனுபவத்தில் கிடைத்த அறிவை யோசனைகளாகப் பகிர்ந்து கொள்கிறது சொலவடை.

- *நல்லவன் உறவை நாலு பணம் கொடுத்துச் சேக்கணும்!*
  கெட்டவன் உறவைப் பத்துப் பணம் கொடுத்து நீக்கணும்!
- *எலிவளை ஆனாலும்*
  தனி வளை வேணும்!
- *நஞ்சிலும் நாலுவாய் திங்கணும்!*
- *சித்திரை உழவு*
  பத்தரைமாத்துத் தங்கம்!
- *அஞ்சு வருசம் கொஞ்சி வளர்!*
  பத்து வருசம் அடிச்சு வளர்!
  பதினாறு வருசம் பழகி வளர்!
- *மூணுபேர் வழிக்குத் துணை!*
  ரெண்டு பேர் பிணையல் மாடு!
  ஒருத்தன் போனா பரதேசி!
- *சாண் பாம்பு ஆனாலும்*
  முழத்தடி வேணும்!
- *ஆளு இளைச்சாப்புல இருந்தா*
  தோணி மிதந்தாப்புல போகும்!
- *ஆளை ஆள் அறியணும்*
  மீனைப் புளியங்கா அறியணும்.
- *கறவை உள்ளவன்*
  விருந்துக்கு அஞ்சான்!

யோசனைகளோடு தீர்வுகளும் கலந்து இருக்கின்றன.

- *எரியுறதப் பிடுங்குனா கொதிக்கிறது அடங்கும்!*
- *கொடுத்து விட்டுக் கோடி வாங்கலாம்!*
- *கீறி ஆத்துனா புண்ணு ஆறும்.*
- *ஒக்கச் சிரிச்சா வெக்கமில்ல!*

எது நல்லது? எது முக்கியமானது?- என்பவை குறித்த தேடல்களும் சொலவடைக்கு உண்டு. தேடலில் கண்ட உண்மைகள் இவை. சொல்லும் வார்த்தைகள் முக்கியமானவை

வழி தூந்து போகும்
வார்த்தை நிக்கும்!

பேச்சை விட எழுத்து முக்கியமாகும் நேரம் உண்டு - குறிப்பாகக் கணக்கு வழக்குகளில்.

- *எழுதாக் கடனுக்கு அழுதாத் தீருமா?*
- *எழுதி வாழாதவன் வாழ்க்கை*
  கழுதை புரண்ட களம்!

பேச்சை விட எழுத்து எவ்வளவு முக்கியமானது எனச் சொலவடை விவரிக்கிறது.

ஆயிரஞ் சொல்லுக்கு
அரை எழுத்து மேல்!

எழுத்தை விடவும் மேலானது கேட்டும் படித்தும் விவரங்களைத் தெரிந்துகொள்வது.

எழுதுறது பெரிசில்ல!
இன்னம் அறிஞ்சு சேக்கிறது பெரிசு!

கேட்டும் படித்தும் சேர்க்கும் அறிவின் ஒரு கூறு பயிற்சி. தொடர்ந்த செயல்பாடும், பயிற்சியும் வாழ்க்கை மீது துரு ஏறாமல் காக்கும்.

- *தொட்டுக் காட்டாத வித்தை*
  சுட்டுப் போட்டாலும் வராது!
- *துலக்காத ஆயுதம் துருப் பிடிக்கும்!*

பயிற்சியை விடவும் அடிப்படையானதாகிறது ஆர்வம். பார்த்துக் கற்றவர் நிகழ்த்திய குழப்பமும், கேட்டறிந்தவர் செய்த நேர்த்தியும் இது.

பாத்திருந்தவ பச்சையாக் குத்தினா!
கேட்டிருந்தவ வறுத்துக் குத்தினா!

செயலை விடச் சில நேரங்களில் பார்வை துல்லியமாக இருக்கிறது.

கண்ணளக்காதது கை அளக்குமா?

வாழ்வில், இப்படி ஒன்றைவிட ஒன்று முக்கியமாகிறது. பொருளைச் சேர்ப்பது பெரிதல்ல; காப்பது பெரிது என்கிறது சொலவடை

- கடையும் கிடையும்
  காத்தவனுக்குத்தான்!
- பார்க்காத உடைமை வாழ்!
- காப்பானுக்குக் கள்ளன் இல்லை!
- பாத்தாத்தான் மாடாம்!
  பாராட்டி சும்மாடாம்!

பொருள்கள் குறித்த ஞாபகமும் முக்கியம்.
  மறந்தவன் பொருள்
  மக்களுக்கு உதவாது!

சேர்த்த பொருளை அனுபவிக்காமல் வைத்தாலும் சேதமே; எலிகள் தின்று தீர்க்கும்.

- உண்ணாச் சொத்து
  மண்ணாப் போகும்.
- உடுக்காப் புடவை பூச்சிக்கு இரை!

ஊதாரித்தனமான செலவு வேறுவிதமான நஷ்டம். இங்கேயும் ஒரு மத்தியப் பாதை வேண்டும்.

- வாளுக்கு ஆயிரம் தோளுக்கு ஆயிரம் வந்தாலும் மட்டாய்ச் செலவு செய்யணும்.
- செக்களவு பொன் இருந்தாலும் செதுக்கித் திங்கக் காணாது.

சம்பாதிப்பதில் ஒரு யோக்கியமும் வேண்டும். அடித்துப் பிடித்து, அடுத்தவனைக் கெடுத்துச் சம்பாதிக்க வேண்டாம் என்கிறது சொலவடை.

- ஆயிரம் வந்தாலும் ஆயத்தொழில் ஆகாது!
  (ஆயத்தொழில் - வரி வசூலிக்கும் தொழில்)
- கள்ளு வித்து கலப்பணம் சம்பாதிப்பதைவிட கற்பூரம் வித்து காப்பணம் சம்பாதிக்கலாம்!

தனக்குத் தெரிந்த தொழிலைக் கைவிட்டுவிடவும் வேண்டாம் என்கிறது சொலவடை.

  தன் தொழில் செய்யாட்டா தலையளவு பஞ்சம்!

பொருள் சேர்க்கும்போதும், காக்கும்போதும் பொறுப்பை எப்போதும் அடுத்தவனிடம் ஒப்படைப்பது விவேகமான காரியம் அல்ல.

- தான் தேடாப் பொன்னுக்கு
  மாத்தும் இல்ல; உரையும் இல்ல
- உடையவன் பாரா வேலை
  ஒரு முழம் கட்டை!

சில காரியங்களை அடுத்தவரிடம் விடவே முடியாது

இடுப்பு வலின்னு என்னத்தை அழுதாலும்
புள்ளய அவதானே பெக்கணும்!

உறவுகளைத் தேர்வு செய்யும்போதும் எது நல்லது எனச் சொலவடை சுட்டிக் காட்டுகிறது.

- இடம் வலம் தெரியாதவனோட
  இணக்கம் பண்ணக்கூடாது.
- வழுவழுத்த உறவைக் காட்டிலும்
  வைரம் பாஞ்ச பகை நல்லது.
- ஆட்டு வாணிகன் ஆலிங்கனத்தை விடக்
  கூட்டு வாணிகன் குட்டு நல்லது.
- முக்கூட்டுச் சிக்கு அறாது!

நீ விலக விலக உறவும் விலகும் என்ற எச்சரிக்கையையும் தருகிறது சொலவடை.

தொட்டால் தோழன்
விட்டால் மாற்றான்!

உதவி கூட எப்படி இருந்தால் நல்லது எனச் சொலவடை சொல்கிறது.

கோணி கோடி கொடுக்கிறத விட
கோணாம காணி கொடுக்கிறது நல்லது.
(காணி - சிறு அளவு)

முயற்சி, அறிவு, புரிதல் - இவை எல்லாவற்றிலும் சிறந்தது கள்ளமற்ற நெஞ்சு.

வெள்ளைக்கு இல்லை
கள்ளச் சிந்தை

கள்ள நெஞ்சின் ஆசை பெரிது

கள்ள நெஞ்சு
காடு கொள்ளாது!

கள்ள நெஞ்சு உடைந்து நொறுங்குவது தவிர்க்க முடியாதது.

உப்பு இருந்த பாண்டமும்
உபாயம் இருந்த நெஞ்சமும்
தட்டி உடையாமல் தானே உடையும்!

7. 8. 2 அறிவுறுத்தல்

கொஞ்சம் அழுத்தம் பெறும்போது - கொஞ்சம் அதிகாரம் சேர்ந்து வரும்போது கற்பித்தல் அறிவுறுத்தல் ஆகிறது.

- *கண்டது கேட்டது சொல்லாதே!*
  காட்டு மரத்தில் நில்லாதே!
- *பாழாப் போனதைப் பசுவுக்குப் போடு!*
  நாறிப் போனதை நாய்க்குப் போடு!
- *மானங் கெட்ட சந்தையிலே*
  போன பண்டம் தேடாதே!
- *வேகுற சோத்துக்கும் வெட்டுற கெணத்துக்கும்*
  முடிச்சு போடாதே!
- *உங்கப் பதம் இருந்தாலும் ஊர்க்காடு சுத்தாதே!*
  திங்கப்பதம் இருந்தாலும் தேசம் எல்லாம் அலையாதே!
- *மார்மட்டும் உறவு இருந்தாலும்*
  மார்மேல கை போடாதே!
- *ஈயை ஈயை நோவாதே*
  புண்ணை ஆத்து!
- *கோழி அடையு முன்னே*
  கூட்டில போய் அடையாதே!
- *ஆளச் சுத்திப் பார்க்காம*
  அளக்கக் கூடாது!
- *தாய் வார்த்தை கேளாத பிள்ளை*
  நாய் வாயில் சேலை!
- *ஓரஞ் சொன்னவன்*
  ஆருக்கும் ஆகமாட்டான்!

(ஓரம் - பாரபட்சம்)

கற்பிக்கும்போது அசட்டையாக இருப்பவர்கள் அதிகாரத்துடன் அறிவுறுத்தும்போது ஏற்கிறார்கள். வார்த்தை தவறாமை, உண்மை, நேர்மை போன்ற பண்புகளைச் சொலவடை உணர்த்தும் பாணி இது.

- *மொழி தப்பினவன்*
  வழி தப்பினவன்
- *வாயாலே சொன்னதுக்குத்*
  தாயாரை வித்தாவது கொடுக்கணும்!

- விசுவாசம் இருந்தா வேசியும் பிழைப்பா!
  நிசம் இருந்தா நீசனும் தழைப்பான்!
- சத்தியத்துக்கு இல்லாத பிள்ளை
  துக்கப்பட்ட போது அழப் போகுதா?...

சிறிய விசயங்களிலும் இந்த நேர்மை தேவை.

கொஞ்சத்தில் உண்மை இல்லாதவன்
கோடியிலும் இருக்க மாட்டான்!

அளவைத் தாண்டாதே என்ற அறிவுறுத்தல் எப்போதும் சொலவடையில் இருக்கிறது.

- ஆழாக்கு போட்டாலும்
  அளந்து போடு!
- அள்ளிக் கொடுத்தா சும்மா
  அளந்து கொடுத்தா கடன்!
- உடல் அளவு விரதம்
  பொருள் அளவு தானம்.
- குருவிக்குத் தக்கபடி
  கூடு கட்டணும்!

கடந்த காலத்தை அசைபோட்டபடி சுணங்கிக் கிடப்பதைச் சொலவடை எதிர்க்கிறது.

பழங்கணக்கு
பருத்தி விதைக்கும் ஆகாது!

தவறுகளைத் தெரிந்து செய்தாலும், தெரியாமல் செய்தாலும் விளைவுகளைத் தவிர்க்க முடியாது.

- மல்லாந்து துப்புனா மார்மேல விழும்!
- நெருப்பைக் கண்டு மிதிச்சாலும் சுடும்!
  காணாம மிதிச்சாலும் சுடும்!

தாமதித்துச் செய்யப்படும் காரியம் பலனற்றுப் போகும்,

ஆறின கஞ்சி பழங்கஞ்சி!

அவமதிப்பான பார்வைகளும், வார்த்தைகளும் நெஞ்சை வதைப் பதைப் போல வேறு எதுவும் வதைத்துவிட முடியாது.

- முறத்தடி பட்டாலும்
  முகத்தடி படக் கூடாது!
- அடியை விட ஆவலாதி பெரிசு!

அவமதிப்பான வார்த்தையை நாம் பிறர் மீது எறிந்தாலும் அது திருப்பி வந்து நம்மையும் தாக்கும்

சகதியில கல்ல விட்டெறிஞ்சா
தன் துணின்னும் பாராது!
அசலார் துணின்னும் பாராது!

வீணர்களோடு சண்டையிடும் போதும் சேதம் நமக்குத்தான்!

எண்ணெய்க்குடமும் வெறுங்குடமும் மோதுனா
எதுக்குச் சேதம்?

சண்டைக் காலங்களில் தன்னுடைய இடம்தான் தனக்குப் பாதுகாப்பு, ஆவேசப்பட்டு வீதியில் இறங்கினால் அடி நிச்சயம்.

வெவரமான ஆளு வீதிக்கு வரமாட்டான்!

மிகுதி குறித்த பயம் எப்போதும் சொலவடையில் இருக்கிறது.

- *வைத்தியன் பிள்ளை மருந்தில் சாகும்!*
- *அறமுறுக்குனா கொடி முறுக்குப்படும்!*
- *அறக்கூர்மை மழு மொட்டை!*

எது சாத்தியம் என்ற புரிதலும் எப்போதும் தேவைப்படுகிறது..

- *மாவத் தின்னா பணியாரம் இல்ல!*
- *மந்தையிலும் பால்!*
  வீட்டிலும் தயிரா?

வெற்றுப்புலம்பலாலோ, வீண் எரிச்சலாலோ எந்தக் காரியமும் நடந்துவிடப் போவதில்லை.

- *ஆடு மறிச்சவன் வயல் வெளையுமா?*
  அங்கலாச்சவன் வயல் வெளையுமா?

(மறிச்சவன் - வயலுக்குள் நுழைய விடாமல் தடுத்தவன்)

- *எருப்போட்டா வெளையுமா?*
  எரிச்சப்பட்டா வெளையுமா?

வற்புறுத்தினால் காரியம் நடப்பதுபோல் தெரியும்; ஆனால் நடப்பதில்லை.

- *முறையோங்கிறவன் கழுத்தில லிங்கம் கட்டுனா*
  மறைவில அறுத்துப் போடுவான்!
- *கத்து கத்துன்னா கழுதையும் கத்தாது!*
  சொல்லு சொல்லுன்னா புலவனும் சொல்லமாட்டான்!

பலன்கள் எப்போதும் நம் முயற்சி அளவுக்குத்தான் கிட்டும். நொந்து பயனில்லை.

கேணி நிறையத் தண்ணி இருந்தாலும்
வாளி அளவுக்குத்தான் வரும்!

வறட்டுத்தனமாய்த் தன்னை வருத்திக்கொள்வதாலும் பலன் கிட்டி விடாது. முயற்சிகள் இயற்கையாக இருக்க வேண்டும்.

காலாலே நடந்தா காதவழி!
தலையாலே நடந்தா எவ்வளவு தூரம்?

நம்மை நாமே ஏமாற்றித் திருப்தி கொண்டாலும், எரியும் வயிறு அடங்காது.

வாய் நெறையப் பல்லுக் காவி
வயித்துப் பசிய ஆத்தாது!

7. 8. 3. எச்சரித்தல்

சிறிய தவறுகள் கூட பெரிய சங்கடத்தைக் கொண்டு வந்து விடுகின்றன.

காணி மந்தம்
கோடி துக்கம்!

எச்சரிக்கை தேவைப்படுகிறது; மெத்தனம், அறிவீனம் காரணமாகக் கற்றுக்கொள்ளாதவர்களுக்கு எச்சரிக்கை தேவைப்படுகிறது.

- *பல்லக்கு ஏறுறதும் வாயினால!*
  பல்லு ஒடையிறதும் வாயினால!
- *சாடையில பேசி பாடையில போகாதே!*
- *பூடந் தெரியாமச் சாமி ஆடாதே!*
  ஆழந் தெரியாமக் காலை விடாதே!

(பூடம் - கூடம், சாமி அறை)

- *சிந்தின வீட்ல சேராது*
  மங்குன வீட்ல வாராது!
- *எத்திக்கிட்டே இருக்கிறவன்*
  இருந்து வேலை செய்யமாட்டான்!
- *ஒரல்ல தலையக் கொடுத்தா*
  ஒலக்கைப் பூசைதான் கெடைக்கும்!
- *கிணறு தப்பித் துரவில் விழுகுறதா?*

(துரவு - வயல்களில் நீர் தேக்கி வைக்கும் பெரும் பள்ளம்)

- *தூங்கிய நாய்க்குத்*
  துடைப்பம் எதிரி!
- *சிணுங்குறது எல்லாம்*
  பூசைக்கு அடையாளம்!

- *தவிட்டுக்கு நீண்ட கை*
  தனத்துக்கும் வரும்
- *விரும்புனவள விட்டா தோசம்!*
  விரும்பாதவளத் தொட்டா தோசம்!
- *கொழுந்து மலிஞ்சிருச்சுன்னு*
  குப்பையில் தள்ளி விடுறதா?

தவறு செய்தே பழக்கப்பட்டோரையும் எச்சரிக்க வேண்டியிருக்கிறது.

- *தாங் கும்பிடும் தெய்வம்னாலும்*
  பொய்ச் சத்தியம் பொறுக்குமா?
- *பெத்த தாயானாலும்*
  குத்தம் எத்தனை பொறுப்பா?
- *உருட்டுத் தாளம் போட்டா*
  உள்ள தாளமும் போயிரும்!
- *நீண்ட கை நெருப்பு அள்ளும்!*
  சமத்துப் பானை சந்தியில் உடையும்!

எல்லை மீறல்களை எப்படிச் சுட்டிக் காட்டாமல் விட முடியும்?

நாய்த் தொலின்னாலும்
தாய்த் தொலி ஆகாது!
(தொலி - தோல் - உடம்பு)

கொஞ்சம் கவனம் இல்லாவிட்டால் கை மீறிப் போகக் கூடியவை உணர்ச்சிகள். அனுதாபம் ஆபத்து என்கிறது சொலவடை.

அய்யோன்னு விட்டா
ஆறுமாசப் பாவம் சுத்தும்!

கோபம் இன்னும் ஆபத்தானது. பாய்ந்து பிடுங்காமல் கோபம் அடங்குவதில்லை.

- *அன்னு சொன்ன சொல்லும் அறுக்க வந்த கத்தியும்*
  இல்லைன்னு போகாது!
- *ஓங்கின கோடாரி நிக்காது!*

சலித்துக் கொள்வதும் துயரத்தின் பாதைதான் -

ஆக்குறவ சலிச்சா அடுப்பு பாழ்!
குத்துறவ சலிச்சா குந்தாணி பாழ்!

விவரம் புரியாத காத்திருப்பும் ஆளை வாட்டி எடுத்துவிடும்.

கடலு வத்திக் கருவாடு திங்கலாமுன்னு
உடலுவத்திச் செத்துச்சாம் கொக்கு!

மழுப்பிப் பேசுவது சொலவடையின் வழக்கமில்லை. எச்சரிக்கைகள் வெளிப்படையாக இருக்கின்றன,

- *பல்லு பழுதானா*
  பாடைக்கு முன்பணம்!
- *அடங்காத பிள்ளை பெத்தா*
  ஒறங்காம முழிச்சிருக்கணும்!
- *கத்திகட்டி பெஞ்சாதி*
  கைம்பெஞ்சாதி!

(கத்திகட்டி - படைவீரன்)

முடிந்தது என்று நினைக்கக்கூடிய காரியத்திலும் இன்னும் இருக்கக்கூடிய மிச்சத்தை நினைவுபடுத்துகிறது சொலவடை.

ஆறுன புண்ணிலும் அசடு நிக்கும்!

வெறுமை - ஓய்வு - நிசப்தம் இவையெல்லாம் தீங்கை வரவேற்கும் சந்தர்ப்பங்களும் உண்டு.

குடியில்லாத வீட்டில்
குண்டுப் பெருச்சாளி உலவும்!

அதேநேரம் உறவு கூடி வரும் கலகலப்பான நேரங்களிலும் இதை ஞாபகத்தில் கொள்ள வேண்டியிருக்கிறது.

பதினாறு பல்லில்
ஒரு நச்சுப்பல்லும் இருக்கும்!

எது உறவு என்ற புரிதலும் இருக்க வேண்டும்

இரவல் சதமா? திருடன் உறவா?

அதிக நெருக்கம் பகையாகும் என்ற எச்சரிக்கையையும் சொலவடை தருகிறது.

- *கரும்பை விரும்ப விரும்ப இரும்பு!*
- *நித்தம் போனா முத்தம் சலிக்கும்!*

(முத்தம் - முற்றம்)

- *படுக்கப் படுக்கப் பாயும் பகை!*
- *கிட்ட இருந்தா முட்டப்பகை!*
- *சேரச் சேரச் செடியும் பகை!*

7.9 பார்வை

பயமும் ஆயாசமும் சொலவடை விவேகத்துக்குள் மையமிட்டிருக்கின்றன.

பயம், ஆதாரமான உணர்ச்சி, ஒழுக்கம், மனச்சாட்சி, மதம், கடவுள் இவற்றின் மூதாதையாக பயம்தான் இருந்ததாக உளவியலாளர் கருதுகின்றனர்.[10]

முதலில் பயந்து பிறகு தெளிந்தவர்கள்தானே தத்துவங்களை உதிர்த்திருக்கிறார்கள். சொலவடைக்குள் பயம் சுருண்டு கிடப்பது ஆச்சர்யமல்ல.

- *காலைச் சுத்துன பாம்பு கடிக்காம விடாது!*
  தொட்டா விடாது தொத்துன பிசாசு!
- *அடிச்சு விட்டவன் பின்னால போனாலும்*
  பிடிச்சு விட்டவன் பின்னால போகக்கூடாது.
- *அடைப்பைப் பிடுங்குனா*
  பாம்பு கடிக்கும்!
- *பொல்லாத காலம்*
  சொல்லாம வரும் புரட்டாசியில!
- *தன்னூர்ல சுடுகாடு பயம்!*
  அசலூர்ல ஆறு பயம்!
- *எண்ணம் எல்லாம் பொய்!*
  எமன் ஓலை மெய்!
- *எறும்பு கடிக்கிறது சாகுறதுக்குத்தான்!*
- *கல்லெறிக்குத் தப்பினாலும்*
  கண்ணெறிக்குத் தப்ப முடியாது!

பயத்துக்குக் காரணமும் இருக்கிறது. ஏற்கனவே முதுகில் சுமக்கும் புண்கள்!

முதுகில புண் உண்டானா
செடியில நுழையப் பயம்!

ஓய்ந்து ஒடுங்கிப் போன வாழ்க்கையும் மூலையில் சாய்ந்து காலை நீட்டித் தத்துவம் பேசக் காரணமாய் இருக்கிறது. தத்துவத்தின் கருப்பையில் எப்போதும் விரக்தி குடியிருக்கிறது.

- *ஆயிரமா வச்சிப் பிழைச்சாலும்*
  அடங்குறது ஆறுமுழக் குழிக்குள்ளதான்!
- *குளம் எத்தனை சூத்தைக் கண்டுச்சோ!*
  சூத்து எத்தனை குளத்தைக் கண்டுச்சோ!
- *அறிஞ்சு அறிஞ்சு செய்யிற பாவத்தை*
  அழுது அழுது தொலைக்கணும்!

- *வெறலுக்குத் தக்க வீக்கம்*
  படகுக்கு ஏத்த புயல்!
- *எது பிரியம்? இல்லாதது பிரியம்!*
- *அரை ஆசை முழு தரித்திரம்!*
- *மண்டை உள்ளவரை சளி போகாது!*
- *பங்குனின்னு பருக்கிறதும் இல்ல!*
  சித்திரைன்னு சிறுக்கிறதும் இல்ல!
- *ஊத்தை போகக் குளிச்சவனும் இல்ல*
  பசிபோகத் தின்னவனும் இல்ல.
- *அணை கடந்த வெள்ளம்*
  அழுதாலும் திரும்பாது!
- *நல்ல வேளை முளைக்கிறபோது*
  நாய் வேளையும் முளைக்குது!
- *ஏண்டு ஏண்டு அழுதாலும்*
  மாண்டவர் வரப் போறதில்ல!

(ஏண்டு - ஏங்கி)

ஆயாசத்தின் அடுத்த கட்டம் விதிவசம்தான்! தெய்வ நம்பிக்கைகள் குறித்து அதிகம் பேசாத சொலவடைத் தத்துவம் விதிக் கொள்கைக்குள் போய் ஒரு சுற்று வட்டமடித்து வருகிறது.

- *கொடுக்கிறவன் கன்னத்தில்*
  அடிச்சுக் கொடுப்பான்!
- *முன்னளந்த நாழிபின்னளக்கும்!*

(செய்தது திரும்பக் கிடைக்கும்)

- *எட்டாழம் போனாலும்*
  கிட்டாதது கிட்டாது!
- *வெளக்கெண்ணெயத் தடவிக்கிட்டு*
  ஆத்து மணல்ல புரண்டாலும்
  ஒட்டுறதுதான் ஒட்டும்!
- *நாள் செய்யிறத*
  நல்லவங்க செய்யமாட்டாங்க!
- *ஊத்தை போனாலும்*
  உள்வினை போகாது!
- *ஓடுற தண்ணிய ஓங்கி அடிச்சாலும்*
  அது கூடுற பக்கந்தான் கூடும்!

- *கூடை கூடையாகக் கொடுத்தாலும்*
  குறை போகாது!
- *காளை போன வழியில்*
  கயிறு போகும்!

பற்றற்று இரு எனச் சொலவடை சொல்வதில்லை. வம்பு தும்புகளில் சிக்காமல் விலகி இரு என்கிறது சொலவடை.

- *நல்லது செஞ்சு நடுவழியே போனா*
  பொல்லாதது போறவழியே போகுது!
- *வழியே போய் வழியே வந்தா*
  அதிகாரி செங்கோல் என்ன செய்யும்?
- *குத்தாத காதுக்கு ஊனம் இல்ல!*
  குரைக்காத நாய்க்கு உதையும் இல்ல!
- *நரி இடம் போனா என்ன? வலம் போனா என்ன?*
  கடிக்காமப் போனாச் சரி!

சிறிய பிடிமானமாக இருந்தாலும் அது உத்தரவாதத்தோடு இருப்பது அவசியம் என்கிறது சொலவடை.

- *கால்காசு வாங்குனாலும்*
  கவர்மெண்ட் காசு!
- *கோழி ஓட்டினாலும் கும்பினிக்கே ஓட்டு!*

(கும்பினி - கம்பெனி - கிழக்கிந்தியக் கம்பெனி)

- *அரைப்பணம் சேவகம் னாலும் அரமண சேவகம்!*
- *வெறுங்காதுக்கு ஓலைக் காது எவ்வளவோ பெரிசு!*

இந்த ஒடுக்கத்தின் உச்சம் - தேடவேண்டாம் இருப்பது போதும் - என்ற நிலைதான்!

- *அரபிக் குதிரையிலயும்*
  அய்யம்பேட்டைத் தட்டுவாணி நல்லது!

(தட்டுவாணி- உள்நாட்டுக் குதிரை; பெண்ணைக் குறிக்கும் வழக்கு)

- *பழங்கால் தூர்க்க வேணாம்!*
  புதுக்கால் வெட்ட வேணாம்!

இல்லாத வாழ்க்கையிலும் ஒரு திருப்தியைக் காணுகிற பார்வை இது.

- *ஆடுமாடு இல்லாதவன் அடைமழைக்கு ராஜா!*
  புள்ள குட்டி இல்லாதவன் பஞ்சத்துக்கு ராஜா!

- *பொண்டாட்டி இல்லாதவன்*
  போகவர நல்ல ஆளு!
- *அல்லையும் இல்ல! தொல்லையும் இல்ல!*
  ஆடிவரப் பிள்ளையும் இல்ல!
- *அக்குத் தொக்கு இல்லாதவனுக்குத் துக்கம் ஏது?*

(அக்குத்தொக்கு - பந்தங்கள்)

எது இல்லை என்றாலும் அதற்கொரு காரணம் இருக்கும் என்கிறது சொலவடை.

குதிரையின் குணம் அறிஞ்சுதான்
கொம்பு வைக்கல!

பயத்தின் இன்னொரு பக்கமாக நம்பிக்கை இருக்கிறது. அறிவுக்குப் பொருந்தாதபோதிலும், ஆறுதலைத் தந்து தூக்கி நிறுத்தும் இந்த நம்பிக்கைகள் வாழ்க்கை உருள அவசியமாகின்றன.[11]

- *தீரா வழக்குக்குத் தெய்வமே சாட்சி!*
- *பெண் வாய்க்கும் புண்ணியவானுக்கு!*
  பண்டம் வாய்க்கும் பாக்கியவானுக்கு!
- *தவிடு அள்ளுன கை தனம் அள்ளும்!*
- *ஆறு நூறு ஆகும்*
  நூறும் ஆறு ஆகும்
- *திருவிளக்கு இட்டாரைத் தெய்வம் அறியும்*
  நெய்வார்த்து உண்டாரை நெஞ்சு அறியும்
- *தாய்க்கு அடங்காதவன்*
  ஊருக்கு அடங்குவான்!
- *அடங்காத மாட்டை*
  வெள்ளம் கொண்டுபோகும்!
- *வஞ்சகமில்லாத மகராசனுக்கு*
  வறுத்த காணமும் முளைக்கும்!
- *கெட்டு நொந்தவன் கிழக்கே போ!*
  வாழ்ந்து கெட்டவன் வடக்கே போ!
- *ஓடம் விட்ட ஆறும் அடி சுடும்!*

நேயத்தை உருவாக்கும் நம்பிக்கைகளும் இருக்கின்றன.

மாடு முக்கி வர
வீடு நக்கி வரும்

ஆபத்தான செயல்பாடுகள் கூட ஒரு நம்பிக்கையில்தான் இயங்குகின்றன.

    அகப்பட்டுக்கிடுவோம்னு நெனச்சா
    கள்ளன் களவெடுக்கிறது?

நம்பிக்கைகள் வசம் ஒரேயடியாகச் சொலவடைகள் சிக்கிவிடவில்லை. நம்பிக்கையோடு பகுத்தறிவை ஏற்றும் சொலவடைகள் பேசுகின்றன.

- தான் பாதி! தெய்வம் பாதி!
- அருள் பாதி! மருள் பாதி!
- மந்திரம் கால்! மதி முக்கால்!

இழப்பதற்கு ஏதுமில்லாத வாழ்க்கை, பயத்தையும் ஒரு கட்டத்தில் தள்ளிவிடுகிறது.

- பிச்சைக் குடிக்கு அச்சமில்லை!
- பறிச்ச காட்டுக்குப் பயமில்லை!

எதுவும் பழக்கமான பிறகு பயமும் போய்விடுகிறது.

- கம்மாளன் நாய்
 சம்மட்டித் தொனிக்கு அஞ்சுமா?
- கோயில் பூனை சாமிக்கு அஞ்சுமா?
- முட்ட நனைஞ்சவனுக்கு ஈரமில்ல
 முழுதும் கெட்டவனுக்குத் துக்கமில்ல.

இரண்டு எதிர்நிலையில் இருப்பவர்கள் துணிகிறார்கள்; மத்தியில் இருப்பவர்கள் துணிவதில்லை என்கிறது சொலவடை.

    கோடிச்சீமான் துணியணும்
    இல்லாட்டி கோவணாண்டி துணியணும்!

பார்வைகள் பலவிதமாக இருப்பதையும் சொலவடை அறிகிறது. அவரவர் அனுபவம் - அவரவர் படிப்பு - அவரவர் இருப்பு தந்த பார்வை எப்போதும் தூக்கலாக இருக்கிறது.

- எறும்பும் தன் கையால் எண் ஜாண்!
- எறும்புக்குக் கொட்டாங்கச்சித் தண்ணீ சமுத்திரம்!
- எறும்புக் கண்ணுக்கு
 எருமை மூத்திரம் ஏகப் பெருவெள்ளம்!
- ஆனைக்கு அரை அடி!
 எலிக்கு எட்டு அடி!

நெருங்கிப் போகாமல் தூரத்தில் நின்றே அனுமானிக்கும் மேதாவிப் பார்வைகளும் இருக்கின்றன.

- *தூரத்துப் பார்வைக்கு மலை மழமழப்பு*
  கிட்டப் போனா கல்லும் கரடும்!
- *அக்கரையப் பாத்த மாடு மேயாதாம்!*

நெருங்கி இருப்பதன் குறைகளும் பார்வையில் படுவதில்லை. தன் குறைகளையும் பார்வைகள் அறிவதில்லை,

- *இமைக்குத்தம் கண்ணுக்குத் தெரியாது!*
- *கெடுமதி கண்ணுக்குத் தோணாது!*
- *கணக்கன் கணக்கறிவான்*
  தன் கணக்கைத் தானறியான்!

எளிய புரிதல் சொலவடை விவேகத்தின் தனிச் சிறப்பு. புரிதலை வெளிப்படுத்த ஒரு பிரசவ வேதனையைச் சொலவடை அனுபவிப்ப தில்லை. எல்லாம் ஒன்றுதான்! என்ன வித்தியாசம்? என்று சொலவடை விரைவாக முடிவையெட்டும் சந்தர்ப்பங்கள் பல.

- *கடித்த மூட்டையும் சரி!*
  கடியாத மூட்டையும் சரி!
- *கடியும் சுறுக்குத்தான்*
  அடியும் சுறுக்குத்தான்!
- *கட்டி அடிச்சா என்ன?*
  விட்டு அடிச்சா என்ன?
- *மூணு முழமும் ஒரு சுத்து!*
  முப்பது முழமும் ஒரு சுத்து!

எல்லாவற்றையும் சமமாகப் பார்க்கையில் தத்துவத்தின் நுணுக்கமும் தோன்றத்தான் செய்கிறது.

- *கறந்த பாலும் எச்சில்!*
  பிறந்த பிள்ளையும் எச்சில்!
- *குத்திப் பாத்தா ஒரே ரத்தம்!*
  கூவி அழுதா ஒரே சத்தம்!
- *பூனை வயித்தில் எது பிறந்தாலும்*
  எலியப் பிடிக்கும்!
- *பாலைவனத்தில் போற ராசாவுக்கு*
  மண்ணும் பொன்னும் ஒண்ணு!

பிரித்துப் பார்த்து ஒவ்வொன்றின் தன்மை அறியும் போதும், சுலபமாகவே சொலவடை புரிந்து கொள்கிறது.

- *திரிச்ச வரைக்கும் கயிறு!*
  திரியாதது எல்லாம் பழுதை!

(பழுதை - வைக்கோல்புரி)

- *தப்பை அடிச்சவன் தாதன்!*
  சங்கு ஊதினவன் ஆண்டி!
- *சங்கில வார்த்தா தீர்த்தம்*
  சட்டியில ஊத்துனா தண்ணீ!
- *வச்சா பிள்ளையார்!*
  வழிச்சு எறிஞ்சா சாணி!
- *கை முடிக்கிட்டு இருந்தா கமுக்கம்!*
  திறந்தா வெட்டவெளி!
- *ஆனை ஏறுனா மாவுத்தன்!*
  குதிரை ஏறுனா ராவுத்தன்!

பார்க்க ஒரே கூட்டம் போலத் தெரிந்தாலும், உற்றுப் பார்த்தால் வித்தியாசங்கள் தெரிகின்றன.

- *கல்லு வெட்டும் கோடாலிக்குப்*
  புல்லு வெட்டத் தெரியாது!
- *லங்கையில் பிறந்தவன் எல்லாம்*
  ராவணன் அல்ல.

இது நல்ல கூட்டம்; இது கெட்ட கூட்டம் என்றும் ஒட்டுமொத்த மாகப் பிரித்துவிட முடியாது.

ஆனவன் ஆகாதவன்
எல்லாத்திலயும் உண்டு!

வாழ்க்கை நெருக்கடி சில முகங்களை அடையாளம் காட்டும்.

- *வெந்தாத் தெரியும் வெங்காய மணப்பு!*
- *புடம் போட்டால் பொன் வேற! களிம்பு வேற!*

காலம் சிலர் சாயங்களை வெளுக்க வைத்துவிடும்.

நூலுஞ் சேலையும்
நூத்தியெட்டு நாளைக்கு!

செயல்பாடுகளிலும் சில நபர்களை அடையாளம் தெரிந்துவிடும்.

நிறைநாழி உருளாது
வெறு நாழி உருளும்!

படிப்பாளிகளை அறிந்துகொள்ளவும் ஒரு வழி இருக்கிறது.

மெத்தப் படிச்சவருக்குச்
சோறு வெல்லம்!

ஒரு காரியத்தின் விளைவு விரயமாவது எப்போது உரமாவது எப்போது என்றும் பிரித்துப் பார்த்துக் கூறுகிறது சொலவடை.

உற்றார் தின்னா புற்றாய்ப் போகும்!
ஊரார் தின்னா பேராய் ஆகும்!

குறைகள் இல்லாதவர் ஒருவருமில்லை என்ற பார்வையும் சொலவடையில் உண்டு.

- *முத்திலும் சொத்தை இருக்கு!*
  பவளத்திலும் பழுது இருக்கு!
- *குன்றிமணிக்கும் குண்டியில கறுப்பு!*
- *கருப்பட்டியிலும் கல்லு இருக்கும்*
  கடிச்சாலும் பல்லு போகும்!

சிறியவை மீதான அலட்சியம் தவறு. சிறியவை ஆக்கவும் செய்யும்; அழிக்கவும் செய்யும்; எத்தனை கேட்டிலும் உறுதிப்பட நிற்கவும் செய்யும் என்கின்றன சொலவடைகள்.

- *ஆயிரம் மாகாணி அறுபத்திரண்டரை!*
- *ஆயிரங்கல நெல்லுக்கு ஒரு அந்துப் பூச்சி!*
- *பருத்திப் பொதிக்கு ஒரு*
  நெருப்புப் பொறி!
- *உதட்டுத் துரும்பு ஊதப் போகாது!*
- *எந்த இலை உதுந்தாலும்*
  ஈச்ச இலை உதிராது!
- *ஆந்தை சிறிது கீச்சுப் பெரிது!*
- *ஆனை அசந்தாலும் பூனை அசராது!*
- *ஆளை ஏய்க்குமாம் நரி!*
  அதை ஏய்க்குமாம் நண்டு!
- *கொல்லை பாழானாலும்*
  குருவிக்குப் பஞ்சமா?

  (எந்தப் பஞ்சத்திலும் குருவி பிழைத்துக்கொள்ளும்)

சூழலின் வலிமையைச் சொலவடை உணர்கிறது.

- *வீட்டுப் பாம்பு காட்டுக்குப் போனா அதுவும்*
  காட்டுப் பாம்பு ஆகும்!

அந்த வலிமையைத் தாண்டி நிற்க முடியும் என்றும் நம்புகிறது.

- *தான் பத்தினி ஆனா*
  தேவடியா தெருவிலும் குடியிருக்கலாம்!

எதையும் தூக்கிச் சுமக்காத வீடு தான் கவலையற்ற வீடு என்கிறது சொலவடை.

சாத்திரம் பாராத வீடு சமுத்திரம்
பாத்த வீடு தரித்திரம்!

வாழ்க்கையின் அதிசயங்களை எப்போதும் ரசிக்கிறது சொலவடை. உள்ளே இருப்பது வெளியே தெரியவும் செய்யும்.

உள்புறத்துக்கு வெளிப்புறம் கண்ணாடி!

நாம் விளங்கிக்கொள்ள முடியாத பரிபாஷைகள் நம்மைச் சுற்றிக் கேட்டபடியும் இருக்கும்.

பழத்துக்குத் தெரியும் வவ்வாலுக்குத் தெரியும்
உனக்கும் எனக்கும் தெரியுமா?

எத்தனை தத்துவம் பேசினால் என்ன? வாழ்க்கையின் ஒரு நகர்வு தத்துவத்தை எல்லாம் புரட்டிப் போட்டுவிடுகிறது.

புயலடிக்கையில் செய்த சத்தியம்
அலை ஓய்ந்ததும் மறந்து போகும்!

என்ற ஆங்கிலப் பழமொழி இங்குக் குறிப்பிடப் பொருத்தமானது. தமிழ்ச் சொலவடையும் அப்படித்தான் கருதுகிறது.

சுடலை ஞானம்
திரும்பி வருமட்டும்!

அடிக்குறிப்புகள்

1. *A Proverb is in the first place, wisdom.... Practical as well as moral wisdom*. Archer Taylor, article, 1994, P.4.
2. *'Wisdom based on experience' Ibid, P. 143*
3. *Ibid, P.4*
4. *"The Chaga" it is said "have four big possessions: Land, Cattle, Water and Proverbs" (Ruth Finnegan) Ibid, P. 32*
5. *Ibid P. 34*
6. *Ibid P.68.*
7. *"... Contraries that taken together, suggestthewisdomof Middleway"Ibid. P.155.*
8. *'Proberbs will not champion martyrdom or Villainy'. Archer Taylor, The Proverbs, P. 168*
9. *The teaching... is almost unimaginably distinct from the proverbial wisdom dictated by the steadfast commonsense of the peasant'. MattiKuusi, Deproverbia, Vol4, 1998*
10. *(Article) 'Psychoanalysis and Folklore' by Ernest Jones in The Study of Folklore', 1965.*
11. *...are probably words of comfort and not proverbial superstitions' Archer Taylor, The Proberb, p.73.*

8

மனிதர்கள்... மனோபாவங்கள்

8.1. மனிதர்கள்

விதம் விதமான மனிதர்கள் விதம் விதமான சாமர்த்தியங்களுடன் உலகத்தில் இருக்கிறார்கள். சுயநலம் உருவாக்கும் சாமர்த்தியங்கள்! சொலவடை கண்டுபிடித்த மனிதர்கள் இவர்கள்-

- *ஈ கலையாமல் தேனெடுப்பான்*
- *கைய அறுத்துவிட்டாலும்*
  அகப்பை கட்டிக்கிட்டுத் திருடுவான்
- *கண்ணுக்குள் சம்மணம் கூட்டுவா!*
  கம்பத்தில் அஞ்சானை கட்டுவா!
- *எமன் எடுத்துட்டுப் போறப்ப*
  நழுவி விழுந்தவன்!
- *பாத்திருக்கத் தின்னு*
  முழிச்சிருக்கக் கை கழுவுவான்!
- *ஈரப் பேனாக்கிப்*
  பேனப் பெருமாள் ஆக்குவான்!
- *ஆனையக் குத்திச்*
  சொளகால மறைப்பா!
- *எறும்பு ஊர எடங்கொடுத்தா*
  எருதும் பொதியும் உள்ள செலுத்துவான்!
- *எமனப் பலகாரம் பண்ணிச்*
  சுப்பிரமணியனத் தொவையல் அரைச்சிடுவா!
- *எல்லோரும் தடுக்குக்குள்ள நுழைஞ்சா*
  இவன் கோலத்துக்குள்ள நுழைவான்!
  (தடுக்கு - பாய்)

- *பழத்தில் பழம்!*
  மிளகாய்ப் பழம்!
- *பாம்புக்குத் தலையக் காட்டுவான்!*
  மீனுக்கு வாலக் காட்டுவான்!
- *உள்ளங்கையில் அஞ்சு கொண்டை முடிப்பா!*
- *ஆயிரங் கப்பியில் நழுவுன கப்பி!*

(அகப்படாத கள்ளன்)

- *ஊரை ஒழக்கால் அளப்பான்*
  நாட்டை நாழியால் அளப்பான்!
- *தண்ணீரில் தடம் பிடிக்கிறவன்!*
- *மணலக் கயிறாத் திரிச்சு*
  வானத்த வில்லா வளச்சிருவான்!
- *ஈர வெங்காயத்துக்கு*
  இருபத்து நாலு புரை எடுக்கிறவன்!

(புரை - மடிப்பு)

- *வெயிலிலே போட்டாலும் காயமாட்டான்!*
  தண்ணியில போட்டாலும் நனையமாட்டான்!
- *இந்திரனைச் சந்திரனை இலையால மறைப்பா!*
  எமதர்மராஜனைக் கையால மறைப்பா!
- *வல்லாள கண்டனையே*
  வாரிப் போட்டவன்!
- *ஊர் ஓசை அடங்க*
  நெய் காச்சுவாளாம்!
- *ஆனை விழுங்கி அம்மைக்குப்*
  பூனை சுண்டாங்கி!
- *காலணா கொடுக்கிறேன்னா*
  காதவழி நடப்பான்!
- *எட்டு எள்ளுல*
  சொட்டு எண்ணெய் எடுப்பான்!
- *அஞ்சு ஊர்ச் சண்டை சுண்டாங்கி*
  அஞ்சு கல அரிசி ஒரு கவளம்!

சாமர்த்தியசாலிகளில் பலர் எத்தர்கள்; வஞ்சகர்கள்; அமுங்குணிக் கள்ளர்கள்! அடிக்கு அஞ்சாதவர்கள்.

- *தாய் முலைப் பாலிலும்*
  உப்பு பார்ப்பான்!

- *அமுங்குனாப் போல இருந்து*
  அரமணயவே அழிச்சிருவான்!
- *வெனயத்துல வீடுகட்டி*
  சூதுல சுவர் வச்சிருவான்!
- *இருக்க எடங்கொடுத்தா*
  படுக்கப் பாய் கேப்பான்!
- *எத்துல பிள்ள பெத்து*
  இரவலில் தாலாட்டுறா!

(எத்து - ஏமாற்று; வலிக்காமல்; இரவலில் - இரவல் தொட்டியில்)

- *ஈரலில் மயிர் முளைச்சவன்!*
- *ஏணவாயனக் கண்டாளாம்!*
  ஏணிப்பந்தம் பிடிச்சாளாம்!
- *திங்குற வீட்டுக்குத்*
  தீங்கு நினைக்கிறவன்!
- *தடிக்கு அஞ்சாத பாம்பு!*
- *தொண்ணூறு அடி அடிச்சாலும்*
  துடைச்சுப் போடுவான்!
- *அடி அதிரசம்! குத்து கொழக்கட்டை!*
- *முப்பது செருப்பு தின்னவனுக்கு*
  மூணு செருப்பு பணியாரம்!
- *அறுத்த வெரலுக்குச் சுண்ணாம்பு தரமாட்டான்*
  ஆண்டி வந்தாலும் பிச்சை போடமாட்டான்
- *சமத்தன் தயிரையும் குடிச்சிட்டு*
  இருந்தவன் வாயிலெல்லாம்
  இழுவீட்டுப் போயிட்டானாம்!
- *தானதர்மம் இல்லாத உடைமைக்குத்*
  தம்பி தாண்டவராயன் புறப்பட்டான்!

எத்தர்களில் பலர் நடிகர்கள்; சந்தர்ப்பவாதிகள்; அரசியல் பண்ணத் தெரிந்தவர்கள்.

- *சோறும் சேலையும் கேளாம இருந்தா*
  சொந்தப் பிள்ளையப் போலப் பாத்துக்கிறேங்கிறான்!
- *துடிக்கக் கிள்ளித் தொட்டிலையும் ஆட்டுறா!*
- *உரிச்ச வாழைப்பழத்தை*
  ஒம்பது வெட்டு வெட்டுவானாம்!

- *ஆண்டியக் கண்டா லிங்கம் ங்கிறான்!*
  தாதனக் கண்டா ரங்கன் ங்கிறான்!

(ஆண்டி - சைவன்; தாதன் - வைணவன்)

- *கை குடுத்துக்கிட்டே கடையாணி புடுங்குறான்!*
  கள்ளனுமாகி விளக்கும் பிடிக்கிறான்!
- *வைக்கோல் கட்டுக்காரனை*
  ஒப்புக்குக் கட்டி அழுதானாம்!
- *குசுகுசுன்னு பேசுறது ஒரு ஆளாம்!*
  குடுகுடுன்னு கேக்குறது ஒரு ஆளாம்!
- *சக்கு சக்குன்னு பாக்கு திம்பான் சபை மெச்ச!*
  வீட்டுல வந்து கடைவாய நக்குவான் பெண்டுகள் மெச்ச!
- *தேனொழுகப் பேசித் தெருவழியே விடுவான்!*
- *கொள்ளிக் கட்டையால் சுட்டால் கொப்பளிக்கும் னு*
  வாழைப்பழங் கொண்டு வடுவடுவாச் சுடுறான்!

சந்திக்கும் மனிதர்களில் பலர் இடக்குப் பிடித்தவர்கள்; சற்றும் இணக்கம் அற்றவர்கள்; சொல்லும் பேச்சைக் காதில் வாங்காதவர்கள்.

- *கல்யாணம் பண்ணிக்கன்னா*
  நீயே பெண்டாட்டியா இரு ன்னானாம்!
- *ஈச்ச முள்ளக் கொண்டு இறுக இறுகத் தச்சாலும்*
  தோணுன வார்த்தைய சொல்லாம விடமாட்டான்!
- *பிண்ணாக்கு தராட்டி*
  செக்குல பேலுவேன் னானாம்!
- *சோத்தில கெடக்குற கல்லப் பொறுக்குன்னா*
  சொக்கநாதர் கோயில் மதிலப் பிடுங்குறேங்கிறான்!
- *தக்க வாசல் இருக்க*
  தாழிச்ச வாசல் ல நுழையுறான்!

(தாழிச்ச - தாழ் இட்ட - பூட்டிய)

- *அறக் குழைஞ்சாலும் குழைப்பா!*
  அரிசியா வடிச்சாலும் வடிப்பா!
- *அங்கடி இங்கடி தெங்கடி புளியடின்னு*
  அலையுறான்!
- *எட்டுலயும் சேரமாட்டான்*
  எழவுலயும் சேரமாட்டான்!

(எட்டு - இறந்த எட்டாம் நாள் சடங்கு)

- *எமனுக்கு ஏழு பிள்ள கொடுப்பா!*
  ஒரு காரியத்துக்கு உயிரோட
  ஒத்தப் பிள்ள கொடுக்கமாட்டா!
- *பத்தியத்துக்கு முருங்கைக்கா வாங்கிட்டு வான்னா*
  பால் தெளிக்கு அகத்திக்கீரை கொண்டு வருவான்!
- *கெடுவே! கெட்டுப் போகாதேன்னா*
  இன்னமும் கெடுவேன் பந்தயங் கட்டுவேன் னானாம்!
- *செத்தன்னைக்கி வர ன்னா*
  பத்தா நா வருவான்!
- *சொல்றதையெல்லாம் விட்டுப்புட்டு*
  சொரைக்காய்க்கு உப்பு இல்லைன்னானாம்!
- *தானும் படுக்கமாட்டான்!*
  தள்ளியும் இருக்கமாட்டான்!
- *அடுப்ப ஊதீட்டு வான்னா*
  துடுப்ப தூக்கீட்டு வந்தாளாம்!
- *தம்பாடு சொல்லித் தனிவழி போனா*
  எம்பாடு சொல்லி எதிர்வழி வாரான்!
- *ஆடமாட்டேன் பாடமாட்டேன்*
  குடங்கொண்டு தண்ணிக்குப் போவேன் னாளாம்!
- *பல்லாக்கு சுமப்போம்*
  கன்னுக்குட்டியத் தேடமாட்டோம் னாங்களாம்!
- *ஓடக்காரன் கிட்ட கோவிச்சுக்கிட்டு*
  ஆத்தோட போனானாம்!
- *உண்டு உறியில் இருன்னா*
  உருண்டு தரையில் விழுகுறான்!
- *எத்தனை குழந்தையின்னு கேட்டா*
  ஊராருக்கு ஒண்ணாம்! தனக்கு ஒண்ணாம்!

வாழ்க்கையின் அர்த்தம் புரியாதவர்களும் அனுபவம் இல்லாதவர்களும் எல்லாம் தெரிந்தவர்கள் போல இங்கும் அங்கும் திரிகிறார்கள்.

- *கட்டு அறிந்த நாயும் அல்ல*
  கனம் அறிந்த கப்பரையும் அல்ல.
- *ஈனவும் தெரியாது நக்கவும் தெரியாது!*
- *நெல்லு விளையுற நெலமுந் தெரியாது!*
  நெலாக் காயுற இடமுந் தெரியாது!

- *தின்னத் தெரியாமல் தின்னு*
  பேலத் தெரியாமல் பேலுறான்!
- *கடுகு போற இடத்தில்*
  தடி எடுத்துக்கிட்டுத் திரிவான்!
  பூசனிக்கா போற எடம் தெரியாது!
- *சும்மா கலம் சுமக்க மாட்டான்*
  நனைச்சு மூணுகலம் சுமப்பான்!
- *எருது ஈனுச்சுன்னா*
  தொழுவத்தில் கட்டுங்கிறான்!
- *ஆத்துக்குப் போனதும் இல்ல!*
  செருப்பக் கழத்துனதும் இல்ல!
- *கடா கடான்னாலும்*
  மருந்துக்கு ஒரு பீர் ங்கிறான்!

(பீர் - சிறிய அளவு; பீர்ச்சி - பீச்சி - கொஞ்சம் பீச்சிக்கொடு)

அனுபவமற்றவர்களில் சிலர் எதையும் நம்பாதவர்கள்; சந்தேகக் கண் கொண்டு பார்ப்பவர்கள்.

- *வயித்துக் குடலைக் காட்டுனாலும்*
  வாழை நார் ங்கிறான்!
- *சூத்துத் துணியக் கூட நம்பாதவன்!*

இன்னும் சிலர் பிடிவாதக்காரர்கள்; இழந்த பிறகும் திருந்தாதவர்கள். ஆபத்தும் புரியாதவர்கள்.

- *கோவணத்த அவுத்து விட்டாலும்*
  கூத்துப் பாக்காம விடமாட்டான்!
- *வயக்காடு போனாலும்*
  வரப்பை விட்டுக்கொடுக்க மாட்டான்!
- *ஆத்தில போனாலும் போவானே தவிர*
  தெப்பக்காரனுக்குக் காசு தர மாட்டான்!

ஒரு சிலர் அவசரக்காரர்கள் -

- *முட்டையிலேயே கொக்கரக்கோ ங்கிறான்!*
- *வெந்தது போதும்*
  முந்தானையில் கொட்டுங்கிறான்!

சிலர் வெகுதாமதமாகப் புரிந்துகொள்பவர்கள் -

ஆங்காலமெல்லாம் ஆதாளி ஆடி
போங்காலம் வந்ததும் சங்கரா பெருமாளே ங்கிறான்!

(ஆதாளி - ஆர்ப்பாட்டம்)

சிலரை இயங்க வைப்பதே பெரும்பாடு -

- *மூலை வீட்டுல முட்டை இடுறான்!*
- *கால் நடைக்கு ரெண்டு காசு!*
  கை வீச்சுக்கு அஞ்சு காசு!

நேரத்துக்குத் தகுந்தபடி - இடத்துக்குத் தகுந்தபடி மாறிக் கொள்ளும் மனிதர்களும் உண்டு.

- *இருந்தா கர்ணன்*
  இல்லாட்டி கள்ளன்!
- *இருந்தா பெரும்போடு*
  இல்லாட்டி வெறும் போடு!
- *வீட்டுக்கு வீரன்*
  காட்டுக்குக் கள்ளன்!
- *அடிச்சா அதலக்கா!*
  மிதிச்சா மிதுக்கங்கா!

சில மனிதர்களிடம் எச்சரிக்கையாக இருக்க வேண்டும். பசையாக வந்து ஒட்டிக்கொள்வார்கள்.

- *ஏன்னு கேட்டாளாம் மீனாச்சி!*
  தொடுத்துக்கிட்டாளாம் காமாச்சி!
- *அவுங்க என்றான்! இவுங்க என்றான்!*
  அடிமடியில கையப் போட்டான்!
- *பிடாரியப் பிடிச்சுத் தள்ளத் தள்ள*
  பெண்ணுக்குச் சித்தப்பன்னு நுழையுறான்!
- *சின்னத்தாத்தா பெரியதாத்தா*
  செத்தச் செத்த உறவும் பா!

  (செத்த - கொஞ்சம்)

- *தள்ளிப் பேசினாலும் தழுவிக் குழையுது!*

இதன் மறுதலையாக, ஒட்டவே ஒட்டாதவர்களும் இருக்கிறார்கள்.

வலிய உறவாடி வாசல்'ல வந்தாலும்
பொய் உறவாடி போய்வர்'ன்னு சொல்றான்!

இன்னும் சிலர் இருக்கிறார்கள். ஏதும் அற்றவர்கள்; யாராலும் ஏற்றுக்கொள்ளப்படாதவர்கள்; கூப்பிட்ட இடத்துக்கு வருவார்கள்; செய்யச் சொல்லும் வேலையைச் செய்வார்கள். கனமற்றவர்கள்; கர்வமற்றவர்கள்.

- போட்டு வச்சா திம்பான்!
  தூக்கி விட்டா சுமப்பான்!

- ஒப்புக்குச் சப்பாணி
  ஊருக்கு மாங்கொட்டை!

- கல்யாண வீட்டுக்குக் கறி அகப்பை!
  சாவு வீட்டுக்குச் சோத்து அகப்பை!

- மூணு வீட்டுக்கு முக்காலி!
  நாலு வீட்டுக்கு நாக்காலி!

- அங்கும் இருப்பான் இங்கும் இருப்பான்
  ஆக்குன சோத்துக்குப் பங்கும் இருப்பான்!

பலருடைய காலம் சோறு தேடுவதிலும். சோற்றுக்குப் பின்னால் அலைவதிலும் கழிந்துபோகிறது. பிறரின் ஏளனத்துக்கும் வசைக்கும் இலக்கானவர்கள் அவர்கள்.

- சோறு சோறுன்னு
  சோழவந்தான் போனானாம்!

- இட்டதெல்லாம் கொள்ளும்
  பட்டிமகன் கப்பரை!

(கப்பரை -வயிறு)

- சொக்கனுக்குப் புத்தி சட்டி அளவு!

- திண்டிக்கு அவசரம்
  வேலைக்கு ஒளிப்பு!

- நீக்குப் போக்கு கெட்டவனுக்குத்
  தொண்டை வரைக்கும் வாயும் வயிறும்!

- சோத்துக்குச் சூறாவளி!
  வேலைக்கு வாராவழி!

- செல்லும் செல்லாததுக்குச்
  செட்டியார் வயிறு!

- மொந்தைச் சோத்துக்கு
  மோளம் அடிக்கிறான்!

- உழவுக்கு ஒரு சுத்தும் வராது
  ஊணுக்குப் பம்பரம்!

அப்பாவிகள் முதல் ஆபத்தானவர்கள் வரை அனைவரையும் கண்டுபிடித்து முன்னிறுத்தும் சொலவடைகள் நல்லவர்களைக் காணவும் தவறவில்லை. நல்லவர்கள் இல்லாமலா?...

இழுத்தபடி எல்லாம் வரும் தங்கக் கம்பி!

என்று அனுசரித்துப்போகும் மனிதனைக் கொண்டாடுகிறது சொலவடை.

ஆனால் நல்லவர்களைப் பார்த்த மாத்திரத்தில் கண்டுகொள்ள முடியாது.

பாக்கப் பயித்தியக்காரியாம்!
நூத்துல ஒரு சேவியக்காரியாம்!

(சேவியக்காரி - சேவைக்காரி - பணிபுரிபவள்)

வஞ்சகம் செய்பவர்களில் பலர் தப்பித்துக்கொண்டாலும், ஒரு சிலர் மாட்டிக்கொண்டு தீமை தோற்கும்' என்ற அறத்துக்குப் பால்வார்க்கிறார்கள்.

அங்க தப்பி இங்க தப்பி
அகப்பட்டுக்கிட்டான் தும்மடிப்பட்டன்!

(தும்மடிப்பட்டன் - ஏமாற்றுப் பேர்வழி)

8.2 மனித உறவுகள்

ஒன்று நன்றாக இருந்தால் நாலுபேர் பேசுகிறார்கள்; அதுவே மோசமாக இருந்தால் நாற்பது பேர் பேசுகிறார்கள்.

வருத்தமும் கசப்பும் பேச்சுக்களைத் திறந்துவிடுவது போல, மகிழ்ச்சியும் மன நிம்மதியும் செய்வதில்லை.

எனவேதான், பகையும் நேசமும் சமமாகக் கலந்திருந்தாலும் உறவுகள் குறித்த பேச்சுகளில் பகையின் கையே ஓங்கியிருக்கிறது.

உறவை விட்டு ஒதுங்கவும் முடியவில்லை. உறவின் கனத்தைத் தாங்கவும் முடியவில்லை உறவின் இயல்பு இது:

- *ஒருவனாப் பிறந்தா தனிமை*
  இருவராப் பிறந்தா பகைமை!
- *துணைக்குத் துணையும் ஆச்சு!*
  தொண்டைக்குழிக்கு வினையும் ஆச்சு!
- *உறவு போல இருந்து*
  குளவி போலக் கொட்டுறான்!
- *நுனி நாக்கு உறவு*
  அடி நாக்கு பகை!

மூடிவைத்த உள்மனப் பேச்சுக்களை, குரோதமும் கோபமும் விடுதலை செய்து வெளியே விடுகின்றன. வெளியே வெளுப்பாகத் தெரியும் மனம் உள்ளே கரிச்சட்டியாக இருக்கிறது. கரிச் சட்டிக்குள் பிறர் மரணம் பற்றிய கனவுகள்!

- *தாய்க் கிழவி எப்ப சாவா?*
  தாவாரம் எப்ப ஒழியும்?
- *அத்தை செத்தா குத்தமில்ல!*
  அத்தை மகன் இருந்தா வாட்டமில்ல!
- *மகன் செத்தாலும் பரவாயில்ல!*
  மருமக தாலி அத்தா போதும்!
- *அத்தை எப்பச் சாவா?*
  அரங்கு வீட்டுத் துரவா என்னோட!
- *மாமியா எப்பச் சாவா?*
  மச்சு வீட்டுத் துரவா என்னோட!

(துரவா - திறவுகோல் - சாவி)

- *அண்ணன் எப்பச் சாவான்?*
  திண்ணை எப்பக் காலியாகும்?

சில உறவுகளில் பகைமை காலகாலத்துக்குத் தொடரும் பகைமை போலத் தோற்றம் காட்டுகிறது.

- *எந்தத் தலைமுறையிலோ ஒரு நாத்தனாராம்!*
  அவ கந்தல் முறத்தை எடுத்துச் சாத்துனாளாம்!
- *நாத்தங்காய்க்கு உப்பும் நாத்தனார்க்குச் சோறும்*
  எவ்வளவு போட்டாலும் போதாது!

(நாத்தங்காய் - நார்த்தங்காய்)

- *ஆணிக்கு இணங்கின பொன்னும் இல்ல*
  மாமிக்கு இணங்கின பெண்ணும் இல்ல
- *பானை ஒட்டுனாலும் ஒட்டும்*
  மாமியா ஒட்ட மாட்டா!

சில உறவுகளில் ரகசிய இச்சை தொக்கிக்கொண்டிருப்பதும் உண்டு,

- *அண்ணன் பெண்டாட்டி அரைப்பெண்டாட்டி!*
  தம்பி பெண்டாட்டி தான் பெண்டாட்டி!
- *ஏகாதசி தோசை*
  இளையாள் மீது ஆசை!
- *மேச்சா மதினிய மேய்ப்பேன்*
  இல்லாட்டி பரதேசம் போவேன்!
- *அலுத்துச் சலிச்சு அக்கா வீட்டுக்குப் போனா*
  அக்கா இழுத்து மச்சான் கிட்ட போட்டாளாம்!

உறவுகள் குறித்த உரையாடல்களில் அலுத்துக்கொள்பவையே அதிகம்.

- *ஊரெல்லாம் சொந்தக்காரங்க*
  அந்திபட்டா பொதி சந்தியிலே!
- *வைக்கப் போர்ல*
  ஊசி தேடுன சம்பந்தம்!
- *உறவு ஒண்ணரை முழம்*
  சமக்காளம் ரெண்டரை வீதி!

(வீதி - அகலம்)

- *கோட்டுச் சம்பா ஆக்கி வச்சா*
  போட்டுச் சாப்பிட வருவாங்க!
- *குடி வச்சிக்கிட்டயா?*
  கொள்ளி வச்சிக்கிட்டயா?
- *நேசமும் பாசமும் நெய்க்கிணறு சத்தியமா!*
- *இட்ட உறவு எட்டு நாளைக்கு*
  நக்கின உறவு நாலு நாளைக்கு!

(இட்ட - சோறு இட்ட)

- *மாவு இடிச்சா மண்டிக் கொள்றது!*
  கூழு கொதிச்சா கூடிக் கொள்றது!
- *கொதிக்கிற கூழுக்கு*
  இருக்கிற சித்தப்பா!
- *நல்லா இருந்தாலும் பாக்க மாட்டாங்க!*
  கெட்டாலும் தாங்க மாட்டாங்க!

வீட்டுக்குள் அடிக்கடி சண்டைக் காட்சிகள் - குறிப்பாகக் கணவன் மனைவிக்கிடையே!

- *உன் உத்தமித் தங்கச்சி ஊர் மேயப் போனதால*
  என் பத்தினிப் பானை படபடங்குது!
- *குத்துன அரிசி கொழியலோடு இருக்க*
  இந்தாடா மாமா தாலின் னாளாம்!

(கொழியல் - நன்றாய்க் குத்தப்படாத அரிசி)

- *அவன் பெண்டாட்டிய அவனடிக்க*
  வப்பாட்டிக்குத் திகிலடிச்சுச்சாம்!
- *ஆடு கொடுத்த மனுசனுக்கு*
  உப்புக்கண்டம் கொடுக்கமாட்டேன் னாளாம்

சில உறவுகள் ஆதாரமானவையாக இருக்கின்றன.

- ஆளன் இல்லாத் துக்கம் அழுதாலும் தீராது!

 (ஆளன் - குடும்பத்தலைவன்)

- கொண்டவன் பலம் இருந்தா
 கூரை ஏறிச் சண்டை போடலாம்!

- மலையேறப் போனாலும்
 மாமன் தயவு வேணும்!

 (மாமன் - தாய்மாமன்)

ஆதாரத்திலும் ஆதாரமாக இருக்கிறது தாய்தந்தை உறவு அதிலும் குறிப்பாகத் தாய் உறவு.

- தகப்பன் இல்லைன்னா வித்தை போச்சி!
 தாய் இல்லைன்னா ருசி போச்சி!

- ஒரு ஊருத் தாயும் சரி
 எட்டு ஊருத் தகப்பனும் சரி!

- ஆரும் ஆரும் உறவு?
 தாயும் பிள்ளையும் உறவு!

அடிப்படை உறவுகளுக்குள்ளும் எத்தனையோ குளறுபடிகள் உண்டு. சந்தர்ப்பம் பார்த்து ஆட்டம் கொடுக்கும் அடிப்படைகள்!

 தாய் இல்லாட்டி தகப்பன் சித்தப்பன்!
 பெண்டாட்டி செத்தா புது மாப்பிள்ளை!

உறவுகளின் மீதான விருப்பு வெறுப்புகள் ஒப்பீட்டின் அடிப்படையிலும் வருகின்றன.

- பெத்தவ வயித்தைப் பாப்பா!
 பெஞ்சாதி மடியைப் பாப்பா!

- அரசனப் பாத்த கண்ணுக்குப்
 புருசனப் பாத்தா கொசுப்போல!

உறவுகளுக்குள் ஒரு போட்டா போட்டியும் இருக்கிறது.

 சொந்தக்காரி வேணுமா? சூதுக்காரி வேணுமா?

ஒரு பகைக்குப் பயந்து இன்னொரு பகையை உறவாக்குவதும் உண்டு.

 பிடாரனுக்குப் பயந்து பாம்பு
 கீரிப்பிள்ளைக்கு உறவு ஆச்சாம்!

கொண்டாட்டமும், உதாசீனமும் உறவின் இரு பக்கங்களாக இருப்பதைச் சொலவடைகள் காட்டுகின்றன. ஒரு கை அழைக்கும்போது, மறு கை தள்ளுகிறது.

- *கொண்டவன் சோறு கொதிக்கக் கொதிக்க...*
  அண்ணன் தம்பி சோறு ஆற... ஆற!
- *ஆம்பிளை அடைவா இருந்தா*
  மாமியா மயிர்மாத்திரம்!
- *தன்னைப் பெத்தவ கொடும்பாவி!*
  பெண்ணைப் பெத்தவ மகராசி!

(பெண்ணை - மனைவியை)

உறவுகள் குறித்த கேலிப் பேச்சுகள் ஏராளம். கேலிக்குள் சம்மணம் இட்டிருப்பது பகைமை!

- *உண்ணுவார் இல்ல; உறங்குவார் இல்ல!*
  ஒரு கட்டு வெத்தல திம்பார் இல்ல!
  சாந்து சந்தனம் பூசுவார் இல்ல!
  தலைக்குத் தப்பளம் போடுவார் இல்ல!
  வா மருமகளே! வா!

(தப்பளம் போடுதல் - எண்ணெய் பூசுதல்)

- *பங்காளி வீட்ல தீப்பிடிக்குது*
  குந்தாணிய எடுத்து அமத்து!

(குந்தாணி - உலக்கை)

புதிய உறவுகள் எத்தனை நெருங்கி வந்தாலும், பயமும் சந்தேகமும் தீரவே இல்லை.

- *ஆடு அறுத்து விருந்து வச்சாலும்*
  அன்னியன் உறவு ஆகாது!
- *அண்ணந் தம்பிப் பகையும் சரி!*
  அடுத்தவன் உறவும் சரி!
- *ஆரண்யமான அழகாபுரிக்குக்*
  கோரணியான ஒரு கொரங்கு வந்து சேந்துச்சாம்!

(கோரணி - கோரம்; கேலிக்கூத்து)

- *புதுசா வந்த சாமி*
  நெருப்பக் கட்டிக்கிட்டு ஆடுச்சாம்!

உறவுகள் விசித்திரமான ஆசைகளையும், ஏக்கங்களையும் தோற்றுவிக்கின்றன.

- *தன்னோட பெறக்கணும் பெறவி!*
  தனியா பெறக்கணும் பிள்ள!
- *கழுதையாப் பெறந்தாலும்*
  கடைசியாப் பெறக்கக் கூடாது!

உரசிக்கொள்ளும் உறவுகள் கூடிக்கொள்வதற்கும் சந்தர்ப்பங்கள் பல வாய்க்கின்றன.

- *பங்காளிச் சண்டை
  பொங்கலுக்கு நிக்காது!*
- *பகைச்சாலும் பாதையில!
  வெறுத்தாலும் வீதியில!*
- *ஆட்டுக் கறியில அடிச்சிக்கிடுவாங்க!
  கோழிக்கறியில கூடிக்கிடுவாங்க!*
- *ஓடிப்போன புருசன் வந்து கூடிக்கிட்டான்;
  உடைமை மேல் உடைமை போட்டு மினுக்கிக் கிட்டான்!*

8.3 விலங்குக் குறியீடுகள்

விலங்குகளும் பறவைகளும் மனிதர்களின் குறியீடாவது பழங்கதைகளில் உள்ள மரபுதான்.

உருவகமொழிப் பேச்சையே விரும்பும் சொலவடைகளில் மனிதர்கள் பறவைகள், விலங்குகள் வடிவில் உலவுகிறார்கள்.

- *ஆயிரங் காட்டு மூளி
  அம்மியக் கொத்துடி கோழி!*
- *சில்லரக் காட்டு மூளி
  சொளகக் கொத்துடி கோழி!*
- *குருட்டுக் கொக்கு பேச்ச கேட்டு
  மலட்டுக் கொக்கு மல்லாந்து பாத்துச்சாம்!*
- *மரங்கொத்திக் கொக்கு மரம் வெட்டப் போச்சாம்!
  குருட்டுக் கொக்கும் குறி சொல்லப் போச்சாம்!*
- *மயிலக் கழிக்குமாம் மங்கூவ!
  அதத்தான் கழிக்குமாம் தவிட்டுப் புறா!*

  (கூவ-கூகை)

போன்ற சொலவடைகளில் கேலிக்குள்ளாவதும் வசைக்குள்ளாவதும் மனிதர்கள்தான், (முந்தைய கட்டுரைகளிலும் இத்தகைய உருவகச் சொலவடைகள் எடுத்துக் காட்டப்பட்டுள்ளன).

கோழி, எல்லாச் சொலவடைகளிலும் நிராகரிக்கப்பட்ட மனிதனின் அடையாளம். அசல் வாழ்க்கையிலும் கோழி நிராகரிக்கப்படுகிறதாம்.

*மாட்டுக்கு மூணு நேரம்!
மனுசனுக்கு மூணு நேரம்!
கோழிக்கு ஒரு வேளை கொட்டுவார் உண்டா?*

தினசரி வாழ்வில், மாடு மனிதனுக்குக் கச்சிதமாய்ப் பொருந்தும் உருவகம் ஆகிறது. எந்த வீட்டுக்குள் இருக்கும் மனிதனுக்கும் பொருந்துகிறது.

- *பச்ச மாடு வேலிக்குள்ள!*
  காஞ்ச மாடு வீட்டுக்குள்ள!

- *வண்டி மாடு உழைச்சி*
  விருதா மாட்டுக்குக் கொடுத்துச்சாம்!

(விருதா - பயனற்ற; உருப்படாத)

- *அமந்த மாடு*
  தெளிந்த தண்ணி பருகும்!

(அமந்த - அமைதியான)

- *மேயுற மாட்டை*
  நக்குற மாடு கெடுத்துச்சாம்!

- *மேஞ்ச மாட்டைக் கெடுத்துச்சாம்*
  மெனக்கெட்ட மாடு!

- *கூறுகெட்ட மாடு*
  ஏழுகட்டுப் புல்லு தின்னுச்சாம்!

- *நல்ல மாட்டுக்கு ஒரு சூடு!*
  சண்டிமாட்டுக்கு ஏழு சூடு!

மாடும் மனுசனும் ஒரே மாதிரி மதிப்பிடப்படுவதும் உண்டு.

மாடு தொட்டியில
மனுசன் வட்டியில்!

பூனை எப்போதும் கள்ளத்தனத்தின் அடையாளம்.

அடுக்களைப் பூனை
இடுக்கில ஒளியுது!

ஆனை வரும்போதெல்லாம் பூனையும் கூட வருவதுண்டு.

ஆனைக்கும் அடி சறுக்கும்
பூனைக்கும் எலி தவறும்!

சில நேரங்களில் பூனைக்குப் பதிலாக ஆடு வரும்.

ஆனை போலக் குளிக்கணும்
ஆடு போலத் திங்கணும்!

சொல்லப்பட வேண்டிய முக்கியமான இரு விலங்குகள் நாயும், கழுதையும். அவமதிப்புக்குள்ளாகும் அப்பாவி மனிதர்களின் அடையாளங்கள் நாயும் கழுதையும்.

குழந்தைகளைக் கொஞ்ச, தமிழர்கள் மிகுதியும் பயன்படுத்தும் வார்த்தைகள் நாயும் கழுதையும்.

(எ-டு). *செல்லக் கழுதை!*
குட்டி நாய்!

கோபத்தில் மூக்கு சிவக்கும்போது, நாக்கில் அவசரமாய் வந்து உட்காரும் வசை வார்த்தைகளும் கழுதையும் நாயும்தான்!

கழுதைக்குச் சொலவடைகளில் தரப்பட்டுள்ள அவமதிப்பான அடைமொழிகளைப் பார்க்கையில், மொழியில் ஆங்காரத்தின் இடம் எவ்வளவு என்று புரிகிறது.

- *போக்கத்த கழுதைக்குப் போத்தம்பட்டி திருவிழா!*
  நாதியத்த கழுதைக்கு நத்தக்காடு திருவிழா!
- *பாணாங் கழுதை பரதேசம் போனா*
  தானாப் போய்த் தானா வரும்!

(பாணாங் கழுதை - வயிறு பெருத்த கழுதை)

- *வெங்கங் கழுதைக்குக் கல்யாணமாம்!*
  விசுவநாதபேரிவரை வாணக்கட்டாம்!
- *மானங்கெட்ட கழுதை மஞ்ச குளிச்சுச்சாம்!*
  ஈனங்கெட்ட கழுதை எட்டி எட்டிப் பாத்துச்சாம்!
- *போக்குப் புகலத்த கழுதை*
  போயலத் தோட்டத்தக் காத்துச்சாம்!
- *சீவங்கெட்ட கழுதைக்குச்*
  செனக் கழுதை வப்பாட்டியாம்!
- *வெறுங்கழுத வெந்நி வச்சுக் குளிச்சுச்சாம்!*
  சீலப்பேனு சிணுக்குப் போட்டு ஆடுச்சாம்!

இவை மட்டுமா? வங்குவத்தி கழுதை, சொங்குவத்தி கழுதை, வேலையத்த கழுதை, குருட்டுப் பய கழுதை, வகை கெட்ட கழுதை, முட்டிக்கால் கழுதை என்று இன்னும் ஏராளம் இருக்கின்றன. மதிப்பற்ற மனிதர்களைப் பார்த்ததும் மனதுக்குள் கழுதை தோன்றிவிடுகிறது. நாக்கில் அவமதிப்பான கழுதை வர்ணனைகள் பிறக்கின்றன.

கழுதையின் குரல், தோற்றம், இருப்பு, முயற்சி, அறிவு எல்லாம் பரிகாசப்படுத்தப்பட்டு அவை சாதாரண மனிதனோடு அல்லது பிடிக்காத மனிதனோடு பொருத்தப்படுகின்றன.

- *என்னைப் போலக் குரலும்*
  எங்க அக்காளைப் போல ஒயிலும்
  இல்லைங்குதாம் கழுதை!

- *கழுதைக்கு உபதேசம் காதுல ஓதுனாலும்*
  காள் காள் 'ங்கிற புத்தி போகாது!
- *கழுதை கெட்டா குட்டிச்சுவர்!*
  காவடி தப்புனா குன்னக்குடி!
- *அறுத்துக்கிட்டதாம் கழுதை!*
  எடுத்துக்கிட்டதாம் ஓட்டம்!
- *கழுதை காதவழி போகலாம் 'னு நெனைக்குமாம்!*
  பாதிவழி போகையிலேயே முட்டிதட்டி நிக்குமாம்!
- *வெங்கங்கழுதை சந்தைக்குப் போயி*
  வெள்ளிக்கோல் 'ல பூசை வாங்குச்சாம்!

(கோல் - தராசு)

எளிய மனிதனின் ஆசை, விருப்பம், கனவு, வெற்றி இவை தோற்கும்போதும் உருவகப் பொருளாய்க் கழுதை வந்துவிடுகிறது.

- *கண்ணு கெட்ட கழுதைக்குக்*
  காசி ராமேசுவரம் போய்ப் பாக்க ஆசையாம்!
- *கழுதை கேட்டுச்சாம்*
  மேமழை பேஞ்சுச்சாம்!
- *கழுதை நெனச்சுச்சாம் கந்தலும் கதக்கலும்!*
  விடிஞ்சு பாத்தா அதுமேல குப்பையும் கூளமும்!
- *கழுதை குப்பை மேட்டுல படுத்துக்கிட்டு*
  காரை வீடு கட்டுவமா ஓட்டு வீடு கட்டுவமான்னு
  கனா கண்டுச்சாம்!
- *கழுத வானத்தப் பாத்துக் கத்தும்போது*
  வானத்துல இருக்கம் 'னு நெனச்சுச்சாம்!
  கீழ பாத்து கத்தையில பூமியிலதான் இருக்கம் 'னு
  தூதூ 'ன்னு துப்புச்சாம்!
- *மங்கலம் கிடையாத கழுதைக்கு*
  வெங்கலம் கிடைச்சுச்சாம்!
  அத ஓயாம மினுக்கி மினுக்கிக் கஞ்சி குடிச்சுச்சாம்!
- *கழுதை நெளச்சுச்சாம்*
  கெண்டை போட்ட முண்டாசு!

தமிழில் 'கெட்ட கேட்டுக்கு' என்றொரு பரிகாசத் தொடர் இருக்கிறது. அது கழுதை மீதும் நாய் மீதும் அடிக்கடி பாயும் தொடர்.

- *கழுதை கெட்ட கேட்டுக்குக் கண்டாங்கிச் சேலை!*
  அதை வெளுக்க நொண்டி வண்ணான்!
- *நாய் கெட்ட கேட்டுக்கு மாமரத்து நிழல்!*
  அது கெட்ட கேட்டுக்குப் புளிபோட்ட கறி!

கழுதையோடு கோர்க்கப்பட்ட விசயமாகச் சுமை இருக்கிறது "நீ கழுதை மாதிரி அப்பாவியா இருந்தா ஒவ்வொருத்தன் பொதியும் உன் முதுகில் வந்து சேரும்" என்கிறது ஜெர்மன் பழமொழி, சுமை குறித்த சொலவடைகளில், பரிகாசத்தோடு சுமக்கிறவர் மீது சிறு அனுதாபமும் கலந்திருக்கிறது.

- *புதுப்பட்டிக் கழுதைக்குப் போகவரச் சுமை!*
- *எடுக்குமுன்னே கழுதை*
  இடுப்பொடிஞ்சு விழுந்துச்சாம்!
- *உடம்பு உளைஞ்ச கழுதை*
  உப்பளங்களத்துக்குப் போச்சாம்!

(அங்கேயும் சுமை சுமக்க வேண்டும் என்று தெரியாமல்)

- *கண்ணால சீவன் கடகடன்னு போனாலும்*
  வண்ணான் கழுதை சுமந்தே தீரணும்!
- *கழுதை வளையக்காரன் கிட்டப் போயும் கெட்டது!*
  வண்ணான் கிட்டப் போயும் கெட்டது!

அனுதாபம் கொஞ்சம் இருக்கிறதே தவிர, சுமக்கிற உயிர்கள் மீது மரியாதை எதுவும் கிடையாது.

கல உப்பு சுமந்தாலும் கழுதை கழுதைதான்
குதிரை குதிரைதான்!

சில நேரங்களில் கணவன் என்ற அந்தஸ்து கழுதைக்குக் கிடைப்பதுண்டு. ஆனால் அவனும் உதைக்கிற கணவன்தான்.

கழுதைக்கு வாக்கப்பட்டு
உதைக்குப் பயந்தா எப்படி?

கழுதை பரிகாசப் பொருளாக இருக்கையில், நாய் எரிச்சலைக் கொட்டித் தீர்க்கும் பாத்திரம் ஆகிறது.

- *நாய்க்கு நக்கத் தெரியும்!*
  முதலைக்கு முழுங்கத் தெரியும்!
- *கஞ்சிக்குச் செத்த நாய்*
  செஞ்சிக்கு எப்படீன்னு வழி கேட்டுச்சாம்!

உதவாக்கரை மனிதனுக்கான இலக்கணமும் நாயிடம் கிடைக்கிறது.

நாய்க்கு வேலையும் இல்ல!
ஓஞ்சு படுக்க நேரமும் இல்ல!

நாய் 'சுத்தமின்மை'யின் அடையாளமும் ஆகிறது.

- *நாய்க்குத் தெரியுமா*
  அம்மாசிப் பானை?
- *எடுத்துக் குடிக்கிற நாய்க்கு*
  ஏகாதசி விரதமா?
- *எலும்பு கடிக்கிற நாய்க்குப்*
  பருப்புச் சோறு என்னத்துக்கு?

கடைசிச் சொலவடை மறுவாசிப்பு கோருகிறது. எலும்பும் பருப்புச் சோறும் சாதிகளையும் சமூக நிலைகளையும் சுட்டுகின்றனவா என்பது கவனிக்கத்தக்கது.

'சக்கிலியக் குடி நாய் சமயத்துக்கு உதவாது' எனப் பகிரங்கமாகச் சாதீய அகம்பாவத்தை வெளிப்படுத்தும் சொலவடைகள், மறைவாகத் தீண்டாமையைப் பாதுகாப்பதும் உண்டு.

நாய் ஏன் கோவிலுக்குப் போகணும்?
கோயில் காத்தவன் ஏன் தெண்டங்கட்டணும்?

சமூக அகங்காரத்தின் முகமூடிகளாய் இருக்கின்றன கழுதை நாய்ச் சொலவடைகள்.

8.4. மனோபாவங்கள்

மனோபாவங்கள் இயற்கையானவையா அல்லது அடுத்தவர்கள் நமக்குள் தூண்டிவிட்டவையா என்பதற்கான விடையை உளவியலாளர்கள் கண்டுபிடித்துச் சொல்ல வேண்டும்.

மனங்களின் எழுச்சியும் வீழ்ச்சியும் பிறரோடு சம்பந்தப் பட்டிருப்பது தெளிவான உண்மை. உதாரணமாக இந்தப் பொறாமை உணர்ச்சி -

- *அடுத்த வீட்டுல மொச்சை வேகுது!*
  அடிவயிறு பிச்சுக்கிட்டுப் போகுது!
- *காசுக்காரன் பொண்டாட்டி*
  கல்லுத்தோடு போட்டாளாம்!
  காரியக்காரன் பொண்டாட்டி
  காத அத்துக்கிட்டாளாம்!
- *அசல் வீடு வாழ்ந்தா*
  அஞ்சு நா பட்டினி கெடப்பான்!

- ஊர் எல்லாம் வாழுதுன்னு
  வீடு எல்லாம் அழுது புரண்டாளாம்!
- அண்டை வீட்டுக் கல்யாணமே!
  ஏன் அழுகுற கோவணமே!

பொறாமை எரிச்சல் ரூபம் எடுப்பது அடுத்த கட்டம்

    செகப்பிக்கு நகை போட்டுச்
    செருப்பால அடி!

கவிழ்ப்பது அதற்கடுத்த கட்டம். மனதுக்கு இப்போது நிம்மதி.

    தான் குடிக்காத பாலக்
    கவுத்து விட்றுவா!

பொறாமையின் மறுபக்கமாக அடுத்தவர் வீழ்ச்சியில் ஏற்படும் மகிழ்ச்சி இருக்கிறது.

    அண்டை வீட்டுச் சண்டை
    கண்ணுக்குக் குளிர்ச்சி!

அடுத்தவரின் அலங்கோலம் பொறாமைக்கு மாலையிடுகிறது.

- கந்தைத் துணியக் கண்டா களிப்பா!
  எண்ணெய்த் தலையக் கண்டா எரிவா!
- கந்தையக் கட்டி வெளிய வந்தா கண்ணாட்டி!
  வெள்ளையக் கட்டி வெளிய வந்தா வெள்ளாட்டி!

என்ன சொல்லுங்கள். பொறாமைப்பட ஆள் இல்லாவிட்டால் பெருமைகளுக்கு மதிப்பில்லை.

    நான் வாழ்ந்த வாழ்வைச் சொல்றேன்
    பக்கத்து வீட்டுக்காரன் இருக்கானா பார்!

பொறாமை போல நெஞ்சுக்குள் சிக்கிய மற்றொரு உறுத்தல் 'கோபம்'. கோபங்களில் பல கையாலாகாத கோபங்கள்!

- அடுப்பெரியாத கோபத்தை
  ஆம்பள மேல காட்டுனாளாம்!
- புருசன் அடிச்சதுக்குக்
  கொழுந்தனக் கோவிச்சாளாம்!
- ஆரு மேல கோபம்னு
  அருவாமனை மேல ஏறுற?
- ஆண்டை மேல கோபம்
  கடா மேல ஏறுனானாம்!
- பெண்டாட்டிக்கு ஆத்த மாட்டாதவன்
  சட்டிபானைய ஒடைச்சானாம்!

கோபம் செல்லாத இடங்களில் இப்படி. செல்லும் இடங்களில் வேறு மாதிரி.

- *எதுத்தவன் ஏழைன்னா*
  கோபம் சண்டாளம்!
- *வேண்ட வேண்டத்*
  தாண்டவம் ஆடுவான்!
- *தண்ணியும் கோபமும்*
  தாழ்ந்த இடத்தில்!
- *தட்டிக் கேப்பார் இல்லாட்டி*
  தம்பி சண்டப் பிரசண்டன்!

அழுகையும் பல விதமாக இருக்கிறது. உடனடியாக வரும் அழுகை உண்டு. யோசித்துப் பார்த்துச் சிலர் அழுவதும் உண்டு.

- *ஆம்பள அடிச்சதுக்கு அழுகல!*
  சக்களத்தி சிரிப்பாளேன்னு அழுகிறேன்.
- *அடிச்ச இடம் கண்டுபிடிச்சு அழுக*
  ஆறுமாசம் ஆகும்

அடித்தது யார் என்று பார்த்து அழுகுற அழுகையும் உண்டு.

குதிரை ஒதச்சாலும் ஒதைக்கலாம்.
கழுதையா ஒதைக்கிறது ?

மனம் நிரம்பிக் கிடக்கும் மற்றோர் உணர்வு - ஆசை. கள்ளத்தனம் இல்லாத ஆசை எது?

- *அவிசாரி போகவும் ஆசை இருக்கு!*
  அடிப்பானோன்னு பயமும் இருக்கு!
- *ஆசை அவள் மேல!*
  ஆதரவு பாய் மேல!

சில ஆசைகள் விசித்திரமானவை.

- *அரசன் குடுமியையும் பிடிக்கலாமுன்னு*
  அம்பட்டன் வேலைய விரும்புனானம்!
- *குளிராத வீடும் கூத்தியாளும் உண்டானா*
  மயிரான வெள்ளாமை
  வெளைஞ்சா என்ன ? வெளையாட்டி என்ன ?
- *கழுதை விட்டைன்னாலும்.*
  கை நிறைய வேணும்!

சுயநலம் முற்றிய ஆசைகள் பல; நியாயமற்ற எதிர்பார்ப்புகள் அந்த ஆசைகளுக்குள்!

- *அஞ்சு காசுக்குக் குதிரையும் வேணும்!*
  அது ஆத்தக் கடந்து பாயவும் வேணும்!
- *பணமும் பத்தாயிருக்கணும்!*
  பெண்ணும் முத்தாயிருக்கணும்!
  முறையிலயும் அத்தை மகளாயிருக்கணும்!
- *காணம்'னா வாயத்தெறக்கிறது!*
  கடிவாளம்'னா வாய மூடிக்கிறது!
- *உங்கவும் திங்கவும் என்னக் கூப்பிடு*
  ஊர்க்கணக்கு பாக்க எந்தம்பியக் கூப்பிடு!

வீங்கி வீங்கி ஒருபோதும் நிறைவேறாமல் உடைந்த ஆசைகளும் உண்டு.

ராக்கண்ட கனா
மிடாப்போல வீங்குச்சு!

தான் - தன் பொருள் - தன் முயற்சி என்றால் அதற்கான மெனக்கிடலும் தனி; அதன் மீதான பெருமை பாராட்டலும் தனி.

- *தன்னது தன்னதுன்னா*
  குசுவும் மணக்கும்!
- *அடுத்தவங்க போனா அத்துவானம்!*
  மத்தவங்க போனா மத்துவானம்!
  தாம் போனா மட்டும் உத்தமம்!
- *எல்லோரும் பாக்கு!*
  இவன் மட்டும் தோப்பு!
- *தன் பண்டம் தங்கம் போல!*
  ஊரா பண்டம் உமி போல!

தன் பண்டம் சிறியதாக இருந்தாலும், இழக்கும்போது கூச்சல் போடத் தவறுவது இல்லை.

- *தயிர்க்குடம் போட்டவளும் ஆத்தாடி அம்மாடி!*
  தண்ணிக்குடம் போட்டவளும் ஆத்தாடி அம்மாடி!
- *கோடி போனாலும் ஐயோ!*
  கோவணம் போனாலும் ஐயோ!

பொருள்களின் மீதான விருப்பமும் தணிவதேயில்லை

வயிறு நெரம்புனாலும்
கண் நெரம்பாது!

அடுத்தவன் பொருள் என்றால், கையின் நீளம் அதிகமாகிறது.

- *ஊரான் வீட்டு நெய்யே!*
  என் பெண்டாட்டி கையே!
- *கப்பல்ல பொண்ணு வருதுன்னா*
  எனக்கொண்ணு எங்கப்பனுக்கொண்ணு!

பொருள் இல்லாத உறவுகளிடம் எப்போதும் முறைத்த பேச்சுதான்!

- *கொடுத்தவன் அப்பன்*
  கொடாதவன் சுப்பன்!
- *இருந்தா வெங்கலப் பொண்டாட்டி!*
  இல்லைன்னா வெறும்பய பொண்டாட்டி!
- *பசையில்லா விருந்தாளி வந்தா*
  பயறு வேகப்போட நேரமில்ல!

இலவசமாகக் கிடைக்கும் பொருளையும் எடை போடாமல் மனம் ஏற்பதில்லை.

- *பாவம்'னு பழைய சேலையக் குடுத்தா*
  பின்னாடி போய் முழம்போட்டுப் பாத்தாளாம்!
- *புண்ணியத்துக்கு உழுத மாட்டைப்*
  பல்லப் பிடிச்சுப் பாத்தானாம்!

மனம் ஒருநேரம் துள்ளுகிறது; மற்றொரு நேரம் துவளுகிறது. எது எந்த நேரத்தில் என்று சொலவடை சொல்கிறது.

- *தேருக்குப் போறப்ப தெம்பு!*
  வாறப்ப வம்பு!
- *இணங்குனா தித்திப்பு*
  பிணங்குனா கசப்பு!
- *திருநாளுக்குப் போறயர்'ன்னா ஆமா! ஆமா!*
  திரும்பி வாறயர்'ன்னா ஓமா! ஓமா!
- *நாட்டான் பெஞ்சாதின்னா ஏம்பா!*
  நாலு பேருக்குச் சோறுன்னா ஊம்'பா!

குழப்பம் காரணமாய் முடிவெடுக்கத் தெரியாத ரெண்டுங் கெட்டான் மனமும் உண்டு.

- *புருசன் வேணுமின்னு ஆசையும் இருக்கு*
  போட்டு அடிப்பானோன்னு பயமும் இருக்கு!
- *கண்டு பேசக் கவ்வையும் இருக்கு!*
  முகத்தில் முழிக்க வெக்கமும் இருக்கு!

(கவ்வை - காரியம்)

- *மஞ்சக் குளிச்சு மணை மேல*
  இருக்கும்போது மாட்டேன்னீரே!
  பிள்ளை பெத்து நொந்திருக்கப்ப நோண்ட வந்தீரே!

இது பழி போடும் மனம் -

- *நடந்த பிள்ளை தவண்டுச்சாம்!*
  தாயார் செஞ்ச தவக்குறை!
- *கத்திரிக்காய் சொத்தை ன்னா*
  அருவாமனை குத்தங்கிறா!
- *அரிசிக் குத்தம் சாதம் குழைஞ்சுச்சு!*
  ஆம்படையான் குத்தம் பொண்ணாப் பொறந்துச்சு!

இது நம்பாதவர்களின் இயல்பு -

- *கள்ள மாடு துள்ளும்!*
- *தான் கள்ளன் பிறரை நம்பான்!*
- *தான் திருடி அசல்வீடு நம்பமாட்டா!*
  கூத்திக்கள்ளன் பெஞ்சாதிய நம்பமாட்டான்!
- *தன் வீட்டுக் களவாணி*
  அடுத்த வீட்டை நம்பாதாம்!

மனோபாவங்கள் மாறுகின்றன; பிறழ்கின்றன. தொடர்ந்து விளை யாட்டு நடக்கிறது. ஒரு மனோபாவம் மட்டும் விளையாட்டுக்கு வெளியே உட்கார்ந்த இடத்திலேயே உட்கார்ந்திருக்கிறது. அது 'விலகல் மனோபாவம்'; 'நமக்கென்ன மனோபாவம்'; 'உன் வேலையைப் பாரப்பா' மனோபாவம்!

- *மானுக்கு ஒரு புள்ளி*
  ஏறுனா என்ன? எறங்குனா என்ன?
- *ஆன வாழ்ந்தா என்ன?*
  பூன தாலியறுத்தா என்ன?
- *பாழாப் போன மாமன்*
  படகுல போனா என்ன? பாடையில போனா என்ன?
- *அழிஞ்ச கொல்லையில்*
  ஆன மேஞ்சா என்ன? குதிரை மேஞ்சா என்ன?
- *தான் செத்த பிறகு*
  உலகம் கவுந்து என்ன நிமிந்து என்ன?
- *அடிபோன சட்டி*
  ஆயா வீட்ல இருந்தா என்ன?
  மாமியா வீட்ல இருந்தா என்ன?

- தச்சன் பெஞ்சாதி தாலியறுத்தா என்ன?
  கொல்லன் பெஞ்சாதி கூலிக்கு அறுத்தா என்ன?
- வெட்டியானும் பிணமும்
  கட்டிக்கிட்டு அழட்டும்!
- மல்லாக்கப் படுத்தா மாணி!
  குப்புறப் படுத்தா குண்டி!

(இதுக்குப் போய் அலட்டுவதா?)

- ஆனை கறுத்தா என்ன?
  அசல்வீடு வாழ்ந்தா என்ன?
- எந்த நாயி எங்க போனா என்ன?
  எடக்குடி நாய்க்குப் பல்லு போனா என்ன?
- பாப்பாத்தி அம்மா!
  மாடு வந்துச்சு! கட்டிக்க!

(என் வேல முடிஞ்சுச்சு!)

மேலோட்டமாகப் பார்த்தால், இது அலட்டல் இல்லாத மனோபாவம் போலத் தோன்றுகிறது. ஆனால், சமூகத்தின் உள்பிணைப்புகளைக் கொறித்துச் சிதைக்கும் எலிப்பல்லும் இந்த மனோபாவத்துக்குள் கிடக்கிறது.

9

மிச்சம்

9.1. பண்பாட்டின் கசடு

ரசச் சட்டிக்குள் கிடக்கும் அடிமண்டி போல - சாப்பாட்டுத் தட்டில் ஒதுக்கப்பட்ட கசடு போல - பண்பாடு எதனுள்ளும் ஒரு மிச்சம் கிடக்கிறது.

பாரபட்சமான முன் தீர்மானம், மிச்சத்துள் கிடக்கும் கசடுகளில் ஒன்று.

இவன் இப்படிப்பட்டவன் என்று முன்கூட்டியே முடிவுகட்டிப் பேசும் பேச்சு முன் தீர்மானப் பேச்சு!

'அந்த ஊர்க்காரனா? அவன் கிட்ட ஜாக்கிரதையா இருக்கணும்!', 'அந்த சாதிக்காரனா? அவன் புத்தி அவ்வளவுதான்!' என்று பேசும் பேச்சை நாம் கேட்டதில்லையா?

முன் தீர்மானத்தை எப்படி உருவாக்குகிறோம்? வகைப்படுத்தும் (Classification) வேலை ஆய்வகங்களில் மட்டுமல்ல, சமூகத்திலும் நடக்கிறது. தனிமனிதன் ஒருவன் தவறு செய்தால் அதை அந்தச் சாதியின் குணமாக வகைப்படுத்துகிறார்கள். ஒருவனின் பேச்சையும் நடத்தையையும் இது பூர்வீகமானது, வழிவழியாக வந்தது என்று வகைப்படுத்துகிறார்கள். அவன் முன்னோர் மீதும் சேறள்ளி வீசுகிறார்கள். நுட்பம், உண்மை, பொறுமை இவை ஏதுமற்ற பேச்சுதான் முன்தீர்மானப் பேச்சு!

தோற்றத்தைப் பார்த்ததும் ஒரு முன் தீர்மானம் உண்டாகிறது. "கள்ளனை நம்பினாலும் குள்ளனை நம்பக்கூடாது" என்கிறார்கள். ஊனமுள்ள மனிதனைப் பார்த்தால் இன்னொரு முன் தீர்மானம். "ஊமை ஊரைக் கெடுக்கும்; பெருச்சாளி வீட்டைக் கெடுக்கும்" என்கிறார்கள். தமிழில் மட்டுமா இப்படி! உலகப் பழமொழிகள் பூராவும் இத்தகைய வல்லடிப் பேச்சு

உண்டு. 'சுருட்டை முடித் தலைக்காரன் அவசரக்காரன்' என்கிறது ஆங்கிலப் பழமொழி.

முன்தீர்மானப் பேச்சு கேட்காத இடமிருக்கிறதா? எங்கெங்கும் கேட்கிறது.

இரு சந்தர்ப்பங்களில் தவறாமல் கேட்கிறது. ஒன்று பெண் குறித்த பேச்சு; மற்றொன்று சாதி குறித்த பேச்சு! மேற்கத்தியப் பழமொழிகளில் சாதிக்குப் பதிலாக இனம் - அல்லது அண்டை நாடு.

எல்லா நாட்டுப் பழமொழிகளிலும் இந்தப் பள்ளங்கள் இருக்கின்றன.

பக்கத்தில் இருப்போர் எப்போதும் பகைக்கும் பரிகாசத்துக்கும் உரியோராக இருக்கிறார்கள்.[1] தவளை தின்னி, சதுர மண்டையன் போன்ற வசைகள் ஆங்கிலப் பழமொழிகளில் அண்டை நாட்டார் குறித்து வருகின்றன. இத்தாலியப் பழமொழிகளில் இடம்பெற்றுள்ள பிரெஞ்சு வசைகள் உலகப் பிரசித்தம். 'ஆங்கிலேயன் குடிகாரன்; பிரெஞ்சுக்காரன் முட்டாள்; டச்சுக்காரன் குடியானவன்; ஸ்பேனிஸ்காரன் கனவான்' என்ற பழமொழி ஸ்பெயினில் வழக்கில் உள்ளது.

தமிழ்ப்பழமொழிகளில் இதுவே சாதீய வசையாக வருகிறது. வசவு வாங்காத சாதி இல்லை; தொழில் இல்லை.

- *அண்டை வீட்டுப் பாப்பான்*
  சண்டை மூட்டித் தீப்பான்!
- *சாணானுக்கு ஏறும் போது ஒரு புத்தி!*
  எறங்கும் போது ஒரு புத்தி!
- *வாணியன் ஆசை*
  கோணியும் கொள்ளாது!
- *கள்ளன் பிள்ளைக்கும் கள்ளப் புத்தி!*
- *செட்டி வீட்டு நாயும்*
  கணக்குப் பாத்துக் கடிக்கும்!
- *பறைப்புத்தி அரைப்புத்தி!*
- *நரி நாலுகால் திருடன்!*
  இடையன் ரெண்டுகால் திருடன்!
- *வெள்ளிக்கு எதிரே போனாலும்*
  வெள்ளாளனுக்கு எதிரே போகக்கூடாது!
- *தட்டான் தாய்ப் பொன்னிலும்*
  மாப்பொன் எடுப்பான்!

- *முட்டா நாயக்கனும் முரட்டுத் துலுக்கனும்*
  பட்டாளத்துக்கு ஆகமாட்டாங்க!
- *குட்டுமானம் தப்பி குசவனோடு பேசுனா*
  சட்டையும் பண்ணான்! சட்டியும் பண்ணான்!
- *கம்மாளன் வீட்டுல பிள்ளை பிறந்தா*
  தேவடியா தெருவுல சக்கரை கொடுக்கணும்!
- *தட்டாரச் சித்து தறிச்சித்து*
  வண்ணாரச் சித்துக்கு வராது!
- *பூசாரி புளுகும் புலவன் புளுகும்*
  ஆசாரி புளுகில் அரைப்புளுகு ஆகாது!

இவை சில உதாரணங்கள். இன்னும் ஏராளம் இருக்கின்றன. கோழி குப்பையைக் கிளறுவதைப் போல அவற்றைக் கிளறிப் பயனில்லை.

இந்தக் கசடுகளை உண்மைகளாக எடுத்துக் கொள்ளவும் முடியாது. பண்பாட்டு ஆய்வுக்கு ஆதாரச் சான்றுகளாகக் கொள்ளவும் முடியாது.

எச்சரிக்கையோடு அணுகவேண்டிய பிரச்சினை இது.

ஜெர்மனியில் யூதர்களைக் கொல்வதற்கு முன் யூதர்களுக்கு எதிரான பிரச்சாரம் தொடங்கியது. அப்பிரச்சாரத்தில் ஹிட்லர் முதன்மையான ஆயுதமாக எடுத்துக்கொண்டது யூதர்களைப் பழிக்கும் ஜெர்மன் பழமொழிகளைத்தான். ‘யூதனும் ஓநாயும் ஒண்ணு’, ‘யூதனும் பேனும் வீட்டுக்கு ஆகாதவை’ என்பவை சில உதாரணங்கள். பழமொழிகள் நாஜிகளுக்குத் தயார்நிலையில் இருந்த ஆயுதங்கள் (ReadymadeWeapons) ஆயின என்கிறார்கள் ஆய்வாளர்கள்.[2] யூதர்களுக்கு எதிராக, ஜெர்மானியர் ரத்தங்களில் கொதிப்பூட்ட பழமொழிகள் பயன்படுத்தப்பட்டன. அறுபது லட்சம் யூதர்களைக் கொன்று குவித்த ஆறாத வரலாற்றுப் புண்ணில், பழமொழியும் பங்கு வகிக்கிறது.

யாரோ ஒருவர் எந்தத் தருணத்திலோ வெளிப்படுத்திய பரிகாசத்தையும் கோபத்தையும் ஒரு கருத்தாக்கமாக மாற்றி இன்றைக்கும் அதைப் பொருத்திப் பார்க்கத் தோன்றும் ஆர்வம் பகுத்தறிவுக்கு முரணானது.

மற்றொரு சறுக்குப்பாறை பெண் குறித்த பேச்சு. இங்கே வழுக்கி விழாத பண்பாடு கிடையாது.

பெண் பழிப்பாளர்கள் தான் (misogynists) பழமொழிகளை உருவாக்கியிருக்கிறார்கள் என்ற முடிவுகூட பழமொழி ஆய்வில் தோன்றுகிறது.[3]

பெண் பழிப்பு என்று சொல்லாமல் 'எளிய மக்களின் பசப்பற்ற வெளிப்படைப் பேச்சு' என்று கொள்ளலாமா என்ற தர்க்கமும் கூடவே பிறக்கிறது.[4]

பெண்ணைப் பொறாமைக்காரியாகவும், பாசாங்குக்காரியாகவும், நச்சரிப்பு கொண்டவளாகவும், எரிச்சல் ஊட்டுபவளாகவும் சித்திரிப்பதில் ஒரு தேசத்துக்கு இன்னொரு தேசம் சளைக்கவில்லை. இதில், மேலை நாடு, கீழை நாடு என்ற பாகுபாடு இல்லை.

உலகப் பழமொழிகளை ஆராய்ந்த கெல்லி என்ற ஆய்வாளர், பெண்மீது அனுதாபம் கொண்ட ஒரே ஒரு பழமொழியைத்தான் ஆங்கிலத்தில் காண முடிந்தது என்கிறார்.[5] அது இது: 'ஆண் செய்யும் பெரும்பாவம் சிறு குற்றமாகும்; பெண் புரியும் சிறு குற்றம் பெரும் பாவமாகும்!

தமிழ்ச் சொலவடைகளில் இடம்பெற்றுள்ள பெண்வசைச் சொற்கள் கணக்கிலடங்கா, அவிசாரி, மூளி, அறுதலி, மூதேவி, முண்டை , மொட்டைச்சி, கூத்தியா, தேவடியா, தாசி, வேசி, நீலி, கள்ளி, சிறுக்கி என்பவை சில.

சாதீய, இன வசைகளையும், பெண் பழிப்புக்களையும் பழமொழிகளில் பார்த்துச் சலித்துப் பழமொழிகளை உருவாக்கியவர்கள் குறித்தே முன் தீர்மானக் கருத்து பிறந்தது உண்டு.

இது 'ஆணின் கண்டுபிடிப்பு' (masculine Invention) என்று ஆர்சர் டெய்லர் கூற, செஸ்டர் பீல்டு இது ஆபாச மனிதனின் அலங்காரப் பேச்சு' (Rhetoric of the vulgar) என்று முடிவு கட்டுகிறார். கீழ்த்தட்டு மக்கள்தான் பழமொழிகளைச் சொன்னவர்களும் பேசியவர்களும் என்கிறார் ஜோசப் ரேமண்ட். இவை அவசரப்பட்ட முடிவுகள் என்பதில் சந்தேகமில்லை.

கசடுகளை வைத்து பழமொழி, சொலவடைப் பேச்சுகளை 'இப்படிப் பட்டது' என்று அடையாளப்படுத்தவும் முடியாது; முற்றாக நிராகரிக்கவும் முடியாது. இந்தக் கசடுகள் நம் சமூகத்தில் உள்ளவை; நம் பண்பாட்டில் உள்ளவை; நம் அடிமனதில் குடியிருப்பவை.

மனதுக்குள் ஒளித்து வைக்கப்பட்ட அகங்காரம் வெளிப்படையாகத் தெரிவதில்லை. சர்வே எடுத்துக் கண்டுபிடிக்க முடியாத அகங்காரம் இது.

இந்த அகங்காரம் மறைப்பின்றி பழமொழி, சொலவடைகளில் வெளிப்படுகின்றது.

எளிய உலகத்துக்குள்ளும் அகங்காரம் வசிக்க முடியும் என்பது தெளிவாகிறது.

9.2 சாதி, தொழில், தோற்றம்

எவன்மீது கோபம் வந்தாலும் அவன் தோற்றம், அவன் சாதி, அவன் வீட்டுப் பெண்கள் - வசைக்கு இலக்காவது தெரிந்ததுதான்.

பேச்சில் இவற்றைக் கைவிடாத எவரும் பண்பாடு பற்றிப் பீற்றிக் கொள்ள முடியாது.

சொலவடைகளில் வெளிப்படும் சாதிப் பரிகாசம் சில நேரங்களில் வெறுஞ்சிரிப்பு சிரித்து ஒதுக்கக்கூடியதாக இருக்கிறது.

- *செட்டியாரே செட்டியாரே'ன்னா*
  சீரகம் பண எடை முக்கால் பண'ங்கிறார்!
- *கம்மாளன் துணி வாங்குனா*
  கால்மயிர் தெரிய வாங்குவான்!
  அதச் சலவைக்குப் போட்டாலும்
  அடுப்பில போட்டாலும் வேகாது!

கழுவினாலும் போகாத களிம்புகளாய்ச் சாதீய அகம்பாவம் ஒட்டிக்கொண்டிருக்கும் சொலவடைகள் பல.

- *சக்கிலியன் சாமிக்குச்*
  செருப்படிதான் பூசை!
- *குப்பை மணி வேர்விட்டு விட்டம் போடமுடியுமா?*
  ஒட்டாத்தி பிள்ளை பெத்து பட்டம் ஆளமுடியுமா?
- *பறைச்சி பிள்ளைய பள்ளிக்கு வச்சாலும்*
  பேச்சில ஐயே'ன்னுமாம்!

எந்தச் சாதியின் வீழ்ச்சியும் மற்றவர்க்குக் கொண்டாட்டமாகத் தான் இருக்கிறது.

- *பட்டாத் தெரியும் பாப்பானுக்கு*
  கெட்டாத் தெரியும் கோமுட்டிக்கு!
- *ஓஞ்சுதடி பனங்காடு*
  ஒக்காந்தாடி சாணாத்தி!

இவர்களுக்குக் கிடைக்காத பெண்களின் வீழ்ச்சி கண்டால் கொண்டாட்டம் கூடுகிறது.

கோவில் சோத்துக்குக் குமட்டுன தேவடியா
காடிச் சோத்துக்குக் கரணம் போடுறா!

(காடிச்சோறு - புளித்த பழைய சோறு)

கொண்டாட்டமா, அனுதாபமா என்று பிரித்துப் பார்க்க முடியாதபடியும் சில சொலவடைகள் இருக்கின்றன.

- *ஒட்டன் கண்டானா லட்டுருண்டை!*
- *தச்சன் வீட்ல தயிரும்*
  எச்சன் வீட்டுல சோறும் எப்படிச் சேரும்?

(எச்சன் - பலி கொடுத்து வழிபாடு நடத்துபவர்)

- *கணக்கனுக்குப் பட்டினி உடன்பிறப்பு!*
- *இருளன் பிள்ளைக்கு எலிக்குஞ்சு பஞ்சமா?*

எல்லா வீட்டு உறவுமுறைகளும் கோணிக் கிடப்பதாகக் குற்றம் சொல்லும் சொலவடைகள் பல.

- *வாணியன் முறை*
  கோணிக் கிடக்கு!
- *சாணாப்பய உறவு*
  சட்டிக்குள்ளயும் பொட்டிக்குள்ளயும்!
- *பனைமரத்துக்கு நிழலும் இல்ல!*
  பறையனுக்கு முறையும் இல்ல!
- *கொழுக்கட்டைக்குத் தலையும் இல்ல!*
  கூத்தாடிக்கு முறையும் இல்ல!

அதே நேரம், உறவுமுறைகள் கோணித்தான் கிடக்கும்; சுத்தமான சாதி என்று எதுவுமில்லை என்று சொல்லும் சொலவடைகளும் உள்ளன.

நாலாந் தலைமுறையப் பாத்தா
நாவிதனும் சித்தப்பன் ஆவான்!

தொழில்களைப் பற்றிப் பேசும் போதாவது யதார்த்தம் வந்திருக்க வேண்டும். யதார்த்தத்தை உட்காரவைத்து விட்டு நக்கலும் எரிச்சலும் முன்னால் வந்து நிற்கின்றன.

- *கருமான் இருந்த இடமும்*
  கழுதை புரண்ட களமும் சரி!
- *ஊர் ரெண்டு பட்டா*
  கூத்தாடிக்குக் கொண்டாட்டம்!
- *உழுதவனுக்கு ஊர்க்கணக்கு பண்ணத் தெரியாது!*
- *வெறுங்கைத் தட்டான்*
  இரும்பூதிச் செத்தான்
- *கரடி துரத்தினாலும் போகவழி இருக்கும்*
  கைக்கோளன் தெருவில் போகவழி இருக்காது!

(கைக்கோளன் - நெசவாளி)

சாதி, தொழில் தாண்டி எல்லாத் தரப்பினரும் வர்த்தகரோடு கொள்ளும் முரண்பாடு இது:

செட்டி உறங்கினாலும்
வட்டி உறங்காது!

கணக்கரிடத்தும் இந்த முரண்பாடு இருக்கிறது.

கணக்குக் குஞ்சையும் காக்காக் குஞ்சையும்
கண்ட இடத்தில் குத்து!

வேளாண்மையின் மீது கொஞ்சம் அனுதாபம் இருக்கிறது.

உழுதவன் கணக்குப் பாத்தா
உழக்கு கூட மிஞ்சாது!

எத்தனை முரண்பாடுகள் தோன்றியபோதும் வர்த்தகச் சாதியார் மீது மரியாதையும் இருக்கிறது.

கெட்டாலும் செட்டி!
கிழிஞ்சாலும் பட்டு!

குலத்தொழில்தான் சிறந்தது என்ற வர்ணப் பார்வையும் சொலவடைகளில் உண்டு.

ஆண்டி மகன் ஆண்டியானா
நேரமறிஞ்சு சங்கு ஊதுவான்!

சாதிகள் அந்தந்த சாதியைச் சுட்டாமல் சொல்லப்படும் தருணத்தில் சுட்டப்படும் எந்த மனிதனையும் குறிப்பதுண்டு. இவன் உள்நோக்கத்தோடு செயல்படும் மனிதன் -

ஆதாயமில்லாமலா செட்டி
ஆத்தைக் கட்டி எறைப்பான்?...

ஊனமுற்ற மனிதர் குறித்த தடித்த பேச்சுகளுக்கும் சொலவடைகளில் பஞ்சமில்லை குருடு, செவிடு, நொண்டி, சப்பாணி, ஊமை போன்ற பண்பாடற்ற பேச்சுகள் கொண்ட பல சொலவடைகள் முன்னரே நமக்கு அறிமுகமானவைதான். இன்னும் சில இங்கே.

- *குங்குமக் கோதைக்கு அஞ்சு பணம்!*
  குருட்டுக் கண்ணிக்கும் அஞ்சு பணமா?
- *குருட்டுப் பய ஆத்தா*
  குளத்தில் விழுந்து செத்தா!
- *குருட்டுப் பய வீட்ல*
  தடிக்கம்புக்குப் பஞ்சமில்ல!
- *செவிடு செம்பெடுன்னா*
  குருடு கம்பெடுத்துச்சாம்!

- *ரெண்டு காது மூளி!*
  கொப்பு கேட்டு அழுகுறா!

(கொப்பு - பெண்ணின் காதணி)

- *குருட்டுப் பய கல்யாணத்தில*
  வயித்துப் பய உண்ணதும் தின்னதும்தான் மிச்சம்!

9.3 பெண்

பெண்ணோ, எளிய மனிதனோ சிறு அதிகாரம் பெற்றுவிட்டால், ஆங்காரப்பட்ட மனது தாங்குவது இல்லை.

பொம்பள மணியம்!
புழுக்கப்பய நாட்டாமை!

என்று கருவுகிறது மனம்.

சொலவடைகளின் எளிமையான அழகிய உலகில் கரப்பான் பூச்சிகளாய் ஊர்கின்றன பெண்கள் குறித்த வசைப் பேச்சுகள்!

- *சிறுக்கி சின்னப் பணம்*
  சிறுக்கி கொண்டை மூணுபணம்!
- *பெண்ணைக் கொண்டு பையன் பேயானான்!*
  பிள்ளை பெத்துச் சிறுக்கி நாயானாள்!
- *வெக்கங் கெட்ட முண்டைக்கு முக்காடு எதுக்கு?*
- *துப்புக் கெட்டவளுக்கு*
  ரெட்டைப் பரிசம்!
- *கழுவில நெய் உருக்குற கள்ளி முண்டை!*
- *துணிஞ்ச முண்டையத் தொடையில சுட்டா*
  அதுவும் ஒரு ஈக்கடி!
- *தாந்தின்னி பிள்ளை வளக்க மாட்டா!*
  தவிடு தின்னி கோழி வளக்க மாட்டா!

அவிசாரி, தேவடியா - என்ற திட்டுகள் வசைகளின் உச்சம்!

- *அவிசாரிக்கு வாய் பெரிசு!*
  அஞ்சாறு அரிசிக்குக் கொதி பெரிசு!
- *ஆடத் தெரியாத தேவடியா*
  தெருக் கோணல் னாளாம்!
- *ஆயிரம் சொன்னாலும் அவிசாரி சம்சாரி ஆகமாட்டா!*
- *தேளுக்குக் கொடுக்கில விசம்!*
  தேவடியாளுக்கு உடம்பில விசம்!
- *தேவடியா மகன் திவசஞ் செஞ்ச மாதிரி!*

பெண்ணை ஆதரிக்கும் ஆண் மீதும் வசை உண்டு.

பெண்டுகள் சூத்துக்குப் புரிமணை!

கணவனை இழந்த பெண்ணைச் சுற்றி மனச்சாட்சியற்ற பேச்சுகள் சொலவடை நாக்குகளில் புரள்கின்றன.

- *அறுதலி மகனுக்கு*
  அங்கமெல்லாம் சேட்டை!
- *அறுதலி மகனுக்கு வாக்கப்பட்டு*
  விருதாவியா தாலி அத்தேன்!

(விருதா - வீண்; வெட்டி; பயனின்மை)

- *அறுத்தவ ஆம்பளப் பிள்ளை*
  பெத்த கதையா இருக்கு!
- *ஆம்படையான் செத்த பிறகு*
  அறுதலிக்குப் புத்தி வந்துச்சு!
- *நேத்து வந்த மொட்டைச்சி*
  நெய்வார்த்து உண்ணச் சிணுங்குறா!
- *வாழாத பெண்ணுக்கு மை ஏண்டி ?*
  பொட்டு ஏண்டி ? மஞ்சள் குளி ஏண்டி ?
- *சுக்கிரோதயத்தில் தாலிகட்டி*
  சூரியோதயத்தில் அறுத்தா!
- *முகத் தாட்சண்யத்துக்கு*
  முண்டச்சி முந்தி விரிச்சாளாம்!
- *மொட்டைச்சி மூணு பிள்ள பெத்தா!*
  ஒண்ண ஆடவிட்டா! ஒண்ண பாடவிட்டா!
  ஒண்ண கருவாட்டுக் கடையில திருடவிட்டா!

கணவனை இழந்த பெண்ணுக்கு உடனடியாக ஒரு பொருத்தம் பார்க்கும் பின்வரும் சொலவடைகளில் தெரிவது ஒரு திருகல் புத்தி.

- *தாலி அறுத்தவ ஏன் இருக்கா ?*
  தாரம் தப்பினவனுக்குப் பொங்கிப்போட!
- *கைம்பெண்டாட்டி தாலிய*
  கூழைக்கையன் அறுத்தானாம்!

(கூழைக்கை - குட்டைக் கை; வெட்டப்பட்ட கை)

பெண்ணின் திருமணம் குறித்த பேச்சுகளில் எப்போதும் கேலி உண்டு,

- *கடுகுச்சு முடுகுச்சு வடுகச்சி கல்யாணம்!*

- *சும்மா கெடந்த அம்மைக்கு*
  அரைப்பணத்துக்குத் தாலி போதாதா?
- *குமரு முத்தி குரங்காச்சு!*

திருமணம் குறித்த யதார்த்தப் பேச்சுகளும் இடையிடையே கேட்பதுண்டு. பெண்ணின் திருமணம் குறித்து அவநம்பிக்கையோடும், பெருமூச்சோடும் வீடுகளில் முடிவுறும் உரையாடல் இது.

மூணு முடிச்சு கழுத்தில் விழுகட்டும்!
முப்பது இலை குப்பையில விழுகட்டும்!

திருமணப் பெண்ணோடு அந்தக் குடும்பமே பாரம் சுமக்க மண மகன் வீட்டுக்குப் புறப்பட்டுப் போகும் காட்சி இது:

நான் வாரேன் வாக்கப்பட!
அம்மா வாரா ஆக்கிப்போட!
தங்கச்சி வாரா பிள்ளை தூக்க!

மந்தைக்குள் தனக்கான மாப்பிள்ளையைத் தேடியவளின் வருத்தம் இது:

நாங் கழிச்சது லச்சம்!
என்னைக் கழிக்குது சொச்சம்!

யாருமற்றவளாய் மனைவி இருக்க வேண்டும் என்பதுதான் ஆணின் விருப்பம்.

ஆரும் அற்றதே தாரம்
ஊரில் ஒருவனே தோழன்!

பிறந்த வீட்டு உறவுகளில் அவள் ஆர்வம் காட்டினால் எரிச்சல் வருகிறது.

- *அண்ணனார் அரமனையில*
  அள்ளி உங்கப் போறா!
- *காதுல போட்டா கனக்குதும்பா - அவுங்க*
  அப்பன் போட்ட கனகாம்பரத் தோட!

கருவுற்ற பெண் சிறு அசௌகர்யத்தை வெளிப்படுத்தினாலும் இதே எரிச்சல்தான்!

முழுகி முப்பது நாளாகல!
குனிஞ்சு குப்பை அள்ள முடியலையாம்!

குழந்தை பெற்றதும் வேறுவிதமான கேலி!

குமரிக்குள்ள தளுக்கு
குட்டி போட்டா லொடக்கு!

ஆணைப்பற்றிப் பேசும்போது திறமையும், பெண்ணைப் பற்றிப் பேசும்போது ஒழுக்கமும் பேச்சின் மையப்பொருள் ஆவதுண்டு. பெண்ணின் ஒழுக்கம் குறித்த சந்தேகம் நிமிடத்துக்கு நிமிடம் ஆணின் நெஞ்சை அரிக்கிறது.

- *ஏழு அறை கட்டி வச்சாலும்*
  ஒரு தாழறையில சோரம் போவா!
- *நாணம் இல்லாக் கூத்திக்கு*
  நாலு பக்கமும் வாசல்!
- *அவிசாரிக்கும் ஆத்தில விழுகுறவளுக்கும்*
  காவல்போட முடியுமா?
- *பட்டப் பகலில் போறவளுக்குத்*
  தட்டுக் கூடை மறைப்பா!
- *ஒழுக்கத்தைக் கக்கத்தில வச்சு*
  வெளக்குமாத்தைத் தலைக்கு வச்சிப் படுத்தாளாம்!
- *அவிசாரி கையில் சாப்பிடாதவனும் இல்ல.*
  அரிசிப் புழு சாப்பிடாதவனும் இல்ல.

(ஒவ்வொரு பெண்ணும் ஒழுக்கமற்றவள் என்ற பொருளில்)

பெண்ணின் உடல்மீது மட்டுமல்லாமல், அவளுடைய சிரிப்பு, வெட்கம் போன்ற உணர்வுகளின் மீதும் ஆதிக்கம் செய்ய எண்ணுகிறது ஆண்மனம்.

- *அரிக்கிற அரிசிய விட்டுட்டுச்*
  சிரிக்கிற சின்னப் பையனப் பாத்தாளாம்!
- *ஆம்படையானுக்கு இல்லாத வெக்கம்*
  அடுத்த வீட்டுக்காரனுக்கா?
- *ஆங்கெணத்துக்கும் பாங்கெணத்துக்கும்*
  அழைச்ச குந்தாணி!
  சின்னமனூர்க்கும் சீலையம்பட்டிக்கும் சிரிச்ச குந்தாணி!

பெண்ணைக் கைப்பற்றுவது எவ்வளவு எளிது என்றும் சொலவடைகள் பேசுகின்றன. ‘சொலவடை ஆணின் கண்டுபிடிப்பா?’ என்ற சந்தேகத்தைக் கிளப்பும் பேச்சுகள் இவை.

- *காசு கொடுத்தா வேசி வருவா!*
  கலநெல் கொடுத்தா
  அவ அக்காளும் ஆத்தாளும் கூட வருவாங்க!
- *தாசிக்குப் பாளையம் கொடுத்தா*
  தகப்பனும் போகலாம்! பிள்ளையும் போகலாம்.

- பத்து வராகனுக்கு மிஞ்சின
  பதிவிரதை இல்ல!

உலகத்தில் மகிழ்ச்சியாக இருப்பவர்கள், ஒழுக்கத்தைப் பொருட் படுத்தாதவர்கள்தான் என்று ஒரு சொலவடை கூறுகிறது.

தேவடியா தேர்பாக்கப் போனாளாம்!
பத்தினி பரதேசம் போனாளாம்!

தான் இச்சை வைத்த பெண்ணுக்காக, ஆண் நடத்தும் நாடகத்தையும் சொலவடை கவனிக்கத் தவறவில்லை.

கூத்தியா ஆத்தா செத்தா கொட்டும் முழக்கும்!
கூத்தியா செத்தா ஒண்ணுமில்ல!

சமூகத்தின் மனப்பண்பாட்டில் பெண் குறித்த எதிர்மறைக் கருத்துக்களே நிரம்பிக் கிடக்கின்றன. இவை சில கருத்துக்கள்.

- வாழ்ற வீட்டுக்கு ஒரு பொண்ணு
  வைக்கப் படப்புக்கு ஒரு கன்னு!

  (கன்னு - கன்றுக்குட்டி)

- ஆண் ஆயிரம் ஒத்தாலும்
  பெண் நாலு ஒவ்வாது!

- பெண்டுகள் சமத்து
  அடுப்பாங்கரை வரைக்கும்!

படித்த பெண், பட்டணத்துப் பெண், நாகரிகம் அறிந்த பெண் - இவர்கள் எல்லாம் ஆகாதவர்கள் ஆகிவிட்டார்கள் கிராமத்து மண்ணுக்கு!

- சேலை மேல் சேலை கட்டும் தேவரம்பை ஆனாலும்
  ஓலை மேல் எழுத்தாணி ஊன்றும் பெண் ஆகாது!

- கூழைக் குடிச்சாலும் குப்பை சுமந்தாலும்
  குப்பைக் காட்டுப் பெண் ருக்குமணி!
  பாலைக் குடிச்சாலும் பட்டைக் கட்டினாலும்
  பட்டணத்துப் பெண் தட்டுவாணி!

- பட்டணத்தான் பெத்த குட்டி
  பணம் பறிக்க வல்ல குட்டி.

- இருந்திருந்து ஒரு பெண்ணைக் கொண்டான்!
  மலஜலம் எல்லாம் வீட்டுக்குள்ளே!

செல்லப் பெண்களைப் பார்த்தாலும் காதுகளில் புகை கிளம்புகிறது.

- செல்லப் பிள்ளை சேலை உடுத்தாதாம்
  பிள்ளை பெறுமட்டும்!

- *செல்லத்தில் ஒரு பொண்ணு பெறந்து*
  செட்டி தெருவு எல்லாம் நொட்டீட்டு வந்துச்சாம்!

பெண் அடங்கி, ஆங்காரமற்று இருக்க வேண்டும் என்று ஒரு சொலவடை சொல்ல, ஆங்காரம் கொண்டு மனைவியை அடிக்க கணவனுக்கு உரிமையுண்டு என்று மற்றொரு சொலவடை சொல்கிறது.

- *அட்டா துட்டி*
  கொள்ளித் தேள்!

(அட்டாதுட்டி - அடங்காப் பெண்)

- *துடியாப் பெண்*
  மடியில் நெருப்பு!

(துடியாப் பெண் - இரக்கமற்றவள்)

- *தன் பெஞ்சாதியத் தானடிக்க*
  தலையாரி கிட்ட சீட்டு வாங்கணுமா?

பெண் பயந்தொடுங்க வேண்டியது கணவனிடம் மட்டுமல்ல; மகனிடமும்தான்!

கழுத்து மாப்பிள்ளைக்குப் பயப்படாட்டியும்
வயித்து மாப்பிள்ளைக்குப் பயப்படணும்!

உடன்கட்டை ஏறுவதைக் குற்றவுணர்வின்றி இயல்பாகப் பேசும் ஆழ்மனங்களும் பண்பாட்டில் உண்டு.

வெதுவெதுன்னு குளிக்காதவளா
உடன்கட்டை ஏறப்போறா?

வீட்டுக்கு அடிப்படையானவன் ஆணாம்!

- *ஆணழகனும் சோறும் அடைவா இருந்தா*
  வீடெல்லாம் பிள்ளை விட்டெறிஞ்சு பேசும்!
- *கொண்டவன வச்சுத்தான் குலுக்கு!*
  மன்னவன வச்சுத்தான் மதிப்பு!

ஆனால் சம்பிரதாயங்களில் குறை ஏற்பட்டால் அடிபட வேண்டியது பெண்ணாம்!

ஆடிக்கு அழைக்காத மாமியாரைத்
தேடிப்பிடிச்சுச் செருப்பால் அடி!

பெண் குழந்தையின் பிறப்பு குறித்த நம்பிக்கைகளுக்கும் பண்பாட்டில் பஞ்சமில்லை.

- *நாலாவது பெண்!*
  நாதாங்கி முளைக்கும் திக்கு இல்லை!

(நாதாங்கி - ஒருவகை வாழை)

- *அஞ்சாவது பொண்ணு*
  கெஞ்சினாலும் கெடைக்காது!

சொந்தத்தில் - பக்கத்தில் பெண்ணெடுக்க வேண்டும் என்ற கருத்து உலகப் பழமொழிகள் பூராவிலும் இருக்கிறது.

குரங்கு ஆனாலும்
குலத்தில் கொள்ளணும்

என்கிறது தமிழ்ச் சொலவடை.

அதே நேரம், அடிக்கடி தாய்வீட்டுக்குப் போய்விடுவாள் என்ற பயத்தில் உள்ளூர்ப் பெண் வேண்டாம் என்றும் மறுக்கிறது.

உள்ளூர்ப் பெண்ணும் சரி!
உள்ளங்கைச் செரங்கும் சரி!

பொருந்தாத் திருமணம் பற்றிய தகவல்களும் சொலவடைகளில் கிடைக்கின்றன.

- *அம்மா தெருளுமுன்னே*
  அய்யா உருளுவார்!

(தெருளுதல் - வயதுக்கு வருதல், உருளுதல் - இறத்தல்)

- *தாய்க்கு மூத்து*
  தகப்பனுக்கு விளக்கு பிடிக்கிறான்!

மனச்சாட்சியோடும் சிலநேரங்களில் பேச்சு பிறக்கிறது. ‘பெண் பாவம் பொல்லாது’ என்ற அச்சமும் மெல்லத் தலை காட்டுகிறது.

- *மண்மேல் நின்று*
  பெண் ஓரம் சொல்லாதே!
- *குடியில் பெண் வயிறு எரிஞ்சா*
  கொடியில் சேல நின்னு எரியும்!

பெண்ணின் ஆதரவுதான் நம்பகமானது என்ற உண்மையும் புரிகிறது.

ஆண் எணல்ல நின்னு போ!
பெண் எணல்ல இருந்து போ!

(எணல் - நிழல்)

9.4. ஏற்புக்கும் நிராகரிப்புக்கும் இடையே....

எந்த உரையாடலிலும் கட்டுப்படுத்த வேண்டிய பொருளாக நாக்கு இருக்கிறது. ‘வாய்ப்பேச்சு வாய்க்கு வந்த பேச்சாகச் சட்டென மாறிவிடுகிறது.

சொலவடைப் பேச்சு வெளிப்படைப் பேச்சு; திட்டமும் கட்டுப் பாடும் இல்லாத பேச்சு. பெண், சாதி குறித்துப் பேசும்போது கட்டுகள் முழுவதும் தெறித்து விழ, அது வாய்க்கு வந்த பேச்சாக மாறிவிடுகிறது.

எல்லா வாய்களும் கவனத்தில் வைக்கவேண்டிய சிந்தனை இது; எல்லாப் பண்பாடுகளும் சுயபரிசோதனை செய்துகொள்ள வேண்டிய பரப்பு இது.

ஆயிரக்கணக்கான சொலவடைகளில், (தமிழகம் முழுவதும் தொகுத்தால் லட்சத்தையும் தாண்டும்) சில நூறு சொலவடைகள் மனித நேயத்தின் எதிர்த்திசையில் நடக்கப் பார்ப்பது உண்மை.

இதை வைத்துச் சொலவடைகளை நிராகரிக்க முடியாது. சொலவடை மனிதர்களின் மிக உண்மையான அனுபவங்களை ஒதுக்கிவிட முடியாது,

கொண்டாடுதலும், தூக்கி வீசுதலும் இரு எல்லைகள்; எல்லை முனைகள்.

ஏற்பதற்கோ நிராகரிப்பதற்கோ அவசரப்படும் கைகள் உண்மைகளைக் கண்டெடுக்கப்போவதில்லை.

ஏற்புக்கும் நிராகரிப்பும் இடையில் பெரிய பரப்பு - பெரிய வெளி கிடக்கிறது. இந்த வெளிதான் நாம் பயணப்பட்டுப் பார்க்க வேண்டிய வெளி. உண்மைகளைத் தேட வேண்டிய வெளி.

எல்லை முனைகளுக்கு ஓடிஓடிப் போகவேண்டாம். எல்லை முனைகளில் உண்மைகள் இல்லை. எல்லை முனைகள் அளவுகோல்களும் அல்ல. சொலவடைகளை மட்டுமல்ல - எந்தப் பண்பாட்டை மதிப்பிடவும் எல்லை முனைகளுக்குச் செல்லவேண்டியதில்லை.

இடையில் கிடக்கும் பெரும்பரப்பில் மீண்டும் மீண்டும் நடப்போம். நம்பிக்கையோடு நடப்போம். சொலவடை புரியும். பண்பாடு புரியும். மனிதர்கள் புரிவார்கள்.

அடிக்குறிப்புகள்:

1. "Men are ready to mock their neighbours" Archer Taylor, 1931.
2. Wolfgang Meider, Proverbs are never out of season (Article: Proverbs in Nazi Germany) 1993.
3. Ibid. p. 65. 'Proverb makers of past centuries were misogynists'.
4. Ibid. 'Unflattering expressions of folk wisdom'.
5. Walter K. Kelley, Proverbs of all nations, p.1.

துணை நூல் பட்டியல்:

1. கி.ரா.கட்டுரைகள், அன்ன ம், 1991.
2. கி.ராஜநாராயணன், வட்டார வழக்குச் சொல்லகராதி, அன்னம், 1982
3. ஹெர்மன் ஜென்சன், தமிழ்ப்பழமொழிகள், (பொருள் வகையாகப் பகுக்கப்பட்ட து). Asian Educational Services, 2002.
4. பதினெட்டாவது கருத்தரங்கு ஆய்வுக் கோவை, தொகுதி 3, இந்தியப் பல்கலைக் கழகத் தமிழாசிரியர் மன்றம், 1986.
5. தமிழ்ப் பழமொழிகள், தொகுதி 1-4, ஜெனரல் பப்ளிஷர்ஸ், 2001.
6. Tamil Lexicon, University of Madras, Vol - Vol vl, 1982.
7. Rev.P. Percival, Tamil Proverbs with their English Translation, Asian Educational Services, 1996.
8. வின்சுலோவின் தமிழ் - ஆங்கில அகராதி, Asian Educational Services, 2004
9. Alan Dundes (Ed) The Study of Folklore, Prentice Hall Inc; 1965.
10. Archer Taylor, The Proverb, Harward University Press, 1931.
11. Geoff Rolls, Taking the Proverbial - the Psychology of Proverbs and sayings, Chambers, 2007,
12. Julian Baggini, Jeremy Stangroom (Ed), Great ThinkersA-Z, MJF books,2004.
13. Proverbium: Year book of International Proverb Scholarship, I (1984)
14. Richard Chenevix Trench, Lessons in Proverbs, Redfield, 1858.
15. Ruth Finnegan, Oral LiteratureinAfrica, Nairobi Oxford University Press, 1978.
16. R. Sutherland Rattray, Ashanti Proverbs, Oxford, 1916.
17. WalterK.Kelly, The collectionofthe Proverbsofall nations, TheUniversity of Vermont, 2002.
18. William S. Sahakian & Mabel Lewis Sahakian, Ideas of the Great Philosophers, Barnes and Noble books, 1993.
19. Wolfgang Meider, Proverbs are never out of season - Popular wisdom in the Modern Age, Oxford University Press, 1993.
20. Wolfgang Meider & Alan Dundes (Ed) The wisdom of many, Essays on the Proverb, the University of Wisconsis Press, 1994.

நெஞ்சார்ந்த நன்றி

200 ஆண்டுகளுக்கு முன்பே சொலவடைகளின் பளிச் பேச்சால் ஈர்க்கப்பட்டவர்கள்; அவற்றைத் தொகுத்து அச்சு வடிவில் தமிழ் மக்களுக்கு வழங்க வேண்டும் என விரும்பியவர்கள்; அதன் பொருட்டு பல்லாண்டுகள் உழைத்தவர்கள் அர்ப்பணிப்பு மிக்க கிறிஸ்தவப் பாதிரியார்கள்.

1990களின் தொடக்கத்தில், எந்த ஓர் எதிர்பார்ப்பும் இன்றி, சிறியதோர் அங்கீகாரத்துக்காக மட்டும் நாட்டுப்புற இலக்கியச் செல்வங்களை ஓடி ஓடிச் சேகரித்தவர்கள் அறிவொளித் தொண்டர்கள்.

1990களின் பிற்பகுதியில், அறிவொளியால் தூண்டப்பட்டு மேலெழும்பி வந்த நாட்டுப்புற இலக்கியச் செல்வங்களைச் சேகரிக்கவும், பாதுகாக்கவும், வகைப்படுத்தித் தொகுக்கவும் பாடுபட்டு உழைத்தவர்கள் மதுரை கருத்துக்கூட நண்பர்கள்.

இந்த ஆதாரங்கள் - அக்கறைகள் - முன்முயற்சிகள் இன்றி இப்புத்தகம் உருவாகியிருக்க வாய்ப்பில்லை.

நேசம் பெருகும் எழுத்துக்களில், வாழ்வை நெருங்கிப் பார்த்துப் படைக்கும் அற்புத எழுத்தாளர் மேலாண்மை பொன்னுச்சாமி மதிப்புரை எழுதியுள்ளார். 1997இல் திட்டமிட்டுத் தொடங்கிய வேலை இது. இடையீடுபட்டு இடையீடுபட்டு 2011இல் நூலாக வந்தது. நூல் வந்ததும் நீண்ட நாள் பாரத்தை இறக்கி வைத்தது போல் ஒரு நிம்மதி! அருவி வெளியீடாக வந்த இந்நூல், அடுத்து சூரியன் பதிப்பகத்தின் வழி வந்தது. இன்று ‘சொலவடைகளும் சொன்னவர்களும்’ எதிர் வெளியீடாக புத்துணர்ச்சி பெற்று வருகிறது. எதிர் வெளியீட்டுக்கு என் நெஞ்சார்ந்த நன்றி.

– ச.மாடசாமி